மீன்மலர்

தமிழ்மகன்

விலை : ரூ.180/-

மின்னங்காடி

பதிப்பக வெளியீடு - 17

மீன்மலர் / சிறுகதைத் தொகுப்பு

ஆசிரியர் : தமிழ்மகன் ©

முதல் பதிப்பு : 2008, டிசம்பர்.

இரண்டாம் பதிப்பு : 2002, ஜனவரி

வெளியீடு : மின்னங்காடி பதிப்பகம்
24, அண்ணா 3-வது குறுக்குத் தெரு,
அவ்வை நகர், பாடி, சென்னை - 50.

Rs.180/-

Meenmalar / Short stories

Author : Tamilmagan ©

First Edition : 2008, December.

Second Edition : 2022, January

Published by : Minnangadi Publications
24, Anna 3rd Cross Street,
Avvai Nagar, Padi, Chennai - 50

Website : www.minnangadi.com

Mail : minnangadipublications@gmail.com

Phone : 72992 41264

ISBN : 978-93-92973-12-3

ஆசிரியர் குறிப்பு

பிறப்பு, படிப்பு, பணி:

- தமிழ்மகன் என்கிற பா.வெங்கடேசன் சென்னையில் 1964-ல் பிறந்தவர்.
- படிப்பு; B.Sc., M.A. மாநிலக் கல்லூரி, சென்னைப் பல்கலைக்கழகம்.
- 1989 தொடங்கி போலீஸ் செய்தி, தமிழன் நாளிதழ், வண்ணத்திரை, தினமணி, குமுதம், குங்குமம், ஆனந்த விகடன் இதழ்களில் 2019 வரை பணியாற்றியவர்.
- மாநிலக் கல்லூரியில் படித்தபோது ‘பூமிக்குப் புரியவைப்போம்’, ‘ஆறறிவு மரங்கள்’ என இரண்டு கவிதைத் தொகுதிகள் வெளியாகின.
- இளைஞர் ஆண்டையொட்டி, 1984-ல் டி.வி.எஸ். நிறுவனமும் இதயம் பேசுகிறது இதழும் இணைந்து நடத்திய போட்டியில் இவரது வெள்ளை நிறத்தில் ஒரு காதல் புதினம் முதல் பரிசு பெற்றது. இதயம் பேகிறது இதழில் தொடராக வெளியானது. அரசியல் விமர்சகர் சின்னக்குத்தூசி தேர்வு செய்தார். இதுவும் கல்லூரி படிக்கும்போதே நிகழ்ந்தது. பேராசிரியர்கள் இரா.இளவரசு, கவிஞர் மு.மேத்தா, பொன். செல்வகணபதி, இ.மறைமலை, பி.சிவகுமார் போன்றோர் ஆசிரியர்களாக - வழிகாட்டிகளாக- அமைந்தனர்.

விருதுகள்

- 1984-ல் இதயம் பேசுகிறது - டி.வி.எஸ் நிறுவனம் நடத்திய போட்டியில் வெள்ளை நிறத்தில் ஒரு காதல் நாவலுக்கு விருது.
- மொத்தத்தில் சுமாரான வாரம் குறுநாவல் தி.ஜானகிராமன் நினைவு போட்டியில் தேர்வு செய்யப்பட்டது. 1986-ல் தேர்வு செய்தவர் எழுத்தாளர் அசோகமித்திரன்.
- இவர் எழுதிய மானுடப் பண்ணை நாவல் 1996இல் தமிழக அரசின் விருது பெற்றது.
- எட்டாயிரம் தலைமுறை சிறுகதைத் தொகுப்பு 2008-ம் ஆண்டுக்கான தமிழக அரசின் விருது பெற்றது.
- எழுத்தாளர் சுஜாதா நினைவு அறிவியல் புனைகதை விருது (2008).

- வெட்டுப்புலி நாவல் (2009) கோவை ரங்கம்மாள் நினைவு விருது, ஜெயந்தன் அறக்கட்டளை விருது பெற்றது.

- ஆண்பால் பெண்பால் நாவலுக்கு (2011) விகடன் விருதும் ஜி.எஸ். மணி நினைவு விருதும் கிடைத்துள்ளன.

- வனசாட்சி நாவல் (2012) சுஜாதா அறக்கட்டளை விருது, மலைச்சொல் விருதுகள், அமுதன் அடிகள் விருது ஆகியன பெற்றது.

- வேங்கை நங்கூரத்தின் ஜீன் குறிப்புகள் நாவலுக்கு கனடா இலக்கியத் தோட்ட புனைவு இலைக்கிய விருது (2017) பெற்றார்.

- திராவிடர் கழகத்தின் பெரியார் விருது (2014), விஜய் டி.வி நீயா? நானா? வழங்கிய இலக்கிய விருது (2016), நெருஞ்சி இலக்கிய வட்டம் வழங்கிய க.நா.சு விருது உள்ளிட்ட பல விருதுகள் பெற்றவர்.

- படைவீடு நாவல் (2021) வென்றுமண்கொண்டார் விருது, சௌமா விருது, வள்ளுவப் பண்பாட்டு விருது, உலகத் தமிழ்ப் பண்பாட்டு மையம் விருது ஆகியன பெற்றது.

எழுதிய நூல்கள்

- பூமிக்குப் புரியவைப்போம், ஆறறிவு மரங்கள் இரண்டும் கவிதைத் தொகுப்புகள்.

- வெள்ளை நிறத்தில் ஒரு காதல் (1984), மானுடப் பண்ணை நாவல் (1996), சொல்லித் தந்த பூமி (1997), ஏவி. எம். ஸ்டூடியோ ஏழாவது தளம் (2007), வெட்டுப்புலி (2009),ஆண்பால் பெண்பால் (2011), வனசாட்சி (2012), ஆபரேஷன் நோவா (2014), தாரகை (2016), நான் ரம்யாவாக இருக்கிறேன் (2018), படைவீடு (2020), தொடாதே துரத்து (2021) ஆகியவை இவரது நாவல்கள்.

- எட்டாயிரம் தலைமுறை (2008), சாலை ஓரத்திலே வேலையற்றதுகள் (2006), மீன்மலர் (2008), அமரர் சுஜாதா (2013), மஞ்சு அக்காவின் மூன்று முகங்கள் (2014) இவரது சிறுகதைத் தொகுப்புகள்.

- இவருடைய நூல்கள் பலவும் முனைவர் பட்டத்துக்கும் ஆய்வு பட்டயங்களுக்கும் எடுத்தாளப்பட்டுள்ளன. கல்லூரிகளில் பாடமாக வைக்கப்பட்டுள்ளன.

- திரைப் பிரமுகர்கள் பற்றிய அரிய செய்திகளைச் சொல்லும் செல்லுலாயிட் சித்திரங்கள் (திரை) (2009), நூற்றாண்டு கண்ட தமிழ்ச் சிறுகதைகளை அறிமுகப்படுத்தும் தமிழ்ச் சிறுகதைக் களஞ்சியம் - (2013) ஆகிய

கட்டுரைத் தொகுப்புகளும் இவர் படைப்புகள். சென்னையின் வரலாற்றை மெட்ராஸ் நல்ல மெட்ராஸ் (2016) என்ற பெயரில் எழுதியிருக்கிறார். விகடன் இணைய இதழில் வெளிவந்து பெரும் வரவேற்பைப் பெற்றது.

- ஆனந்த விகடனில் வெளியான ஆபரேஷன் நோவா (2014), ஜூனியர் விகடனில் வெளியான 'நான் ரம்யாவாக இருக்கிறேன்' (2018) ஆகிய அறிவியல் புனைகதைகள் பெரும் வாசக வரவேற்பைப் பெற்றன. திரையுலகைப் பின்னணியாகக் கொண்டு தாரகை என்ற நாவலை எழுதியுள்ளார்.

திரைத்துறை பணிகள்

- உள்ளக்கடத்தல், ரசிகர் மன்றம், பீட்ஸா மம்மி -3, கொற்றவை உள்ளிட்ட திரைப்படங்களுக்கு வசனம் எழுதியுள்ளார். நான் ரம்யாவாக இருக்கிறேன், ஆபரேஷன் நோவா நாவல்கள் சினிமாவுக்காக ஒப்பந்தமாகியுள்ளன.

குடும்பம்

தந்தை க.பாலகிருஷ்ணன் - தாய் பார்வதி. மனைவி திலகவதி.

மகன் மாக்ஸிம் - மருமகள் த.சந்தியா. பேத்தி அகல்விழி.

மகள் அஞ்சலி - மருமகன் ஸ்ரீதர். பேரன்கள் அதியமான், அகிலன்.

தொடர்புக்கு:

writertamilmagan@gmail.com

7824049160

ஔவை

ஆணும் பெண்ணும் நண்பர்களாக இருப்பதில் பல்வேறு இடையூறுகள் இருப்பதை நான் அமுதாவிடம் விளக்கியிருக்கிறேன். அவற்றை ஒரு பொருட்டாகவே அவள் மதிக்கவில்லை. அமுதா, என்மீது அளவுகடந்த அன்பும் மரியாதையும் வைத்திருந்தாள். ஆரம்பித்தில் அதை நான் உணரவே இல்லை.

ரயில் சினேகம் போல இதை ஆபீஸ் சினேகம் என்று நினைத்திருந்தேன். அவள் அப்படி நினைக்கவில்லை. அவள்மீது மரியாதை செலுத்திக் கொண்டிருந்ததை எல்லாம் நான் ரொம்ப நாளாகக் கவனிக்காமல் இருந்துவிட்டது, இப்போது வருத்தமாக இருக்கிறது.

நான் சுழலில் சிக்கிய சிறிய மரத்துண்டு போல அவளுடைய நட்பில் இழுத்துச் செல்லப்பட்டேன்.

"சார்... யுனிவர்சிட்டி வரைக்கும் போயிட்டு வரலாமா?" என்றாள். அவளுடைய வண்டியில் இருந்த மழைக்கோட்டை எடுத்துக்கொண்டு என்னுடைய ஸ்கூட்டரிலேயே வந்தாள்.

அவளுடைய ஹெட் ஆஃப் த டிபார்ட்மெண்ட் வகுப்பெடுத்துக் கொண்டிருப்பதாகத் தெரிவித்தார்கள். வகுப்பு முடிந்து அவர் வரும்வரை நீண்ட படிக்கட்டுகளில் அமர்ந்து காத்திருந்தோம். மழை தூறிக் கொண்டிருந்தது. மழைக்கோட்டுக்குள் ஒடுங்கிக்கொண்டு ஒருவரை ஒருவர் பார்த்துக்கொண்டோம்.

எதிர்பார்க்காத தருணத்தில், "சொல்லுங்க சார்" என்றாள்.

எதைப் பற்றியாவது சொல்லிக்கொண்டே வந்து, அதைப் பாதியில் நிறுத்திவிட்டேனா என்று அவசரமாக நினைவுபடுத்திப் பார்த்தேன். நான் அப்படி நினைப்பதைப் புரிந்துகொண்டவள் போல, "ஏதாவது சொல்லுங்க சார்" என்றாள், கன்னத்தில் கையூன்றி என்னைக்

கூர்மையாகக் கவனித்தபடி.

"நிகலாய் கோகலின் 'ஓவர் கோட்' மாதிரி நாமே ஆளுக்கு ஒண்ணு மாட்டிக் கிட்டு இருக்கோம்" என்றேன்.

"அது யாரு நிகலாய் கோகல்?"

நான், நிகலாய் கோகலின் எழுதின 'மேல் கோட்டு' சிறுகதை பற்றிச் சொன்னேன். அவள் விழுந்து விழுந்து சிரித்தாள்.

பெண்கள் மட்டும் மிகவும் நம்பிக்கை உள்ளவர்களிடம் மட்டும் தான் இப்படி மனம் விட்டு சிரிக்கிறார்கள். இங்கிதம் பார்க்காமல், நாசுக்குக்கான முனைப்பில்லாத சிரிப்பு அது. சிரிப்பைக் கட்டுப் படுத்திக்கொண்டு, "அப்புறம்?" என்று ஆர்வமாகக் கேட்டாள்.

மேல் கோட்டு பற்றியில்லாமல், அங்கு பட்டாணி விற்றுக் கொண்டிருப்பவனைப் பற்றிச் சொன்னாலும் அமுதா ஆர்வமாகக் கேட்டாள். இது அமுதாவின் சுபாவம்.

நேரமாகிக்கொண்டிருந்தது. அவளுடைய மேடம் வகுப்பெடுத்துக் கொண்டிருந்த இடத்துக்கே சென்றோம். பெண்பால் புலவர்கள் பற்றி பாடம் நடத்திக்கொண்டிருந்தார் அவர்.

"ஔவையார் என்ற பெயரில் பல பெண்பால் புலவர்கள் இருந்தார்கள். அதியமானிடம் நெல்லிக்கனி பெற்ற ஔவை வேறு. முருகனிடம் 'சுட்ட பழம் வேண்டுமா சுடாத பழம் வேண்டுமா' என்று கேட்ட ஔவை வேறு. சங்க காலத்தில் காதலைப் பற்றி பாடிய ஔவைகளே அதிகம். ஆக, ஔவைகள் என்றால் பாட்டி என்ற எண்ணம் வருவதைத் தவிர்க்க வேண்டும். நிறைய இளம் ஔவைகள் இருந்திருக்கிறார்கள்..."

வகுப்பு நடந்துகொண்டிருந்த அறையின் வராண்டாவில் நடைபோட்டவாறு இருந்தோம்.

"நிஜமாகவா சார்?"

"ஆமா" என்றேன்.

"நான் என்ன கேட்டேன். நீங்க எதற்கு ஆமா'னு சொன்னீங்க?" என்று சிரித்தாள்.

"ஔவைதானே?"

"சாரி சார். நான் ஏதோ நச்சரிக்கறதால சும்மாவாவது 'ஆமா'னு சொல்லிட்டீங்களோன்னு நினைச்சேன்."

"உங்களைப் போய் நச்சரிக்கறதா நினைப்பேனா?"

"நினைக்க மாட்டீங்க. ஆனா, நான் நச்சரிக்கிறேன்னு எனக்கே தெரியும்."

"அமுதா, ஔவை நல்லா இருக்கணும்னு நெல்லிக்கனி கொடுத்த அதியமான் கதையில ஔவையை சின்னப் பெண்ணா கற்பனை செய்து பாருங்களேன்."

"நல்லா இருக்குல்ல?" என்று வியந்தாள்.

"சங்க காலத்தில் இவ்வளவு பெண்பால் புலவர்கள் வேறு மொழிகளில் இருந்தார்களா'னு தெரியல. இங்க இவ்வளவு பேர் இருந்ததிலே இருந்தே பெண்கள் ரொம்ப சுதந்திரமா இருந்தாங்கன்னு தெரியுது. ஔவையும் அதியமானும் இன்டலக்சுவல் ஃப்ரெண்ட்ஸாஇருந்திருக்க வாய்ப்பிருக்குனு தோணுது."

"இன்னைக்கு இங்கு வராம போயிருந்தா. இந்த அருமையான விஷயம் பத்தி பேசாமப் போயிருப்போம் இல்லையா?"

நான் சொல்லுகிற விஷயத்தைக் கேட்டு அளவுக்கு அதிகமாகவே வியந்தாள் அமுதா. அவள் என்மீது வைத்திருக்கிற அன்பும் மரியாதையும் என்னைக் கவனத்துடன் பேசவைக்கும். ஆழம் தெரியாமல் காலை வைத்துவிட்ட மாதிரி அஞ்சவும் செய்கிறேன் சில நேரம். அவளுடைய வியப்புக்கு உகந்த விஷயங்களைப் பேச வேண்டும் என்றும், அவள் என்மீது நம்பிக்கைக்கு உரியவனாக என்னைத் தகவமைத்துக்கொள்ள வேண்டும் என்றும் நான் ஓயாமல் போராடுகிறேன்.

சட்டென்று மேகம் கவிழ்ந்து, வடிகட்டிய சூரிய ஒளி, வளாகம் முழுதும் சூழ்ந்தது. அமுதா, மேடத்தைப் பார்த்து பட்ட மேற்படிப்பு முடித்து பட்டம் பெறுவதற்கு விண்ணப்பிப்பது குறித்துப் பேசிவிட்டு வந்தாள்.

அவளை ஹாஸ்டலில் கொண்டுபோய்விடும்போது நன்கு இருட்டிவிட்டது.

திடீரென்று அவளுக்கு மாப்பிள்ளை தேர்வாகிவிடவே, ஆபீஸ்விட்டும் ஹாஸ்டலைவிட்டும் அவள் விலகிக்கொள்ள வேண்டியிருந்தது. எனக்கு அந்தத் திடீர் தனிமை உலுக்கிவிட்டது. ஆறுமாதம் ஹாஸ்டல் நேரம் தவிர மற்ற நேரமெல்லாம் என்கூட நிழல்மாதிரி வியாபித்திருந்தவள் ஏற்படுத்தியிருந்த தாக்கம்.

இடையில், ஊரிலிருந்து அவள் "எனக்கும் ரொம்ப கஷ்டமா இருக்கு சார்" என்று போன் செய்தபோது, ஆணும் பெண்ணும் நண்பர்களாக இருப்பதில் உள்ள இடைஞ்சலைப் பற்றி விசனப்பட்டேன்.

அவள் வருத்தப்பட்டது எனக்கு மேலும் வருத்தமாகிவிட்டது.

"அதனால என்ன சார். நான் வந்து உங்களைப் பார்க்கிறேன்."

எனக்கு கண்களில் நீர் கோத்துக்கொண்டது.

"அமுதா, நீ ஏன் ஆம்பளையா பிறக்காமப் போனே? என்ன இருந்தாலும் நாம முன்னமாதிரி பேசிக்க முடியும்னு நினைக்கிறியா?"

கொஞ்சமும் நாகரிகம் இல்லாமல் நான் உணர்ச்சிவசப்படுவதை என்னால் கட்டுப்படுத்த முடியவில்லை.

"முடியும் சார். நாம எப்பவும் போல இருக்கலாம் சார்... கொஞ்ச நாளாகும் அவ்வளவுதான்."

அமுதா, அவளுடைய திருமண அழைப்பிதழை எடுத்துக்கொண்டு என் வீட்டுக்கு வந்தாள். அவளுடைய கணவராகப் போகிற அதிர்ஷ்டசாலியும்கூட வந்திருந்தார்.

என் மகளுக்கு கரடி பொம்மை, ஸ்வீட் என்று வாங்கிவந்திருந்தாள்.

அவர் என்னுடன் கைகுலுக்கி அறிமுகம் செய்துகொண்டார்.

"என்னுடைய ஒரு ஃப்ரெண்ட் வீட்டுக்கு இவங்க வரணும்னும், இவங்களோட ஒரு ஃப்ரெண்ட் வீட்டுக்கு நான் வரணும்னும் ஒப்பந்தம். என்னுடைய ஒரே ஒரு ஃப்ரெண்ட் இவர்தான்னு சொன்னாங்க. அதான் உங்களை இன்வைட் பண்ண நானும்கூட வந்தேன்" என்றார்.

"ஹாஸ்டல் வெறுப்புக்கெல்லாம் சார்தான் ஒரே ஆறுதல்" என்றாள் அமுதா குறுக்கிட்டு.

என் கண்கள் கலங்கின. என் நல்ல தோழிக்கு நல்ல கணவர் கிடைக்கப் போகிறார் என்று பூரித்தேன்.

என் மனைவி டீ எடுத்துக்கொண்டு வந்தாள். எங்கள் வீட்டில் உபசரிப்பு என்றால் டீ தான். இரண்டுபேருமே டீ குடிக்கும் பழக்கம் இல்லாதவர்கள் என்று எனக்குத் தெரியுமாதலால், நான் அதைத் தடுத்துப்பார்த்தேன்.

அமுதா, "இருக்கட்டும் சார், நான் சில வேளைகளில் டீ குடிப்பேன்" என்றபடி "சொல்லுங்க சார்" என்றாள்.

நான் எதை எங்கிருந்து தொடங்குவது என்று புரியாமல், "கார்ட்டூன் படங்கள்ல டாம் அண்ட் ஜெர்ரி எனக்கு ரொம்பப் பிடிக்கும். சி.டி இருக்கு பாக்றீங்களா?" என்றேன்.

"போடுங்களேன்" அதிர்ஷ்டக்காரர்தான் சொன்னார்.

பூனையை எலி தொடர்ந்து வெறுப்பேற்றிக்கொண்டிருந்தார். மனம்விட்டு சிரித்தாள். "பிரில்லியன்ட் காமெடி.." என வியந்துகொண்டே, அமுதா தன் ஹாண்ட் பேகிலிருந்து எதையோ எடுத்து என் கையில் திணித்தாள்.

நெல்லிக்காய்.

- ஆனந்தவிகடன், 2003

காலபிம்பம்

கொஞ்ச காலமாகத்தான் இப்படியெல்லாம். நான் காலமில்லாதவனாக மாறிவிட்டதாக ஓர் உணர்வு. காலமில்லாதவனுக்குக் கொஞ்ச காலம் ஏது?

பைக்கில் சென்றுகொண்டிருக்கும்போதுதான் முதன்முதலில் இத்தகைய உணர்வு ஏற்பட்டதாக ஞாபகம். ரெட்ஹில்ஸிலிருந்து காரனோடைக்குப் போகும் வழியில் இப்படி ஏற்பட்டது. காரனோடையிலிருந்து ரெட்ஹில்ஸ் போகிறோமா அல்லது ரெட்ஹில்ஸிலிருந்து காரனோடைக்குப் போய்க் கொண்டிருக்கிறோமா என்ற குழப்பம். சுமார் 35 ஆண்டுகளாகப் போய் வந்து கொண்டிருக்கிற ஒரு சாலையில், எனக்கு இப்படி ஒரு குழப்பம் ஏற்பட்டது அசாதாரணமாகப்பட்டது.

வீட்டுக்கு வந்ததும் ஜானகிராமனைச் சந்தித்து சொன்னேன். "ஞாயிற்றுக்கிழமை அடிச்சது தெளியலையா" என்று அவன் அடித்தக் கிண்டலுக்கு நானும் சேர்ந்து சிரித்துவிட்டு மறந்துவிட்டேன்.

அடுத்தும் அதே அனுபவம். ஆனால், இந்த முறை திசைக் குழப்பத்தோடு நான் போய்க்கொண்டிருப்பது இன்றிலா...நேற்றிலா என்ற குழப்பம். எதிரில் வரும் லாரி, பஸ், சைக்கிள்காரன் எல்லோரையும் மலைத்துப்போய் பார்க்கிறேன். இவர்கள் எல்லாம் நேற்று மனிதர்களா... நாளை மனிதர்களா என்று அலைபாய்ந்தது மனம்.

இந்த முறை ஜானகிராமனிடம் சொல்வதற்குப் பயமாக இருந்தது. மனைவியிடம் சொன்னேன். "இந்த மாதிரி புக்கையெல்லாம் படிச்சா இப்படித்தான் உளறுவீங்க" என்று 'கேஸ் ஹிஸ்ட்ரி ஆஃப் சிக்மண்ட் ஃப்ராய்டை'க் காண்பித்தாள். அதில், லெஸ்பியன் பற்றியும் ஹோமோ செக்ஸ் பற்றியும்தான் நிறைய அலசியிருந்தார். அதற்கும் நேற்று மனிதர்களுக்கும் சம்பந்தமிருப்பதாகத் தெரியவில்லை.

சைக்யாட்ரிஸ்ட் மீதிருந்த அவநம்பிக்கை காரணமாக மாற்று மார்க்கங்கள் குறித்தே யோசிக்க ஆரம்பித்தேன். “பெரியபாளையம் பக்கத்தில் ஒரு முனீஸ்வரன் கோயில் இருக்கிறது. தாயத்து மந்திரித்துக் கட்டினால் நான்கு வாரத்தில் எப்பேர்பட்ட பேயும் தலைதெறிக்க ஓடிடும்' என்றான் கருணாகரன். இந்த மாதிரி அதீத குழப்பங்களுக்கு யாரை அணுகுவது என்பதற்கே வழி தெரியாத நிலையை முதன் முறையாக உணர்ந்தேன். இத்தகைய மனப் பிம்பங்கள் இப்போதுதான் உலகத்தில் முதன் முறையாக ஏற்படுகிறதா? இல்லை எல்லா விஷயத்திலும் பின் தங்கியிருப்பதுபோல இந்தப் பிரச்சனைகளும் அதற்கான தீர்வுகளும் இந்தியாவில் இன்னும் எட்டப்படவேயில்லையா? நான்தான் பலிகடாவா?

“அதெல்லாம் ஒன்றும் இல்லை. சரியாகத் தூக்கமில்லையென்றால் இப்படி ஆவது சகஜம்தான்” என்று தேற்றினாள் அலுவலகத் தோழி. இதில் சற்றே நியாயம் இருப்பதாக ஏற்று, ஒரு வாரம் நகர்ந்தது.

இந்த முறை மேலும் வித்தியாசமான கால ஊர்வலம். என்னுடைய பொது மேலாளர், எங்களின் போட்டியாளர்கள் மேற்கொண்டுவரும் புதிய உத்திகள் பற்றியும் அதை எதிர்கொள்வது சம்பந்தமாகவும் பேச அழைத்திருந்தார்.

நீரேற்று மோட்டார் வகைகளில் சப் மெர்ஸிபள் மோட்டார்களுக்குத்தான் அதிக மவுசு ஏற்பட்டிருப்பதையும் விரைவில் அரை குதிரைத்திறன் மோட்டார்களும் உருவாக்குவது நல்லது என்றும் கூறிக்கொண்டிருந்தேன்.

“எப்படிச் சொல்கிறாய்?” என்றார்.

“சென்னையில் குடிநீர் தட்டுப்பாடு நாளுக்கு நாள் அதிகரித்துவருகிறது. எல்லார் வீட்டிலேயும் ஒரு 6 அங்குல போர் போட்டு நீர் எடுக்கவேண்டிய நிர்பந்தம் ஏற்பட்டிருக்கிறது. சென்னையின் இட நெருக்கடி அப்படி. அதனால்...” இப்படி நான் சொல்லிக்கொண்டிருக்கும்போதுதான் அந்த நிலைமை ஏற்பட்டது. என் பொது மேலாளர், எனக்கு ஐந்து வயது சிறுவனாகவும் 90 வயது கிழவராகவும் கணப்பொழுதில் மாறி மாறித் தோன்றினார்.

அவருடைய முன் வழுக்கையும் தொப்பையும் ப்ரெஞ்ச் பேட் தாடியும் ரேமண்ட் சூட்டும் சட்டென மறைந்து அரை நிஜார் போட்டு பாப்கார்ன் சாப்பிட்டுக்கொண்டிருக்கும் ஒரு சிறுவனாக அவரைப் பார்த்தேன். தொண்டு கிழமாக அப்பல்லோ ஹாஸ்பிட்டல் ஸ்ட்ரெச்சரில் இருப்பதாக இன்னொரு தரிசனம். இதென்ன விபரீதம் என்று தோன்றியது. அலுவலக ரிஸப்ஷனிஸ்ட் ஜட்டி அணிந்த குழந்தையாகவும், 50 வயது பெண்ணாகவும் 75 வயது மூதாட்டியாகவும் ஏடாகூடமாகத் தோன்றி மறைந்தபோது,

எனக்கு ஏற்பட்டிருக்கும் அடுத்த சங்கடத்தைத் தெள்ளத்தெளிவாகப் புரிந்துகொள்ள முடிந்தது.

இது, தூக்கக் குறைவினால் அல்ல.

நிலை கொள்ளாமல் தவித்தது மனசு. அஞ்சுவதா, மகிழ்வதா என்று தெரியவில்லை. யாரிடம் சொன்னாலும் புரிந்துகொள்ள மறுக்கிறார்கள். நாள்போக்கில் நானாகவே யாரிடமும் இதைப் பற்றி சொல்ல வேண்டாம் என்று தவிர்த்துவிட்டேன். சாலையில் நடக்கும்போது, கரன்ட் பில் கட்டும்போது, டி.வி பார்க்கும்போது என்று எந்தச் சமயம் என்று இல்லாமல் நான் கால ஊஞ்சலில் ஆடிக்கொண்டிருந்தேன்.

ஒரு நப்பாசைதான்... மேடவாக்கம் மனநோய் மருத்துவமனைக்குச் சென்று அவுட் பேஷன்ட் க்யூவில் நின்று டாக்டரைச் சந்தித்தேன். குடியை நிறுத்த, பதற்றம் குறைய, தூக்கமில்லாமல் தவிப்பதைத் தவிர்க்க என பைத்தியம் என்று ஓரங்கட்டுவதற்கு முந்தைய நிறைய பிரிவுகள் இருக்கத்தான் செய்தன.

டாக்டர், "என்ன செய்கிறது" என்றார்.

"காலம் குழப்பமா இருக்கு. உதாரணத்துக்கு..."

"ஏம்பா டீ சொன்னனே..." என்றார் கதவுப்பக்கம் பார்த்து.

"சொல்லுங்க."

அந்த அவகாசத்தில் வார்த்தைகளை இன்னும் கொஞ்சம் சரிசெய்து, "எனக்கு கொஞ்ச நாளா விநோத பிரச்சனை சார். மூன்று காலங்களும் ஒரே நேரத்தில தெரியுது."

"மூன்று காலம்னா?"

"உதாரணத்துக்கு நீங்கள் குழந்தையில் இரண்டாவது படிக்கிற சிறுவனாக எப்படி இருந்தீர்கள் என்று தோன்றுகிறது. கொஞ்ச நேரத்தில் ரிட்டையர்ட் ஆகி பார்க்கில் வாக்கிங் போய்விட்டு ஓர் ஓரமாக உட்கார்ந்திருக்கிற முதியவராகத் தெரிகிறீர்கள். இதோ, எதிரில் இப்போதிருக்கிற மாதிரியும் தெரிகிறீர்கள். குழந்தையின் புன்னகையும் முதியவரின் முகச் சுருக்கமும் ஒரே..."

எந்தவித சலனமும் காட்டாமல் ஏதோ எழுதினார். அதே நிலையில், "எவ்ளோ நாளா?" என்று தெரிந்துகொண்டு "மூணாவது கவுன்டர்ல காட்டுங்க" என்று ரசீது கொடுத்தார்.

"நீங்கள் சரியாக உள்வாங்கிக்கொண்டீர்களா? என்னை நிமிர்ந்துகூட பார்க்காமல் சீட்டு கொடுக்கறீர்களே?"

"இங்கு வருகிறவர்கள் எல்லாரும் நமக்கு மட்டும் ஏதோ விபரீதமாக நடப்பதாக நினைக்கிறார்கள். நான் உங்களை மாதிரி ஒரு நாளைக்கு 100 பேரை பார்க்கிறேன்."

“நிஜமாக என்னை மாதிரி 100 பேர் இருக்கிறார்களா..? அது போதும் எனக்கு. எனக்கு மட்டும்தான் இப்படி இருக்கிறதென்று நினைத்து பயந்துவிட்டேன்.”

என்ன நினைத்தாரோ, யோசனையாகப் பார்த்தார். “என்ன நடக்குது உங்களுக்கு... முழுசா சொல்லுங்க” என்றார்.

“போன வாரம் கிருஷ்ண ஜெயந்தி. வீட்ல கட்டில்ல படுத்துகிட்டு ஏதோ யோசித்துக்கொண்டிருந்தேன். ‘கண்ணன் பிறந்தான் எங்கள் கண்ணன் பிறந்தான்’னு ரேடியோவில் பாட்டு. திடீரென்று கண்ணன் இறந்த காட்சி ஞாபகம் வந்தது. பாரதப் போரும் பகவத்கீதையும் உலகுக்குத் தெரிவித்த மகா உண்மைகளின் அசை போடலோடு கண்ணன் ஒரு வனத்தில் படுத்திருக்கிறார். கால்மேல் கால் போட்டு படுத்தபடி காலாட்டிக் கொண்டிருக்கிறார். அவருடைய கால் கட்டை விரலைப் பார்த்து, வேடன் ஒருவன் பாம்பென்று நினைத்து அம்பெய்துகிறான். கண்ணன் எதிர்பார்த்திருந்த தனக்கான முடிவை ரசித்து புன்னகையுடன் கண்ணை மூடுகிறான். கண்ணன் இறந்துவிட்டான் என்ற செய்தி அறிந்து மதுராவே கொந்தளிக்கிறது. கொன்ற வேடனைக் கொலை வெறியோடு துரத்துகிறது.”

“கற்பனை உலகில் சஞ்சரிக்கிற இந்த மனநோய், நீங்கள் நினைக்கிற மாதிரி ரொம்ப புதுசானது இல்லை. டான் க்விக் ஸாட் படித்திருக்கிறீர்களா?”

“அவன் கதைக்கும் எனக்கும் முக்கிய வித்தியாசம் இருப்பதாக நினைக்கிறேன். நான் எந்த விஷயத்திலும் மூன்று காலங்களோடு ஊடாடுகிறேன்.”

“ஈ.எஸ்.பி சம்பந்தமாக ஏதாவது புத்தகம் படித்தீர்களா?”

“இல்லையே... எனக்கு அதில் நம்பிக்கை இல்லை.”

“எல்லாவற்றையும் முன்கூட்டியே கணித்துவிடுவதாக ஏதாவது சம்பவம் நடந்திருக்கிறதா?”

“அதையெல்லாம் நான் கவனிக்கவில்லை. அது சோதிடம் பார்ப்பதுபோல ஆகிவிடும்.”

“எதிர்காலத்தை முன்கூட்டியே திறந்து பார்த்துவிடுவதில் மனிதனுக்கு ஒரு ஆசைதான். அது மாதிரி உங்களுக்கு ஏதாவது இருக்கலாம். நீங்கள் மூன்றாவது கவுன்டருக்குப் போய் மாத்திரை வாங்கிச்செல்லுங்கள். தேவைப்பட்டால் அடுத்த மாதம் வாருங்கள்.”

டாக்டருக்கு அதற்கு மேல் பொறுமையில்லை. மூன்றாவது கவுன்டருக்குச் செல்லாமலேயே வெளியே வந்தேன். பெசன்ட் நகரில் ஆன்மிக ஞானி அஷ்வகோஷ் வந்திருப்பதாக அங்கு செல்லும் பஸ் ஒன்றிலேயே சின்னதாக போஸ்டர் ஒட்டியிருந்தார்கள்.

அவர் யாரென்று எனக்குத் தெரிந்திருக்கவில்லை. ஆனால், அந்தப் போஸ்டரில் என்னைக் கவரும் அம்சம் ஒன்று இருந்தது. அவர், முக்காலமும் உணர்ந்தவர் என்று போட்டிருந்தது. அமைதியான தூய்மையான குளிர்ச்சியான பழங்கால வீடு அது. அங்கே நடமாடிக்கொண்டிருந்தவர்கள் பலரும் வெள்ளை உடையில் பாரமான மனதைச் சுமந்தபடி பொறுமையாக நடந்துகொண்டிருந்தார்கள். மாலை 6 மணிக்குதான் அவருடைய பிரசங்கம் என்றார்கள். நான் அவரைத் தனிமையில் சந்திக்க வேண்டும் என்றேன். 'நீங்கள் ஈஷா யோக சம்பூர்ணா முடித்தவரா?' என்றார்கள். அவர்கள் கேட்பது பற்றி எனக்கு ஒன்றும் புரியவில்லை.

"வருகிற வழியில் பரங்கி மலையைப் பார்த்தேன். கண நேரத்தில் அது அங்கு தோன்றாத காலத்தையும், தோன்றிப் பின் இல்லாமல்போன காலத்தையும் பார்த்தேன். எனக்கு பயமாகவும் பரவசமாகவும் இருக்கிறது. அதை ஞானியிடம் பகிர்ந்துகொள்ள வேண்டும்."

முடிவெடுக்கும் திறன் கொண்ட வேறு ஒருவர் வந்தார்.

ஆழ்ந்து பார்த்தார், வெள்ளுடை தரித்து நரைத்த தாடியும் தாழ்ந்து நோக்கும் பார்வையும் கொண்ட அந்த ஆஸ்ரமவாசி, "இங்கே அமர்ந்திருங்கள். சுவாமிகள் பார்க்க விரும்பினால் அழைக்கிறேன்" என்றார்.

நான் அமர்ந்திருந்தேன்.

20 நிமிடங்கள் கழித்து உள்ளே அழைக்கப்பட்டேன். சற்றே இருளும் குளுமையுமான அறை. எங்கிருந்து கசிகிறது என்பதைத் தெரிந்துகொள்ள முடியாத நீலநிற ஒளிக்கிரணம் வியாபித்திருந்தது.

"ஆங்கிலத்தில் பேசுவீர்களா?"

தலையசைத்து, "என்னையும் கடந்து நான் இயங்குகிறேன். நான் என்பது இந்த உடலுக்கு வெளியிலும் செயல்படுவதாக உணர்கிறேன். அதாவது, நான் இந்த அறைக்கு வெளியிலும் பிரக்ஞை கொள்கிறேன்."

"அறைக்கு வெளியில் நடக்கும் சம்பவம் உங்களுக்குத் தெரிகிறதா?"

"இடத்தைப் போலவே காலமும் எனக்கு ஒரு பொருட்டாக இல்லை. மனித இனம் தோன்றிவிட்டதா? ராஜராஜசோழன் காலமா? என்பதெல்லாம் ஒரு பொருட்டாக இல்லாத மனநிலை ஏற்படுகிறது. பொதுவாக வெளியே என்ன நடக்கிறதோ அது மனப்புயல் பிம்பமாகச் சுழல்கிறது. வெளியே யாரோ சிலர் உங்களைப் பார்க்க வருகிறார்கள். சோனியா காந்தி, காங்கிரஸ் உயர் மட்டக் குழுவினருடன் பேச்சுவார்த்தை நடத்துகிறார். குடகுமலையில்

ஒரு ஆதிவாசி தேனெடுத்துக்கொண்டிருக்கிறான். கங்கையில் மீன்கள் துள்ளுகின்றன. சாதிக் கலவரம் நடந்துகொண்டிருக்கிறது. அலுவலகத்தில் யாரையோ யாரோ புறம் பேசுகிறார்கள். நியூஜெர்ஸியில் ஒரு சாலை விபத்து. எங்கோ எதற்கோ சதித் திட்டம் தீட்டுகிறார்கள். ராக்கெட் விடுகிறார்கள். இன விடுதலைக்காகப் போராடுகிறார்கள். தங்கள் மொழியே சிறந்தது என்கிறார்கள். வரதட்சணை, சினிமா ரசிகன், இன்டர்நெட்...டிசம்பர் 6, செப்டம்பர் 11 எல்லாமே அந்தச் சுழலில் துகள்கள் போல சிக்கிச் சுழல்கின்றன."

ஞானி சிரித்தார். "ஒன்றின் ஒரு கோடி மாயத்தோற்றங்கள்" என்றார்.

"ஒரு கணத்தில் ஒரு யுகம்... ஒரு யுகத்தில் ஒரு கணம்" என்றேன். அவர் என்னைப் புரிந்துகொள்வது தெரிந்தது.

நெருங்கி வந்து தோளில் வாஞ்சையுடன் தொட்டார்.

"இணையத்தை எடுத்துக்கொள்ளுங்கள். அதில் எல்லாம் இருக்கிறது, பரமாத்மா போல. நாம் அதன் பலகோடியில் ஒரு துகளைத் துய்க்கும் ஜீவாத்மாக்கள்..."

ஞானி மீண்டும் சிரித்தார். "உங்களுக்கு கடவுள் நம்பிக்கை இல்லை, அப்படித்தானே?"

"ஆமாம்."

"உங்களைப் போன்ற ஒருவரைத்தான் தேடிக்கொண்டிருந்தேன். என்னுடன் அமெரிக்கா வருகிறீர்களா ஆஸ்ரம வேலைகளுக்கு?" என்றார்.

"நானா?"

"முக்காலம் உணர்தல் என்பதே அறியாமைதான். நான்கு காலம் உணர்ந்தவர் நீங்கள்... நான்காவது காலமான இடைதூரம் பிடிபட்டிருக்கிறது உங்களுக்கு."

நான் ஆச்சர்யமாக அவரைப் பார்த்துக்கொண்டிருந்தபோது, அவர் புன்னகையுடன் வெளியே சென்றார். தியான அமைதியா, மயான அமைதியா என்று புரிபடவில்லை.

உயிர் எழுத்து 2007

கடைசி புத்தகம்

மானுடத்துக்கான கடைசிப் புத்தகத்தை யாரோ எழுதிவிட்டார்கள் என்று மிக ரகசியமாகப் பேசிக்கொண்டார்கள். ஆனால், அவ்வளவு உறுதியாக யாருக்கும் அதைப் பற்றி தெரிந்திருக்கவில்லை. எழுதியது யாரென்றோ, எந்த தேசத்தவர் என்றோ, எந்த மொழியினர் என்றோ ஒரு தகவலும் தெரியாமல்... அதே சமயத்தில் மிகத் தீவிரமாகப் பரவிக்கொண்டிருந்தது இந்தச் செய்தி.

லிபர்ட்டி சிலை மிகப் பிரகாசமாக ஒளிர்ந்துகொண்டிருந்தது. நானிருக்கும் குடியிருப்பில் இருந்து அதை மிக நன்றாகப் பார்க்க முடிந்தது. 64-வது மாடியில் இருந்து பார்த்தால், அந்த சுதந்திர தேவி ரொம்ப குட்டை. இங்கிருப்பவர்களுக்கு உலகின் அத்தனை தகவல்களும் முதலாவதாகத் தெரிந்துவிடுவதாகச் சொல்வது உயர்வு நவிற்சியாக இருக்கக்கூடும்.

"உருவாவது எந்த இடமாகவும் இருக்கலாம். அதை முதலில் முழுதாக அனுபவிப்பது நாங்கள்தான். ஏனென்றால் நாங்கள் அமெரிக்கர்கள்" என்ற போலி இறுமாப்பு பலருக்கு இருந்தது. ஆனால், இந்த மாதிரி செய்தியை அப்படி நினைத்து கோட்டை விட்டுவிடக்கூடாது என்பதில் கவனமாக இருந்தேன்.

ஸ்டீபனுக்கு, அந்தப் புத்தகம் இருக்குமிடம் தெரிந்துவிட்டது என்று எனக்கும் சந்தேகம். அவனுடைய நடவடிக்கைகள் முழுவதுமாக மாறிவிட்டன. இன்டெர்நெட்டில் அதிக நேரம் செலவிடுகிறான். தேடுகிறான். சலித்துக்கொள்கிறான். தனிமையை விரும்புகிறான். வழக்கமாக அவன் அப்படியிருப்பவன் அல்ல. பெண் வேட்கை மட்டுமே பிரதானமாகக் கொண்டு ஒழுகுபவன். சதா நேரமும் கம்ப்யூட்டர், நூலகம், தனிமை என்று மாறிப் போய்விட்டான். கேட்டால், 'பரீட்சை நெருங்கிவிட்டது. இன்னும் தாமதித்தால்

நான் என் பண்ணைவீட்டுக்கு மூட்டை கட்டவேண்டியதுதான்' என்கிறான். என்னமாய் சமாளிக்கிறான் பாருங்கள். அவனுடைய திடீர் தாடியும் கண்களின் தீட்சன்யமும் அந்தப் பொய்யை வெளிச்சம் போட்டுக்காட்டின. உண்மையில் மிகப் பெருவாரியான மக்களுக்கு இந்தச் செய்தியின் முக்கியத்துவம் புரியவில்லை.

அவர்கள் பசி, பட்டினி, வறுமை அல்லது வறுமையை ஒழித்தல், எந்தக் கட்சி ஜெயிக்கும், பெட்ரோல் தட்டுப்பாடு என்பதைப் பற்றி பேசிக்கொண்டிருந்தார்கள். மக்கள் இப்படி அன்றாடப்பாட்டுக்கு அவதிப்படுவது இன்று நேற்று ஏற்பட்ட பழக்கமா? புறக்கணிக்கப்பட்ட பழத்தை உண்ட கணத்திலிருந்தோ, சிந்திக்க ஆரம்பித்த நாள் முதலோ பட்டுக்கொண்டிருப்பது. பிறவியைக் கடப்பது... அவர்களுக்கு முன்னோர் போட்ட பாதையில் போவதுபோல பழக்கமாகிவிட்ட ஒன்று. யாரோ சிலர்தான் காலந்தோறும் ஞானத்தைத் தேடி அலைந்து திரிகிறார்கள். அவர்களில் சிலர் அதைக் கண்டெடுக்கிறார்கள். இன்னும் மிகச் சிலர்தான் அதனால் பயனடைகிறார்கள்; பயனளிக்கிறார்கள். ஜன சமுத்திரம் ஒரு போக்கில் அசைந்தாடிக்கொண்டிருக்கிறது. ஞானத்தைத் தேடும் கூட்டமோ சிறு துளிகளாகச் சிதறிவிழுகிறது. சிறுதுளிதான் பெருவெள்ளம். பெருவெள்ளம் மீண்டும் ஜன சமுத்திரத்தில் கலந்துவிடுகிறதோ... எதற்கு இந்தக் குழப்பம்? அதைத் தெளிவிக்கும் அருமருந்தாகத்தானே அந்த கடைசிப் புத்தகம் இருக்கிறது என்கிறார்கள். அதன் பிறகு யாரும் புத்தகம் எழுதத் தேவையிருக்காது என்று உறுதியாகப் பேசிக்கொண்டார்கள். புத்தகங்கள் வாயிலாக எதை இத்தனை 1000 ஆண்டுகளாகத் தேடிக்கொண்டிருக்கிறார்களோ... அதற்கெல்லாம் சேர்த்து ஒரே ஒரு புத்தகமாக அதைத் தந்திருக்கிறார்கள். யார்?

ஸ்டீபனைத் தொடர்ந்து கண்காணிப்பது விறுவிறுப்பாக இருந்தது.

அவன் சரியாகச் சாப்பிடுவதில்லை. சரியாகத் தூங்குவதுமில்லை. இரவும் பகலும் படித்துக்கொண்டிருந்தான். பாடப்புத்தகங்கள்தான் கையில் இருக்கின்றன. ஆனால், அந்தப் புத்தகங்களின் ஓரத்தில் சங்கேத மொழியில் அவன் குறித்து வைப்பவை யாருக்கும் புரிவதில்லை. சில வரிகளை அடிக்கோடிடுவதையும் யாரும் சந்தேகிக்கவில்லை. வழக்கமாக பரீட்சைக்குப் படிக்கிறவர்கள் செய்வதுதான் என்று நினைக்கிறார்கள். சமையல்கலை புத்தகத்தின் ஒரு ஓரத்தில் அவன்,'அதே புத்தகம்' என்று குறித்து வைத்திருந்ததைப் பார்த்தேன். ஹோட்டல் நிர்வாகப் புத்தகத்தில் அவன் அடிக்கோடிட்டிருந்த வரிகள் என் சந்தேகத்தை வலுக்கச்செய்தன. 'இறுதி ஆண்டு' என்ற வார்த்தைகளும் 'புத்தகம்' என்ற வார்த்தையும் வெவ்வேறு வண்ண மையினால் அடிக் கோடிடப்பட்டிருந்தன.

இதில், ஆண்டு என்பது திசைதிருப்புவதற்காக என்பது எனக்கு சட்டெனப் புரிந்தது. இதைவிட முக்கியமாக, மலேசியாவில் உள்ள ஒருவனுடன் அடிக்கடி கடிதத் தொடர்பில் இருந்தான். இ-மெயில் வேறு. கேட்டால், அங்கிருக்கும் ஹோட்டல் ஒன்றில் வேலை தேடுகிறேன் என்கிறான். அந்த மலேசிய நண்பனின் இ-மெயில் முகவரியை நான் எப்போதோ தெரிந்துகொண்டேன் என்பது ஸ்டீபனுக்குத் தெரியாது. இதுதான் அவன் கடைசிப் புத்தகத்தைத் தேடும் லட்சணம். ஸ்டீபனைப் போல கடைசிப் புத்தகத்தைத் தேடுபவனில் ஒருவன்தான் அந்த மலேசிய நண்பன் என்பதும் எனக்குத் தோன்றியது. நிச்சயம் கடைசிப் புத்தகத்தை எழுதியவனாகவோ அல்லது அதை வைத்திருப்பவனாகவோ இருப்பான் எனத் தோன்றவில்லை. ஏனென்றால் அவனுடைய இ-மெயில் முகவரி, 'புத்தகப் புழு' என்று தொடங்கியது. புத்தகங்களைத் தேடுபவன்தான் புத்தகப்புழு. எழுதியவனோ, அந்த புத்தகத்தைக் கண்டெடுத்தவனோ புழு என்று பெயர் வைத்திருக்க மாட்டான். நான் தைரியமாக அவனுக்கு ஒரு மெயிலை அனுப்பினேன். மிகவும் சுருக்கமாக.

"அந்தப் புத்தகத்தை உங்களுக்குத் தெரியுமா?' இதுதான் நான் அனுப்பிய செய்தி. ஒரே ஒருவரி. அவனைத் தூக்கிவாரிப் போடச் செய்திருக்கும் அது.

"யார் நீ என்று தெளிவுபடுத்தினால் நல்லது. என்னிடம் நீ கேட்கும் 'அந்தப் புத்தகம் எதுவும் இல்லை.

இஸ்மாயில் எனப் பதில் வந்தது சில நொடிகளில். ஒவ்வொரு எழுத்தின் இடையிலும் ஊடுருவும் கண்கள் உட்கார்ந்திருப்பதை உணர்ந்தேன். நீ புத்தகத்தைப் பற்றி சொல்வதாக இருந்தால் நான் என் தொலைபேசி எண்ணைத் தருவேன் என மீண்டும் செய்தி அனுப்பினேன்.

எந்தப் புத்தகம் என்றான் தெரியாதவன் போல. என்னை விவரம் தெரியாதவன் என்று நீ சந்தேகிப்பது நியாயம்தான். முதலெழுத்தை மட்டும் சொல்கிறேன். 'க'. இப்படி ஒரு செய்தியை அனுப்பினேன்.

இனி மறைப்பதற்கு ஒன்றுமில்லை என அவன், 'புத்தகத்தைப் பற்றி சொல்கிறேன், போன் நம்பரைச் சொல்' என்று செய்தி அனுப்பினான். கடைசிப் புத்தகத்தைப் பற்றி சிறு குறிப்பாவது கிடைக்காதா என்ற பேராவல் எழுந்தது உள்ளுக்குள். போனில் அவன் கடுமையாகப் பேசினான்.

"ஏன் என் உயிரை எடுக்கிறாய்? என்னிடம் அப்படி எதுவும் இல்லை... நீ என்ன மடையனா? இனிமேல் அந்தப் புத்தகத்தைப் பற்றி என்னிடம் பேசாதே" என்று பொரிந்து தள்ளினான்.

“உலகக் காப்பியங்கள், குவாண்டம் தியரி, கண்டுபிடிப்புகள், வாழ்க்கைத் தத்துவங்கள், உலக அதிசயங்கள், மாற்று எரி பொருள், கடந்த காலம், நிகழ் காலம், வருங்காலம் எல்லாமும் அதில் அடக்கமா? இவையெல்லாம் அல்லாத வெறொன்றா?” என்ற என் கூர்மையான கேள்வி, என்னுடைய தாகத்தை அவனுக்கு உணர்த்தியிருக்க வேண்டும்.

“உனக்காகப் பரிதாபப்படுகிறேன்”. அதோடு அவனுடைய தொடர்பு முறிந்து போனது. அவன் என் காரணமாகவே அவனுடைய செல்போன் நம்பர், இ -மெயில் முகவரி ஆகியவற்றை மாற்றிக்கொண்டுவிட்டான்.

ஸ்டீபன் என்னுடைய நடவடிக்கைகளைக் கண்டு சுதாரித்து விட்டதாகத் தெரிந்தது. அவன் என்னைவிட்டு விலகிச்செல்ல ஆரம்பித்ததோடு, நான் அவனை மறைமுகமாகப் பின் தொடர்வதைச் சிலரிடம் புகாராகத் தெரிவித்திருந்தான். சில நெருங்கிய நண்பர்கள் என்னைச் சந்தித்து, இப்படியெல்லாம் நடந்துகொள்ளக்கூடாது என்றனர். நான் அப்போது ஸ்டீபன் கடைசிப் புத்தகத்தைத் தேடிக்கொண்டிருப்பதை அவர்களிடம் சொல்லவில்லை. அதில் இரண்டு பிரச்சனைகள் இருந்தன. கடைசிப் புத்தகத்தைப் பற்றி அவர்களும் தெரிந்துகொள்வார்கள். போட்டி அதிகமாகும். அதைவிட குழப்பம் அதிகமாகும்.

இரண்டாவது, ஸ்டீபன் இன்னமும் அழுத்தமாக மாறிவிடுவான். அதன் பிறகு ஒரு விஷயத்தையும் தெரிந்துகொள்ள முடியாமல் போய்விடும். நூலகத்தில் அவனருகில் அமர்ந்து மெல்லிய குரலில் ஜாடைமாடையாக “மொத்தம் அது எத்தனை பக்கம்’ என்றேன். கொஞ்ச நேரம் புரியாதவனாக நடித்தான். பின்னர் சுதாரித்து, கையில் இருந்த “உணவு ஓர் ஆயுதம்” என்ற புத்தகத்தைத் திருப்பிப் பார்த்துவிட்டு, 326 பக்கம் என்றான். எத்தனை நாளைக்கு இந்த நாடகம் என்று தெரியவில்லை. அதுதான் கடைசிப் புத்தகம் என்றால் அதன் பிறகு யாரும் புத்தகம் எழுதவேண்டிய அவசியமே இருக்காது. அது, இன்றுவரை வந்த அத்தனை புத்தகங்களின் இறுக்கத்தோடும் வரப்போகும் யுகங்கள் தரும் செய்திகளின் சாறு நிரம்பி இருக்கும் என்றும் யூகித்தேன். ஆனால், அது என்ன மொழி? எழுதியவர் எந்த தேசத்தவர்? எத்தனை பக்கங்கள் கொண்ட நூல் அது. உண்மையில் அது வழக்கமான புத்தகங்கள் போன்ற அளவில் இருக்குமா? சித்திரகுப்தனின் பேரேடு போல அளவில் பெரியதா? சொல்லுக்குள் காப்பியங்களைச் சுருக்கித் தரும் விந்தையா? இல்லை... அதைப் படிக்கும்போது வார்த்தைகளுக்குள் இருக்கும் விஸ்வரூபத்தைக் கண்களுக்குப் பதில் மனம் உள்வாங்குமா? எனக்குச் சோர்வாக இருந்தது. இந்தச் சோர்வுக்கு மருந்து, அந்தப் புத்தகத்தைக் கண்ணால் காண்பதன் மூலம்தான் கிடைக்கும் என்று தெரிந்தது.

மாலை நியூயார்க்கின் பிரதானமான "புல்லின் இதழ்" குடியறைக்குச் சென்றேன். இந்தியர்களும் வந்து பருகிச்செல்லும் இடம் அது. நான்காவது சுற்றில் புத்தி கிறுகிறுத்துக் கிடந்தபோது, எனக்கு இரண்டு டேபிள் தள்ளி ஒருவன் இப்படிச் சொன்னது கேட்டது.

"அந்த ஒரு புத்தகமே போதும்", "அவன் ஆங்கிலத்தில் சொன்னாலும் அந்த உச்சரிப்பு இந்தியத் தன்மையுடன் இருந்தது. நான் தள்ளாடிச் சென்று, 'அது என்ன புத்தகம்" என்றேன். அவனும் கண்கள் சொருக, "எந்தப் புத்தகம்?" என்றான். "அந்த ஒரு புத்தகமே போதும் என்றீர்களே 'அது'. அவன், ஹா... ஹாஹ... ஹா என்று சிரித்தான்.

"நிச்சயமாக அதைத் தெரிந்துகொள்ள வேண்டுமா?" என அவன் நண்பர்களைப் பார்த்தான். அவர்களும் சிரித்தனர். நான் தனியாக வந்திருப்பது தெரிந்து உடன் அமரச் சொன்னார்கள். பரஸ்பர அறிமுகம். சித்தார்த், கணேஷ், ராம், பகதூர் சிங். நால்வரும் மென்பொருள் பொறியாளர்கள்.

"அதை ஏன் பதிப்பிக்காமல் இருக்கிறார்கள்?" என்றேன்.

"விரைவில் பதிப்பிக்க இருக்கிறார்கள்" சித்தார்த் உறுதியாகச் சொன்னான்.

அனைவரும் மௌனமாக அடுத்த சுற்றைக் குடித்து முடித்தோம்.

எனக்குள் பெரும் சூறாவளி. இவ்வளவு நெருங்கியாகிவிட்டது. இனி கண்ட கண்ட புத்தகங்களுக்காக மரங்களை அழிக்கவேண்டியிருக்காது. இந்தப் புத்தகம்தான் சிறந்தது என்று நோபல், புக்கர் பரிசுகள் தேவையிருக்காது. எல்லாம் கையடக்கமாக ஒரே புத்தகத்தில் இடம்பெறப்போகிறது. தாவோயிஸம், நிஹிலிஸம், ஜென், யின்யாங், டாடாயிஸம், மார்க்ஸிஸம், சர்வ மதக் கோட்பாடுகள், ஜாவா, ஐன்ஸ்டைன், ரிச்சர்ட் ஃபெய்ன்மேன், மார்க்வெஸ், இஸபெல் அலன்டே, டால்ஸ்டாய், கான்ட், மகாபாரதம், தம்மம், குருநானக், கன்பூசியஸ், ஜேம்ஸ் பாண்ட், காத்தரீனா ஜூலி, புளியங்குடி, ஐபாட், இன்டல், கூகுள், ஆப்ரிக்கா, நைல், லெமூரியா.... எல்லோரும் எழுந்தனர்.

"அதில் எல்லாம் இருக்கிறதா?" என்றேன்.

"எதில்?" என்றான். போதை உச்சந்தலையில் குடியிருந்தது.

"சரி, நாளைக்கு வருகிறீர்களா இங்கு?" என்றேன். அவர்களின் அலுவலக முகவரியோ செல்பேசி எண்ணோ வாங்கிக்கொள்ளாமல் போனது பெரிய தவறு. மறுநாள் அவர்கள் வரவில்லை. தொடர்ந்து பல நாட்கள் சென்று பார்த்தும் அவர்கள் வரவேயில்லை. பல மென்பொருள் நிறுவனங்களுக்கு போன் செய்துபார்த்தேன். கடலில்

பெருங்காயம் கரைத்த மாதிரி அவர்கள் கரைந்துபோயிருந்தார்கள். கைக்கு எட்டியது மூளைக்கு எட்டவில்லை. ஷேர் மார்க்கெட்டில் சரிந்தவன் மாதிரி நிலைகுலைந்துபோனேன். 'கடைசிப் புத்தகம்' பற்றி எனக்கொரு கருத்துருவம் கிடைத்தது. மரம் என்றதும் எனக்கு மாமரமோ, புளியமரமோ தேக்கு மரமோ, நாற்காலியோ ஞாபகத்துக்கு வருவதற்கு முன் கட்டுமரம் ஞாபகத்துக்கு வரும். அது, கடலில் இருக்கும் மரம். கடலில் மிதக்கும் மரம். அப்படியான ஒரு கருத்துரு.

கடைசிப் புத்தகம், கறுப்பு அட்டை போட்டிருக்கும். சுமார் 100 பக்கங்களுக்குள்தான் இருக்கும். எழுதியவரின் பெயரோ, புத்தகத்தின் பெயரோ அட்டையில் இடம் பெற்றிருக்காது. அதைப் படித்தால் புத்திசாலி ஆவது முக்கியமில்லை. மகிழ்ச்சியாக இருக்கும். புத்திசாலி ஆவதன் நோக்கம் மகிழ்ச்சியாக இருப்பதுதானே? அதனால் நேரடியாக நோக்கம் நிறைவேறும்.

எல்லாப் புத்தகங்களும் நோக்கத்தை அடைவதற்கான படிநிலைகளைச் சொல்கின்றன. சில படிகள் உயரமானவை. அந்தப் படிக்கே படி தேவைப்படும் அளவுக்கு. சில எங்கெங்கோ வேறு மாடிகளுக்குக் கொண்டுசென்று விட்டுவிடுபவை. சில, எத்தனை முறை ஏறினாலும் அதே அச்சுறுத்துகின்றன. சில, நடக்க நடக்க முன்னேறி அந்த இடத்துக்குக் கொண்டுவருபவை. சில சுழற்படிக்கட்டுகள்... கிறுகிறுக்க வைத்துச்செல்வது போல தோற்றமளித்து, கீழே தள்ளிவிடுபவை. ஒவ்வொரு எழுத்தும் இலக்கை நோக்கியதாக இருப்பதுதான் கடைசிப் புத்தகத்தின் சிறப்பு என்றும் தோன்றியது. ஆனால், அது என்ன மொழியில் எழுதப்பட்டிருக்கும் என்பதில் கருத்துரு எதுவும் ஏற்படவில்லை. ஸ்டீபனோ, இஸ்மாயிலோ, சித்தார்த்-கணேஷ்- ராம்- பகதூர் சிங்கோ பார்த்திருக்கிறார்கள். சிக்கல் என்னவென்று அவர்களால் அதைச் சரியாகச் சொல்ல முடியவில்லை. அல்லது கிடைத்தற்கரிய ஞானத்தை இன்னொருத்தருக்கு அநாயாசமாகத் தாரை வார்த்துத் தருவதில் அவர்களுக்கு யோசனை இருக்கலாம். கடைசிப் புத்தகத்தாலும் இந்த அற்பத்தனங்களை அகற்ற முடியாதா என்ன? புத்தகத்தின் எல்லையைத் தொட்டவர்களுக்குத்தானே அந்த ஞானம் கைகூடும்? இவர்கள் எல்லாம் புத்தகத்தை அறிந்தவர்கள் மட்டுமே. படித்தவர்கள் அல்ல.

கருத்துருவின் அடுத்த கட்டம் இது. படித்தால்தான் அது கைகூடும். படிக்காமல் இருக்கும்வரை... அது நாய் பெற்ற தெங்கம் பழம்தான்.

நகரின் மிகப் பெரிய புத்தகக் கடை அது. நான் அதற்குள் பிரவேசித்தேன். இலச்சினை அணிந்த கடைச் சிப்பந்தி என்னை

அணுகி, எனக்கு உதவும் குரலில், என்ன புத்தகம் வேண்டும் என்றான்.நான் சற்று கிண்டலாகவே, “கடைசிப் புத்தகம்” என்றேன்.

அவன் சிந்தித்துப்பார்த்துவிட்டு, “யார் எழுதியது?” என்றான். நான் பதில் சொல்லாமல் நகர்ந்தேன்.

யார் எழுதியதாம்? என்ன கேள்வி இது. ரிச்சர்ட் ஃபோர்ட் என்றோ குப்புசாமி என்றோ ஒரு பெயர் இருக்க வேண்டும் என்ற அவசியம் கடைசி புத்தகத்துக்கு உண்டா? அட, ஒரு கறுப்பு அட்டையிட்ட புத்தகம் அங்கே இருந்தது. நினைத்ததுபோலவே, அதன் மேல் புத்தகத்தின் பெயரோ, எழுதியவரின் பெயரோ இல்லை. 100 பக்கங்களுக்கும் அதிகம் இல்லாத கனம்தான். நான் புத்தகத்தின் இரண்டு பக்க அட்டையையும் திருப்பிப்பார்த்தேன். கறுப்பு அட்டையைத் தவிர விலைக்கான கோடுகள் மட்டும் இருந்தன. உள் பக்கங்கள் எந்த மொழிக்கும் சொந்தமற்று இருந்தது. ஒவ்வொரு பக்கமும் பிரபஞ்ச வெளியின் கருப்பொருளாக ஆகஷ்கரித்தது. வார்த்தைகள், இலக்கணங்கள் பொருளிழந்து போன அமைதியின் பிரசங்கமாக இருந்தது. சட்டென மூடினேன்.

கோடியுகங்கள் கடந்தோடி முடிந்தது மாதிரியும் இருந்தது. யாருமே சீண்டாமல் ஓர் ஓரமாக அது இவ்வளவு நாளாக இருந்திருக்கிறது. நான் விநாடியில் பரபரப்படைந்துவிட்டேன். படபடப்பாக இருந்தது. இதயம் தாவி தொண்டைக்குழிக்குள் வந்துவிட்டதுபோல இருந்தது. கவுண்டரில் கொடுத்தபோது, “இது மட்டும்தானா?” என்றான். “இதற்குமேல் வேறெதுவுமே தேவையிருக்காது, யாருக்கும்” என்றேன். குரல் குழறி யாருடையதோ போல ஒலித்தது.

வரி, கோடுகள் அற்ற 100 பக்க நோட்டு ஒன்று, ‘விலை ஒரு டாலர்’ என அவனுடைய கம்ப்யூட்டரில் ஒளிர்ந்தது. புத்தகத்தை வாங்கிக்கொண்டு வேகமாக அறையை நோக்கி நகர்ந்தேன்.

வார்த்தையுள் ஒளிந்திருக்கும் கிருமி

சொல்லப்போனால் நான்கு நாட்களும் அவர்களுக்கு ஒரு சிங்கமும் கிடைக்கவில்லை. "அஸ்ஸாமில் சிங்கம் இருப்பதாக யார் சொன்னார்கள்" என்றான் ஆல்பர்ட். "ஆப்பிரிக்காவைவிட்டால் குஜராத்தின் கிர் காடுகளில் சில எஞ்சியிருக்கின்றன. அஸ்ஸாமில் இருந்தவற்றை எப்போதோ வேட்டையாடி முடித்துவிட்டார்கள்" என்றான். மற்ற மூவருக்கும் நப்பாசை.

கிழக்கு இமயமலை அடிவாரத்தின் அடர்த்திபற்றி கேட்டிருந்தாலும் பிரம்மபுத்ராவின் பேரிரைச்சலோடும் குளிரோடும் அதை அனுபவிக்கும்போது பிரமிப்பாகவும் அச்சுறுத்துவதாகவும் இருந்தது. துணைக்கு திஸ்பூரிலிருந்து இரண்டு பேர் வந்திருந்தார்கள். இவர்களின் கேமரா, சமையல் பாத்திரங்களை இறக்கி வைப்பதும் மீண்டும் ஏற்றுவதும் அவர்களின் வேலை. ஆங்கிலம் அவர்களுக்கு நன்றாகவே தெரிந்திருந்தது. கிரிஸ்டியன் மிஷனரிகள் செய்த உருப்படியான வேலை. கீழ்படிதலுள்ள நம்பிக்கையான ஆசாமிகள். ஆனால், அதிகமாக புகையிலை பயன்படுத்தினார்கள். வந்த அன்று, ஆல்பர்ட் அதை ஒரு இழு இழுத்துவிட்டு 5 மணி நேரம் பிணம் போல கிடந்தான்.

கெய்தாச்சூ சோமாலியாவைச் சேர்ந்தவன். பிரெய்ன் மற்றும் வில்லியம் இருவரும் சிட்னியிலிருந்து வந்தவர்கள். ஆல்பர்ட், லண்டன். கெய்தாச்சுவுக்கு ஆப்பிரிக்கக் காடுகளில் இருந்த பரிச்சயம் இங்கு பயன்படும் என்று நினைத்தது பயனளிக்கவில்லை. சமவெளிக் காடுகளுக்கும் மலைக்காடுகளுக்கும் அதிக வித்தியாசம் இருந்தது. எதிர்பார்த்ததைவிட அதிககுளிர். ஆற்றின் இரைச்சல், காட்டின் தீராத அடையாளம்போல எப்போதும் கேட்டுக்கொண்டேயிருந்தது. நம்பிக்கை இழந்தவனாகவும் குளிர் தாங்க முடியாதவனாகவும் வில்லியம் அடிக்கடி குடித்துக்கொண்டிருந்தான். ஜீப்பை நிறுத்திவிட்டு ஓர் உச்சிப் பகுதியில் நின்று பார்த்துக்

கொண்டிருந்தபோது, பைனாகுலரை ஆல்பர்ட்டிடம் கொடுத்து அங்கே பார் என்றான். அந்த இடம் காய்ந்த புல் புதராக இருந்தது. அதன் மஞ்சள் நிற அசைவு சிங்கத்தை ஞாபகப்படுத்துவதாக இருந்தது. பைனாகுலரை எவ்வளவு சரிப்படுத்திப் பார்த்தபோதும் அங்கு சிங்கம் இருப்பதற்கான அடையாளம் தெரியவில்லை. இந்த லட்சணத்தில், மேற்கொண்டு போனால் டாக்குமென்ட்ரி எடுத்தது மாதிரிதான்.

பைனாகுலரில் பார்த்தபடி நாலாபக்கமும் சுழன்றான் ஆல்பர்ட். சற்றும் எதிர்பாராதவிதமாக அவன் கால் இடறினான். அது ஓர் அதள பாதாளம். சேற்றில் சறுக்கி மரக்கிளைகளில் சிக்கி, பாறைகளில் மோதி, அவன் அந்தக் கானகத்தின் இருண்ட பகுதியில் குற்றுயிரும் குலையுயிருமாகத் தூக்கி வீசப்பட்டான். அதிகமாகக் குடித்திருந்ததாலும் நிறைய காயங்களினாலும் அவன் மூர்ச்சையாகிக் கிடந்தான். அவன், நான்கு நாட்களாக எதற்கு ஆசைப்பட்டானோ அது அவனுக்கு பத்தடி சமீபத்தில் இருந்தும் அவன் நினைவின்றிக் கிடந்தான். அவன் தூக்கி ஏறியப்பட்டது ஒரு சிங்கத்தின் குகை வாசலில். சிங்கமும் அவனுக்காகவே காத்திருந்தது போல தலையை லேசாக உயர்த்திப் பார்த்துவிட்டு அவனாக எழுந்திருக்கட்டும் என்று காத்திருந்தது.

இரவு முடிந்து பகல் பொழுது தன் கிரணங்களால் கானகத்தின் இருட்டுக்குள் நூலென நுழைந்தது. ஆல்பர்ட் முனகலோடு கண்களைத் திறந்தான். ஈரமான இடத்தில் அவன் உடல் நனைந்து, பழுத்து நடுங்கிக்கொண்டிருந்தது. சற்று தள்ளி, தன் கண்களைச்சற்றே திறந்து அவன் பக்கம் திரும்பியது சிங்கம். பதறிப்போய் எழுந்திருக்க நினைத்தான். அவனால் முடியவில்லை. காலிலோ, முதுகிலோ பயங்கரமான காயம் இருப்பதை உணர முடிந்தது. மார்பிலும்கூட வலித்தது. நிம்மதியாக கூவிக் கதறவேண்டும் என்று அவன் நினைத்தான். அந்த வலிக்கு அப்படி அழுதால்தான் ஆறுதலாக இருக்கும். எதிரில் இவ்வளவு பெரிய சிங்கம் உட்கார்ந்திருக்கும்போது அது எப்படிச் சாத்தியம்? நாம் மயக்கத்தில் இருந்தபோதே நம்மை இது சாப்பிட்டிருக்கலாமே என்று தோன்றியது. அப்படியே சிங்கத்தின் கண்களைப் பார்த்துக்கொண்டிருந்தான். அது, பெரிய கொட்டாவிவிட்டது. சாப்பிட வாயைத் திறந்ததாக அஞ்சித் தரையில் சில அங்குலம் நகர்ந்தான் ஆல்பர்ட்.

சிங்கம் எழுந்து அவனை நோக்கி வந்தது. ஆறடி நீளம் இருக்கும் என்று தோன்றியது. அருகில் வந்து, "பார்த்து வரக்கூடாது?" என்றது.

பேசியது சிங்கம்தானா இல்லை பிரமையா... விழுந்த அதிர்ச்சியில் சித்தம் கலங்கிவிட்டதா என்று சந்தேகமாக நகர்ந்து குகைச்சுவற்றில் சாய்ந்து உட்கார்ந்தான்.

சிங்கம் உட்பக்கம் திரும்பி, "இவருக்கு ஏதாவது சாப்பிட கொடு" என்றது. நிச்சயமாக பிரமை இல்லை. சத்தியம். நிஜம். தெளிவாக ஆங்கிலம் பேசுகிறது சிங்கம். வாட்டிய நீர்வாத்து இறைச்சியை இழுத்து வந்து வைத்தது ஒரு பெண் சிங்கம். பெரிதும் சிறிதுமாக வேறு சில சிங்கங்கள் அங்கே இருப்பது அப்போதுதான் தெரிந்தது.

வாட்டிய இறைச்சி, கணவனுக்குக் கட்டுப்பட்ட பெண் சிங்கம், ஆங்கிலம்... எல்லாமே தலைவெடிக்கும் புதுமையாக இருந்தது.

"உனக்கெப்படி ஆங்கிலம் தெரியும்?" என்றான் ஆல்பர்ட்.

"மனிதர்களின் பேராசையைப் புரிந்துகொள்ள எனக்கு வேறு வழி தெரியவில்லை. இந்த பாழாய்ப் போன மொழியைக் கற்க நான்பட்ட பாடு கொஞ்ச நஞ்சமல்ல. எதற்காக மனிதன் இவ்வளவு வெறியனாக இருக்கிறான் என்பது எங்கள் வன விலங்குகள் எதற்குமே புரியாமல் இருந்தது. ஓயாமல் மனிதன் காட்டின்மீதே குறியாக இருக்கிறான். போகிற போக்கில் எங்கள் இனத்தை வெட்டிச் சாய்க்கிறான். சுட்டுப் பொசுக்குகிறான். மரங்களை வெட்டுகிறான். காட்டு நிலங்களை அகழ்ந்து கனிம வளங்களைச் சுரண்டுகிறான். அணைகள் கட்டுகிறான். காடு, மனிதனுக்கு பைத்தியக்காரன் கையில் கிடைத்த வெடிகுண்டு போல இருக்கிறது. சாப்பிட்டுக்கொண்டே கேள்... என்னை காட்டு ராஜா என்று காலமெல்லாம் நீங்கள் உங்கள் குழந்தைகளுக்குக் கதை சொல்லிவருகிறீர்கள். என்ன பிரயோஜனம்? ஒரு ராஜா செய்யக்கூடிய எந்தப் பணியையும் என்னை செய்யவிடுவதில்லை நீங்கள். கையையும் காலையும் கட்டிப்போட்டுவிட்டு காட்டாற்றில் நீந்தச் சொல்கிறீர்கள். உங்களின் வாழ்நிலங்களில் நாங்கள் வந்தால் நீங்கள் அனுமதிப்பதில்லை. உங்கள் வாழ்நிலம் என்று சொல்வதே தவறுதான். அதுவும் எங்கள் வாழ்நிலம்தான். அதாவது, நம்முடைய வாழ்நிலங்கள். என்ன நடந்தது? மெல்ல மெல்ல அவற்றை நீங்கள் உங்களுடையது என்று ஆக்கினீர்கள். இப்போது அதையும் வைத்து வாழத்தெரியாமல், எங்கள் நாடு.. உங்கள் நாடு என்று அதிலும் பிரிவினைகள். என் வீடு, உன் வீடு என்று நாட்டுப்பிரச்சனைகள்... பாகப்பிரிவினைக் கொலைகள். எப்படியோ உங்களுக்கான இடத்தில் வாழ்ந்துவிட்டுப் போங்கள். இங்கே ஏன் வருகிறீர்கள் என்பதுதான் என் கேள்வி. ஒரு காட்டு அரசன் இதைக்கூட கேட்கக் கூடாதா?"

நீர்வாத்தின் இறைச்சி லகுவாக உள்ளே இறங்கிக்கொண்டிருந்தது. உப்பில்லாதது பெரிய குறையாகத் தெரியவில்லை. சிங்கம் மிக நியாயமான கேள்வியாகக் கேட்டுக்கொண்டிருந்தது. வெறுமனே தலையை மட்டும் அசைத்துக்கொண்டிருந்தான்.

“அதோ தெரிகிறதே... அது பாக்சைட் ஆலை. இதோ இந்தப் பக்கம், புனல் மின் நிலையம். காட்டை இப்படி வளைத்துப் போட்டுவிட்டீர்கள். நீங்கள் எங்கு போகிறீர்களோ அங்கெல்லாம் சாலை போட்டு கறுப்பு நிறத்தில் அது என்னம்மா..? ம்ம்... தார் சாலை போடுகிறீர்கள். சகிக்கவில்லை. அது காட்டைக் கிழிக்கிற மாதிரி இருக்கிறது. எங்கள் பாதையில் அது குறுக்கிட்டால் ஒழிய, அதில் நாங்கள் காலை வைப்பதில்லை. வைக்கும்போது உடம்பே கூசுகிறது. நீங்கள் சாலை போடுவதை எங்களுக்கு உதவி செய்வதாக நினைக்கிறீர்களா இரவு நேரங்களில் நாங்களும் அதைப் பயன்படுத்திக்கொள்வோம் என்று நினைத்தால் அது தவறு. அது எங்களின் வழி அறுக்கும் இம்சை. நீங்கள் எங்கள் வலியை, எங்கள் கோரிக்கையை எப்போதும் புரிந்துகொள்ள முயற்சித்ததே இல்லை. அதனால்தான் நாங்கள் உங்களுக்குப் புரியவைக்கிற மாதிரி உங்கள் மொழியையே கற்க நினைத்தோம். இங்குள்ள பழங்குடி மக்களுக்கு மருத்துவ சேவையும் கல்வியும் தருவதற்காக 10 ஆண்டுகளுக்கு முன்பு குழு ஒன்று வந்தது’. ஸ்டீபன் ஜார்ஜ்தான் தலைவர். நல்ல மனிதர். எங்கள் பிரச்சனையைப் புரிந்துகொண்டு எங்களுக்கு மொழியைக் கற்பித்ததோடு, கடைசி வரை எங்களுடனே வாழ்ந்து மறைந்தார்” பேசிக்கொண்டே... அது பார்த்த திசையில் பூக்களால் அலங்கரிக்கப்பட்ட மண் மேடு தெரிந்தது.

சிங்கக் குட்டிகள் சற்றே சினேகமாகி ஆல்பர்ட்டின் மேல் வந்து உட்கார்ந்து விளையாட ஆரம்பித்தன. அவன் கையில் கட்டியிருந்த வாட்ச், அணிந்திருந்த பூட்ஸ் போன்றவற்றை வினோதமாகப் பார்த்தன.

“அவருக்கு அடிபட்டிருக்கிறது. தொந்தரவு செய்யாதீர்கள். கொஞ்சம் உடம்பு சரியானதும் நம் மூலிகைக் குளத்தில் குளிக்கவையுங்கள்” குட்டிகளுக்கு ஆணையிடுவது போலவும் அறிவுறுத்துவது போலவும் இருந்தது அது.

பரவாயில்லை... இருக்கட்டும் என்று மடியில் எடுத்து வைத்துக்கொண்டான்.

“எங்களுக்கெல்லாம் பெயர் வைப்பதற்காக ஸ்டீபன் முயற்சி செய்தார். நாங்கள் அதை ஏற்றுக்கொள்ளவில்லை. எங்கள் அனைவருக்கும் ஓர் அடையாளம் இருக்கிறது. நாங்கள் வாசனைகளாலும் உருவங்களாலும் வனத்தின் ஒவ்வொரு விலங்கையும் அறிந்து வைத்திருக்கிறோம். முதலைகள், கிளிகள், யானைகள் எல்லாமே வாசனையால் சப்தத்தால் அடையாளமாகிவிடும். பெயர் புதிய குழப்பமாக மாறிவிடும் என்று விட்டுவிட்டோம். தீயிலிட்டு உண்பதுகூட ஸ்டீபன் ஏற்படுத்திய பழக்கம்தான். பச்சையாகச் சாப்பிடுவது அவருக்கு

ஒத்துக்கொள்ளவில்லை. அவருக்காக ஏற்படுத்தப்பட்ட பழக்கம் அப்படியே எங்களுக்கும் தொற்றிக்கொண்டுவிட்டது. ஆனால் நாங்கள் உப்பிடுவதில்லை. இந்த உப்புக்கு மயங்கித்தான் எங்கள் குரங்குகள் உங்கள் நகரத்துக்கு இடம்பெயர்ந்து பிச்சைக்காரனைப் போலவும் வழிப்பறிக்காரனைப் போலவும் வாழத் தொடங்கியிருக்கின்றன." சிறு அமைதிக்குப் பிறகு சிங்கம் தொடர்ந்தது.

"எங்களை சர்க்கஸ்களில் சாட்டையால் அடித்து வாயைத் திறக்கச்சொல்லி துன்புறுத்துகிறீர்களே... நியாயமா? சிங்கங்கள் வாயைத் திறந்து காட்டுவதைப் பார்ப்பதற்கு ஒரு கூட்டம். உங்கள் ரசனையும் புரியவில்லை. வாயைத் திறந்தால் வேறு என்ன இருக்கும் என்று எதிர்பார்த்து சர்க்கஸ் பார்க்க வருகிறீர்கள்? மிருகக்காட்சி சாலையில் இன்னொரு கொடுமை, பத்துக்குப் பத்து கூடத்தில் அடைத்துவைத்து, அதிலேயே நாங்கள் மூத்திரம் பெய்து, அதிலேயே சாப்பிட்டு, அங்கேயே இனப் பெருக்கம் செய்து... எல்லாம் கேள்விப்பட்டேன். எங்களைச் சிறைச்சாலையில் அடைத்துவைத்துப் பார்ப்பதில் என்ன சுகம் கிடைக்கிறது உங்களுக்கு? உங்களுக்குத்தான் தலையெழுத்து... எவனையாவது குற்றம் புரிந்தான் என்று சொல்லி சிறையில் அடைத்துவைப்பீர்கள். நான் கேட்கிறேன், குற்றம் என்றால் என்ன? நீங்களாக இது இவனுக்குச் சொந்தம் என்று வரையறுக்கிறீர்கள். அதன் பிறகு, அதை இன்னொருத்தன் எடுத்துப் பயன்படுத்தினால் குற்றம் என்கிறீர்கள். அதற்குத் தண்டனை சிறை. இதுவரைக்கும் என் நாடு என்கிறீர்கள். அதை ஒருவன் மீறினால் சிறை. நீங்கள் எங்களுடன் இருந்த காலம்வரை எல்லாம் எல்லாருக்கும் பொதுவானதென்றும் அடையும் முயற்சியுடைவர் அதைச் சாப்பிடும் உரிமையுள்ளவர்களாகவும் இருந்தோம். உங்கள் சித்தாந்தங்களால் எவ்வளவு கலவரங்கள், போர்கள், வழக்குகள், பிரச்சனைகள், படுகொலைகள், நிம்மதி இன்மைகள், நோய்கள், பித்தலாட்டங்கள், துரோகங்கள். நீங்கள் நினைத்தால் உங்களுக்கு இருக்கும் வசதிக்கு இன்னும்கூட நன்றாக வாழலாம் என்று ஏன் புரியவில்லை?"

ஆல்பர்ட் அமைதியாக இருந்தான்.

"என்னுடைய பேச்சில் இலக்கணப் பிழை அதிகமாக இருக்கிறதா? நான் பேசுவது புரிகிறது இல்லையா?"

"நன்றாகப் புரிகிறது. பதில் சொல்ல முடியாமல்தான் அமைதியாக இருக்கிறேன். கலாசாரம், பண்பாடு, பழக்கவழக்கம் என்று எங்கள் தலையில் சுமத்தப்பட்டதன்படி நாங்கள் எங்கள் வாழ்க்கையை ஒழுகுகிறோம் அல்லது அதில் மாற்றம் வேண்டும் என்று போராடுகிறோம். திருமணங்கள் இப்படி இருக்க வேண்டும் என்று ஒரு விதி இருக்கிறது. அதைப் பேணுகிறோம். அல்லது அப்படி

இருக்க மாட்டோம்... இப்படித்தான் வாழ்வோம் என்று எதிர் கலாசாரம் செய்வோம். எங்களுக்கு போதிக்கப்பட்ட மகிழ்ச்சிகளை நாங்கள் தொடர்ந்து அனுபவித்துவருகிறோம். யாராவது புதிய மகிழ்ச்சிகளை அறிமுகம் செய்கிறார்கள். அப்படித்தான் மிருகக் காட்சி சாலையில் விலங்குகளை அடைத்துவைத்துப் பார்க்கிற மகிழ்ச்சியும். நீங்கள் வருந்த வேண்டாம். காலப்போக்கில் அதை நாங்கள் உணர்ந்து, அத்தகைய இடங்களை அகற்றிவிடுவோம். எங்கள் தேவைகளும் பாதுகாப்பு உணர்வும் எங்களைக் காட்டு வளங்களைத் தேடிவரச் செய்திருக்கிறது. பயமும் நல்ல நோக்கமும் அதிகமாகும்போது அது சரியாகிவிடும்" என்றான் ஆல்பர்ட்.

"எனக்கு நம்பிக்கை வரவில்லை. மனிதர்களின் ரசனை, அவர்களின் வாழ்க்கை பற்றிய பயத்தால் மேலும் சுருங்கிக்கொண்டிருக்கிறது. குயுக்தி நிரம்பியதாகவும் பொய்மை நிரம்பியதாகவும் மாறிக்கொண்டிருக்கிறது. இவர்கள் போகிற பாதையில் தரமான மகிழ்ச்சிக்கு வாய்ப்பே இல்லை. அப்படியொரு அனுபவத்தை அவர்களால் இனி அடையாளம் காணவும்கூட முடியாது. அது அவர்களின் முன்னால் காட்டுப் பழம்போல ஒதுக்கப்பட்டு புறம்தள்ளப்படும்." சிங்கம் யோசனையில் ஆழ்ந்தது. ஆல்பர்ட் வலியால் ஏற்பட்ட காய்ச்சல் காரணமாகக் கண்கள் சொருகினான்.

அடுத்த இரண்டு நாட்களில் மூலிகைக் குளத்தின் குளியல் காரணமாகவோ, சிங்கங்கள் அடையாளம் காண்பித்த சில தழைகளை உண்டதாலோ வலி குறைந்து சற்றே நடமாடக்கூடியவனாக மாறியிருந்தான். பிரம்மபுத்ராவின் கிளை ஆறு போல இருந்தது அது. அவ்வளவு ஆவேசமில்லாத நீரோட்டம். சில்லென்ற குளியலும் துவைத்துக் காயப்போட்டு புதிதாக அணிந்த உடையும் அவனைப் புத்துணர்வாக்கியது. உடன் துள்ளிகுதித்து வந்த சிங்கத்துக்கு ஐந்து அல்லது ஆறு வயது இருக்கும்.

"உங்களால் எப்படி ஆங்கிலம் கற்றுக்கொள்ள முடிந்தது?" என்றான் அவற்றிடம்.

"அதான் பெரியப்பா தெளிவாகச் சொன்னாரே... ஸ்டீபன் மாமாவைப் பற்றி."

"இருந்தாலும் எனக்கு ஆச்சர்யமாகத்தான் இருக்கிறது."

"எங்களால் ஆங்கிலம் பேச முடியும் என்று நீங்கள் நம்பிக்கை வைத்தீர்களா? எப்போதாவது அதைக் கற்பிக்க வேண்டும் என்று விரும்பினீர்களா? என்னமோ பலமுறை சொல்லித்தந்து எங்களுக்கு வராமல் போனது போல கேட்கிறீர்களே.... பிறந்ததும் உங்களையும் காட்டுக்குள் கொண்டுவந்து போட்டால், ஓநாய் பையன் போலத்தான் வளருவீர்கள் தெரியுமா?"

ஆல்பர்ட் சிரித்தான்.

"ஏற்கெனவே உங்களுக்கு சர்க்கஸில் தரும் பயிற்சியை மட்டும் நீங்கள் ஏற்றுக்கொள்கிறீர்களா?"

"வாயைத் திறந்து பற்களைக் காட்டச்சொல்வது ஒரு பயிற்சியா?" பேசியபடி குகை வாசலை நெருங்கினர்.

சிங்கராஜா, ஆல்பர்ட்டைப் பார்த்து, "இப்போது பரவாயில்லையா?" என்றது.

உள்ளே இருந்து வாட்டிய முயல் கறியை இழுத்துவந்து போட்டது ஒரு குட்டிச் சிங்கம்.

"முடி நீக்கப்படாமல் இருக்கும். பார்த்துச் சாப்பிடு" என்றபடி, "ஏதோ தீவிரமாகப் பேசிக்கொண்டு வந்தீர்களே" என்று விசாரித்தது.

"எல்லாம் நம் ஆங்கிலம் பற்றித்தான்" என்று போட்டு உடைத்தது குட்டி.

"கற்பவருக்கும் அதில் ஆர்வம் இருக்கும்பட்சத்தில் எதுவும் சாதாரணம்தான்." சற்று சாய்ந்து படுத்துக்கொண்டு, "ஆனால் விலங்குகள் எதுவும் எதையும் கற்க விரும்புவதில்லை. தன் முனைப்பும் விலங்குகளின் பரிணாமத்துக்கு ஒரு காரணம்தானே? தான் இப்போது இருக்கிற நிலையிலேயே இருக்க விரும்பும் விலங்குக்கு அடுத்த கட்டங்கள் அர்த்தமற்றவையாகிவிடும். ஒரு தேனீ தேனெடுப்பதில் அலாதி ஆனந்தம் கொள்கிறது. அது, கேரட் சாப்பிட ஒருபோதும் விரும்பியதில்லை. நாங்கள் மான் சாப்பிடுகிறோம். ஒருபோதும் மான் பிரியாணி சாப்பிட விரும்பியதில்லை. அப்படி ஆசைப்பட்டவுடன் அடுத்தகட்டம் ஏற்படுகிறது. அதற்கு விலையாக நாங்கள் எங்கள் இயல்பான மகிழ்ச்சியை இழக்கிறோம். மனிதர்களின் பகுத்தறிவு அதற்கான சவால்களைத் தொடர்ந்து சந்தித்தாக வேண்டியிருக்கிறதல்லவா?"

ஆல்பர்ட்டுக்கு சிங்கம் பற்றிய பயம் சுத்தமாக இல்லை. மிகச் சரளமாக அவற்றுடன் பேசவும் பழகவும் ஆரம்பித்திருந்தான்.

சிங்கம் தொடர்ந்தது. "உங்கள் வார்த்தைகள் இன்னும் செப்பனிடப்பட வேண்டியிருக்கிறது."

ஆல்பர்ட், "உண்மைதான். ஆரம்பக் கோளாறுகள் அப்படியே தொடருகின்றன. உதாரணத்துக்கு, பி.. யூ.. டி..ஃபுட் எனப்படுகிறது. ஆனால், பி.. யூ..டி.. பட் என."

"நான் அந்த மாதிரி கோளாறுகளைச் சொல்லவில்லை. மொழியை நீங்கள் வசதிக்கேற்றவாறு வளைக்கிறீர்கள். சொல்லப்போனால் உங்கள் தவறுகளில் இருந்து தப்புவதற்காக அதை அதிகம் பயன்படுத்துகிறீர்கள். வசியம் செய்கிறீர்கள். விலங்குகளிடம் அந்த போலித்தனம் ஒருபோதும் இல்லை."

ஆல்பர்ட் அமைதியாக இருந்தான். சிங்கம் முகட்டில் நின்று பருவகாலச் சூழலை அளந்தது. திரும்பி வந்து, "நாளைக்கு உன்னை இரும்பு வாராவதியில் விட்டுவிட்டு வந்துவிடுகிறேன். நீ அங்கிருந்து திஸ்பூர் செல்வதற்கு லாரிகள் கிடைக்கும்" என்றது சிங்க ராஜா.

"நான் நகருக்குச் சென்றதும் நிச்சயம் உங்கள் உரிமைக்காகப் போராடுவேன்" அவனுடைய கண்கள் பனித்திருந்தன.

"வேண்டவே வேண்டாம். இப்படியான பேசும் சிங்கங்களைப் பார்த்ததாக நீ யாரிடமும் சொல்லக்கூடாது. எங்களைப் பிடித்துப்போய் கூண்டில் அடைத்து டி.வி. கேமரா முன் பேசவைத்து கொடுமைப்படுத்த ஆரம்பித்துவிடுவார்கள். அதைவிட வேறு நரகம் இருக்க முடியாது. முடிந்தால் காட்டை நம்பித்தான் காட்டு விலங்குகள் இருக்கின்றன என்பதைச் சொல். அது போதும்."

ஏழு சிங்கங்களும் சேர்ந்து சென்று ஆல்பர்ட்டை வழியனுப்பிவைத்தன. தடுமாறி, கால்தாங்கி திரும்பித் திரும்பி பார்த்தவாறே அவன் நடந்து சென்றான். சிங்கங்களின் கண்களில் நீர் அரும்பியது முதல் முறையாக. ஆல்பர்ட் மெல்ல அவற்றின் கண்களில் இருந்து மறைந்தான். அடுத்த நாளே ஆல்பர்ட், சிங்கங்களைப் பிடிக்க பெரும் பட்டாளத்தோடு வந்தான். ஆனால், அந்தக் குகையில் சிங்கங்கள் இல்லை. அதற்கான தடயமேகூட இல்லை. சக நண்பர்களின் பெரும் ஏளனத்தோடு ஆல்பர்ட் காட்டைவிட்டு போனான்.

- 'உயிர்மை' டிசம்பர் 2010

மனக்குகை

நினைவுக் குழப்பங்களில் மூச்சுத் திணறிக்கொண்டிருந்தார் சாமிக்கண்ணு. சங்கராச்சாரியார் கடவுள் இல்லை என்று பிரசங்கம் செய்ததாகக் கூறுவதும், போப் ஆண்டவர் கம்யூனிஸம்தான் சமுதாயத்துக்கு ஒரே தீர்வு என்று அறிக்கை வெளியிட்டதாகக் கூறுவதும், கடவுளை நம்பிக்கொண்டிருக்கும் உலக மக்களுக்கு எத்தகைய மன அதிர்ச்சியை ஏற்படுத்தும் எனசாமிக்கண்ணுவுக்கு ஓரளவுக்குப் புரிந்தது. "கடவுள் இல்லை என்பவர்களைவிட சதாநேரமும் அதையே நம்பி ஏமாந்து கொண்டிருப்பவர்களுக்குத்தான் கடவுள் என்று ஒன்று இல்லை என்று மிகத் துல்லியமாகத் தெரியும். ஆனால், ஒருபோதும் சங்கராச்சாரியும் போப்பும் அந்த உண்மையைச் சொல்வதே இல்லை. அப்படிச் சொல்லிவிட்டால், ஒரு நொடியில் உலகம் உருப்பட்டுவிடும்" என்று தான்தோணி (அந்தோணி என்ற பெயரை அப்படி மாற்றிக்கொண்டவர்.) பேசும்போது உடம்பெல்லாம் சிலிர்த்துக் கைதட்டியவர்தான் சாமிக்கண்ணு. ஆனால், அந்த இரண்டுபேர் கடவுள் இல்லை என்று சொல்வதால் மக்கள் எப்படி நிலைகுலைந்து போவார்கள் என்று அஞ்சினார். இன்று நமக்கு ஏற்பட்ட நிலைதானே அவர்களுக்கும் ஏற்பட்டிருக்கும் என்ற கசப்பான உண்மையில் பரிதாபப்பட்டார்.

பெரியார் ரகசியமாக வெள்ளைப் பிள்ளையாரை வீட்டில் வைத்து வழிபட்டு வந்தார் என்று ஒருவன் பிரசங்கம் செய்துகொண்டிருந்தான். அது, ஒரு மதம் சார்ந்த அரசியல் கட்சியின் கூட்டம். அந்தக் கூட்டத்தில் பெரியார் குறித்து அப்படித்தான் பேசுவார்கள் என்பது அவர் அறிந்ததுதான். இந்த மாதிரி அத்தகையவர்கள் பேசும்போது, 'எவனாவது வீட்டில் ரகசியமாக சாமி கும்பிட்டுக்கொண்டு 95 வயசு வரை சாமி கிடையாது பூதம் கிடையாது என்று

சொல்லுவானா... அப்படி ஆசையாக இருந்தால், ஆமாம்பா சாமி கும்பிட ஆரம்பித்துவிட்டேன் என்று தைரியமாகச் சொல்லிவிட்டுப் போகிறார். வீட்டில் ஒன்றும் வெளியில் ஒன்றும் செய்வதால் அவருக்கு என்ன லாபம்?' என்று பதிலடி கொடுத்துவிட்டு வேலை பார்த்தவர்தான் சாமிக்கண்ணு.

மனது ஊசலாடிக்கொண்டிருந்த ஒரு அதீத தருணத்தில், அவருடைய தத்துவக் கோட்டையை அந்தப் பேச்சு ஆட்டம் காணச் செய்துவிட்டது. பெண் ஏன் அடிமையானாள்? ஆரியமாயை, சோதிடப் புரட்டு, பெரியார் சிந்தனைகள், பெரியார் நூலக வாசகர் வட்டக் கூட்டம், பெரியார் பெயரை உச்சரித்தபடி தீமிதித்து, நாக்கில் வேல் குத்தி, முதுகில் அலகு குத்தி தேர் இழுத்து எல்லாம் பார்த்தாகிவிட்டது. 15 வயதில் தேங்காய்க்குப் பிள்ளையார் உடைப்பதில் ஏற்பட்ட ஆர்வம், 50 வயசு வரைக்கும் வாழ்வின் சகல இடுக்குகளிலும் புகுந்து லட்சிய மனிதனாக நடைபோடவைத்தது. தாலி மறுப்பு- சாதி மறுப்புத் திருமணம் செய்து, சொந்த பந்தங்களுக்கு விரோதமாகச் செயல்பட்டார். வீட்டில் ஒரு தீபாவளி, அமாவாசை, கிருத்திகை, பெயர் ராசி, நல்ல நேரம் ராகுகாலம், முகூர்த்தம், பெற்றவர்களுக்குத் திதி, திவசம் எதுவும் கிடையாது. ஒரே மகள் ஓவியாவை பையனைப் போலத்தான் வளர்த்தார். கிராப் வெட்டி, சட்டை - பேன்ட் போட்டு, விளையாட்டு வீராங்கனையாக வளர்த்தார். தடகளப் போட்டியில் மாநில அளவில் சாம்பியன். ஓவியா, சக்தியின் வடிவம் - பராசக்தி, அடுத்த பி.டி. உஷா என்று தினமணியின் இலவச இணைப்பு வார சஞ்சிகையில் பாராட்டி எழுதியிருந்தார்கள்.

35 ஆண்டுகள் நாத்திக வெளியில்... குங்குமம், விபூதி தீண்டாமல் வாழ்ந்த வாழ்க்கை. கையில் கறுப்புக் கயிறு, நெற்றியில் விபூதி என்று யாராவது எதிரில் தென்பட்டாலே... ஒன்று, அவன் அயோக்கியனாக இருக்க வேண்டும்.இல்லையென்றால் உலகம் தெரியாத அப்பாவியாக இருக்க வேண்டும் என்று வாழ்ந்த சாமிக்கண்ணுவுக்கு, இது இரண்டாம் பிறவி போல இருந்தது.

நேற்று கபாலீசுவரர் கோயிலுக்குள்ளேயே நுழைந்துவிடுகிற அளவுக்கு அவருக்கு ஒரு ஆவேசம் வந்ததுவிட்டது. கோயிலுக்கு அருகே செல்லும்போதே, ஒரு அருவருப்பு ஏற்பட்டு, பக்கத்துத் தெருவில் புகுந்து தப்பித்து வந்தவர் மாதிரி நின்றார். பிறன்மனை நோக்கியதுபோல் படபடவென்று அடித்துக்கொண்டது. வேறு திசையில் செயல்பட்டு, யாராவது பார்த்துவிட்டிருப்பார்களோ என்று பயந்து போய், அங்கும் இங்கும் வெறித்தார். என்ன இருந்தாலும் கோயிலுக்குள் நுழைகிற தைரியம் தமக்கு எப்படி வந்ததென்று பதறினார்.

வாழ்வில் எப்போதும் ஏற்படாத இடர்... ஒருவேளை பெரியாரே சாமி கும்பிட்டிருந்தால்? "என்னுடைய கருத்தைச் சொல்லிட்டேன். உங்க பகுத்தறிவைப் பயன்படுத்தி உங்களுக்கு எது சரீன்னு படுதோ, அதன்படி வாழுங்க" என்று வாழ்நாளெல்லாம் சொன்னவர், அவர் எப்படி.... சேச்சே... ஒருவேளை வாழ்நாளெல்லாம் சொல்லிவிட்டதாலேயே அதிலிருந்து முரண்பட முடியாமல் போயிருக்குமோ அவருக்கு?

மனசு படபடவென அடித்துக்கொண்டது. தெருவெல்லாம் சுற்றிச்சுற்றி ஆயாசமாக அவர் வந்து நின்ற இடத்தில், ஒரு பிள்ளையார் கோயில். அதற்குப் பெயர் கோயிலா என்பதுகூட அவருக்குத் தெரியவில்லை. மூன்று தெரு கூடுகிற தெருக்குத்தான இடத்தில் ஒரு பிள்ளையாரை நிறுவுவார்களே... பிளாட்பாரத்திலேயே ஒரு ஓரமாக, அந்த வகைப் பிள்ளையார். தன் அம்மா மாதிரியே பெண் வேண்டும் என்று ஒவ்வொரு முச்சந்தியிலும் பிள்ளையார் பெண் பார்த்துக்கொண்டிருப்பதாக ஐதீகம். 'இப்படிச் சொல்லி வெச்சு சைட் அடிக்கிற ஆசாமிய ஈவ் டீஸிங்ல உள்ள போட வேணாமா?' என்று கூட்டத்தில் கிண்டலடித்து யாரோ பேசியபோது குலுங்கிக் குலுங்கி சிரித்திருக்கிறார்.

நாமா அப்படிச் சிரித்தோம் என்று ஒரு நிமிடம் சந்தேகமாக இருந்தது. போன பிறவியில் சிரித்தது மாதிரி இருந்தது அவருக்கு. ஐயோ... போன பிறவியா? மறுபடி பதறினார். அதுவும் நிஜமா? கடவுள் என ஒன்று இல்லாமலா எல்லாரும் கும்பிட்டுக்கொண்டிருக்கிறார்கள். ஆதிகாலம் தொட்டு சாமி கும்பிடுகிறவர்கள் இருக்கிறார்கள். அவர்கள் நம்பிக்கைக்கு ஒரு ஆதாரமுமா இல்லாமல் போகும். எல்லோருமா காட்டுமிராண்டிகள். ஒருவருமா சுயபுத்தி இல்லாதவர்? பிள்ளையாரைப் பார்த்தார். உடைக்காமல் முதல் முறையாக உற்றுப்பார்த்தார். அவர் சாந்தமாக உட்கார்ந்திருந்தார். உலகையே ரட்சித்து போஷிக்கும் கடவுளா... எல்லாருக்கும் புரிந்தது நமக்கு மட்டும் புரியாமல் போய்விட்டதா?

கற்பூர வாசனையும் ஊதுபத்தி வாசனையும் அவருக்குத் தாங்க முடியாத நெடியாக இருந்தது. இது நாள் வரை அவ்வளவு பக்கத்தில் இந்த வாசத்தை நுகர்ந்ததில்லை. அறியாமையின் வீச்சமாக இருந்தது அது. இதையும் பக்தியின் பகுதியாக நினைக்க வேண்டும், பழக வேண்டும் என்றும் அடிமனதில் ஏதோ ஓர் ஆணை பிறந்தது. தானாக நினைத்தோமா, மனசில் வேறு யாரோ சொல்கிறார்களா? பிள்ளையாரின் முன்பாகவே வெகுநேரம் நின்றார். பார்வதி குளிக்கும்போது அழுக்கை உருட்டி காவலுக்கு செய்த உருவம்தான் பிள்ளையார் என்று பெரியார் திடலில் பேசக் கேட்டதும் ஒரு சேர ஞாபகம் வந்தது. யாரடா நீ புதியவன் என்று வெளியே போயிருந்த

சிவபெருமான், பிள்ளையாரின் தலையைச் சீவிவிட்டாராம். அடடா இது நம் மனைவியின் அழுக்கில் உருவானவனாச்சேஎன்று தெரிந்து, வேறொரு தலையை தேடித் திரிந்தபோது, எதிரே வந்த யானையின் தலையை வெட்டி பிள்ளையாருக்குச் சூட்டினாராம். இப்படி ஒரு கதை.

அயன்புரம் மணிவண்ணன், இந்தக் கதையைச் சொல்லிவிட்டுக் கேட்கிற சந்தேகங்கள்... ஒரு பெண்ணுக்கு எவ்வளவு நாள் குளிக்காமல் இருந்தால் இவ்வளவு அழுக்கு சேரும்? உலகத்தையே காத்து ரட்சிக்கிற கடவுளும்கூட மனிதனைப் போலவே குளிக்க வேண்டுமா? கடவுள் குளிப்பதை அவர் தயவு இல்லாமல் யார் வந்து வேடிக்கை பார்த்துவிட முடியும்? சிவபெருமான் என்ன வேலையாக வெளியே போய்விட்டு வந்தார்? ஏழேழு லோகத்தையும் அண்ட சராசரத்தையும் அளந்துகொண்டிருப்பவருக்கு, தன் வீட்டில் இப்படி காவலுக்கு ஒரு பையன் உருவாக்கப்பட்ட விஷயம் தெரியாதா? குளியல் அறைக்குள் அனுமதிக்க மாட்டேன் என்று சொன்னதற்காக, ஒரு சிறுவனின் தலையை வெட்டி எறியக் கூடவர்தானா கடவுள்? மீண்டும் ஒட்டுவதென்றால் அதே தலையை ஒட்டித் தொலைக்க வேண்டியதுதானே? அதற்காக எதிரே வந்த ஒரு யானையைக் கொல்லுவது எத்தனை பெரிய குற்றம்? மனிதன் தலையும் யானையின் தலையும் சேருமா? இவ்வளவு முட்டாள்தனமான ஒரு காட்டுவாசிக்கதையை கம்ப்யூட்டர் யுக மனிதன் நம்பலாமா? ஒரு கையில் சாப்ட்வேர் புரோகிராம், இன்னொரு கையில் களிமண் பிள்ளையார் எப்படிச் சாத்தியம். திருந்துமா இந்த சமுதாயம்? நெத்தியடியாகக் கேள்விகள் போடுவார்.

ஒருவேளை, மணிவண்ணன் சொன்ன இந்தக் கதையே பொய்யோ? விநாயகருக்கு நிஜமாகவே வேறு ஒரு சரித்திரம் இருக்குமா?

கடவுளுக்கு ஏது சரித்திரம்? அவர் சரித்திரத்துக்கு அப்பாற்பட்டவராக அல்லவா இருப்பார்? சரித்திரம் என்ன... மனிதன் பிறப்பதற்கு முன்னால் அல்லவா கடவுள் பிறந்திருப்பார்? மனிதர்கள் பிறப்பதற்கு முன்னால் கடவுள் என்ன செய்துகொண்டிருந்தார்? அவரைப் பற்றி யோசிக்கவோ அவருடைய இருப்பு பற்றிய புரிதல்கொள்ளவோ ஆள் இல்லாத இடத்தில் அவர் இருந்தார் என்பதற்கு என்ன பொருள்?

இன்னும் கிண்டல் போகவில்லையே? ஜீவாத்மா, பரமாத்மா, துவைதம், அத்வைதம் இதையெல்லாம் ஒரு பொருட்டாகவே நினைக்காமல், லட்சம் பாதையில் ஒன்றில் மட்டும் பயணம் செய்துவிட்டு, மற்ற வழிகள் எல்லாமே நேர் வழிகள் அல்ல என்று கூறிவந்தது என்ன நியாயம்? கடவுளைத் தரிசிக்கும்

மனசு வாய்ப்பிப்பதே ஒரு கொடுப்பினைதான். அதை நாம் இழந்துவிட்டோம். யாரோ ஒரு பெண், விளக்குக்கு எண்ணெய் ஊற்றிவிட்டு... கற்பூரம் ஏற்றி கன்னத்தில் போட்டுக்கொண்டாள். அதுமாதிரி நாமும் செய்ய முடியுமா... என்று பார்த்தார். முதலில் வணங்கிவிட்டு, பிறகு கன்னத்தில் போட்டுக் கொள்ள வேண்டுமா அல்லது கன்னத்தில் போட்டுக்கொண்டு வணங்க வேண்டுமா? அந்தப் பெண் செய்தபோது அவர் கவனிக்கவில்லை. அடுத்து யாராவது வருகிறார்களா என்று காத்திருந்தார். இந்த வயதுக்குப் பிறகு யாரிடமாவது இதைக் கேட்க முடியுமா? கேட்டால் நையாண்டி செய்வதாக நினைப்பார்களோ...

நிஜமாகவே ஒரு கடவுள் இருந்தால், அவர் ஏன் பெட்ரான் ரஸ்ஸல், இங்கர்சால், பெரியார், காரல் மார்க்ஸ், ஏங்கெல்ஸ், லெனின் போன்றவர்களின் புத்திக்குப் புலப்படாமல் போனார்? இப்போது பெரியார், சாமி கும்பிட்டு வந்ததாகக் கூறப்படுவதுபோல இவர்கள் எல்லோருமே கும்பிட்டு வந்திருந்தால்? ஐயோ... சாமிக்கண்ணு துவண்டுபோனார். நாத்திகம் பேசுவோர் அனைவருமே பொய்யர்களோ? சூது நிறைந்த குயுக்தியான கதைகளைச் சொல்லி மனிதர்களைக் குழப்பிவிட்டு, அவர்கள் மட்டும் ரகசியமாக வழிபட்டவர்களோ? ஆத்திகர்களில் கற்பழிப்பவனும் போலிச் சாமியாரும், பித்தலாட்டக்காரனும் இருப்பதாகச் செய்தித்தாளில் பார்க்கிறோம். நாத்திகர்களில் மட்டும் அயோக்கியர்களும் ஊரை ஏமாற்றுகிறவர்களும் இருக்க மாட்டார்களா என்ன?

தெரு இருண்டுவிட்டது. பிள்ளையாரும் சரியாகத் தெரியவில்லை. அங்கே கிண்ணங்களில் வைக்கப்பட்டிருந்த குங்குமத்தையும் விபூதியையும் ஒரு பேப்பரில் கொட்டி மடித்து சட்டைப் பையில் வைத்துக்கொண்டார். அவருக்கு உடம்பெல்லாம் நடுங்கியது. குபீர் உஷ்ணத்தால் தாக்குண்டு வியர்த்துக் கொட்டியது. நாம் செய்கிற இந்தக் காரியத்தை தோழர்கள் யாராவது பார்த்துவிட்டால் என்ன செய்வது என்ற பயம் கவ்வி, நாவரண்டு போனது. கால்கள் துவள அங்கேயே உட்கார்ந்துவிடலாமா என்று நினைத்தார். ஆனால், அவரையும் மீறி அவர் அந்த இடத்தைவிட்டு நகர்ந்துகொண்டிருந்தார்.

ஸ்பார்ட்டகஸின் தோல்விதான் ஏசுவைக் கொண்டுவந்தது. ஏசுவின் தோல்வியில்தான் காரல் மார்க்ஸ் வந்தார்... உண்மையாக இருக்குமா?

சற்று உரக்க 'காரல் மார்க்ஸ்' என்றார். யாரோ இவர் சொன்னதைக் கேட்டு திரும்பிப் பார்த்துவிட்டுப் போனார்கள். இவருக்கு, தான் சத்தமாகச் சொன்னோமா என்று தெரியவில்லை.

ஏசுவுக்கு பதிலா புத்தர்... மார்க்ஸுக்குப் பதிலா பெரியார்? இல்ல... என்று வேகமாக தனக்குத் தானே தலையாட்டி மறுத்துக்கொண்டார்.

வீட்டுக்கு வந்த பின்னும் யாருடனும் அவர் பேசவில்லை. தனது அறையில் உள்புறம் தாளிட்டுக்கொண்டு உலவினார். சாப்பிட அழைத்து கதவைத் தட்டிய மகளிடமும் மனைவியிடமும் அவர் எரிச்சலடைந்தார். சாப்பாடும் வேண்டாம்; ஒரு மண்ணும் வேண்டாம் என்றார். அவருக்கே அவருடைய நடவடிக்கை புதிதாக இருந்தது. இவ்வளவு ஆவேசமாக வாழ்க்கையில் தாம் ஒருமுறையும் இருந்ததில்லை என்று நினைவு வந்தது. கடந்த ஆறுமாதங்களாக தாம் பிள்ளையாரைப் பெரியார் வழிபட்டாரா என்ற குழப்பத்தில் இருந்ததை ஒவ்வொரு கட்டமாக நினைத்துப்பார்த்தார்.

முதலில் எவனோ வெத்து வேட்டுப் பயல் பெரியாரைப் பற்றி வாய்க்கு வந்ததைப் பேசிக்கொண்டிருக்கிறான் என்று நினைத்தார். பிறகு அதைப் பற்றி யோசிக்க ஆரம்பித்தார். நெருப்பில்லாமல் புகையுமா ரக சிந்தனை... ஏன் பெரியார் மட்டும் சந்தேகத்துக்கு அப்பாற்பட்டவரா என்று நினைத்தார். அப்படி நினைக்கிற தைரியத்தையும் பெரியாரே தமக்கு வழங்கியிருப்பதாகச் சமாதனம் சொல்லிக்கொண்டார். குடம் பாலில் விழுந்த துளி விஷம். நியாயம் கிடைக்க வேண்டுமானால் சார்பு நிலை இன்றி யோசிக்க வேண்டும் என்றும், முன் முடிவுகள் இல்லாமல் இருக்க வேண்டும் என்றும் நினைத்தார். தோழர்களிடமிருந்து விலகி நின்றார். ஆனால், அவருக்கு 50 ஆண்டு முடிவுகள் ஆணிவேராக இருந்தது. அசைக்க முடியாத ஆணிவேர் என்ற தைரியத்தில், அதன் அடி மரத்தை ரம்பம் கொண்டு அறுத்துப்பார்த்தார். படிப்படியாக தமக்குத் தாமே பேசிக்கொள்ள ஆரம்பித்திருக்கும் நிலைக்கு வந்திருப்பதை அறிந்தார். ஆனால், இது வருத்தப்படும் விஷயமாக அவருக்குத் தோன்றவில்லை. மாறாக மகிழ்ச்சியாக இருந்தது. மனது லேசாக பாரமற்று இருந்தது. தொடர்ந்து இப்படியே இருக்கவே அவர் விரும்பினார். போதையின் மனப் பிரளயம்போல ஓயாத சிக்கல் மனதில் புரண்டு கொண்டிருந்தது. ஆனால், அதை யாராவது சரிசெய்து, பழையபடி ஆக்கிவிடுவார்களோ என்ற சந்தேகம் வந்தது. ஆதலால் குடும்ப உறுப்பினர்கள் யாராவது அவரை உற்று நோக்கினால், தம்மைச் சரி செய்யத்தான் அப்படிப் பார்க்கிறார்கள் என்று பயந்தார். உடனே சகஜமாக இருக்கவோ அல்லது அவர்களை மிரட்டும் தோரணையில் கத்தவோ செய்தார்.

வெளியில் இருந்து வந்ததும், தாம் இயல்பாக இருப்பதாகவே வெளியில் காட்டிக்கொள்ள வேண்டும் என்று சிரமப்பட்டார். யாரையும் சந்திக்காமல் தனியாக இருப்பதே அதற்கு சிறந்த வழி. வெளியில் இருந்து கதவை தட்டித் தட்டிப் பார்த்தார்கள். கதவைத்

தமிழ்மகன் | 37

திறந்து இவர் போட்ட கூச்சலில், அனைவரும் படுக்கைக்குப் போய்விட்டார்கள். சட்டைப் பையில் இருந்த விபூதியையும் குங்குமத்தையும் எடுத்து நெற்றி நிறைய அப்பிக்கொண்டார். முதல் முறையாக குங்குமம் வைக்கப்பட்ட தன் முகம் அவருக்கு விநோதமாக இருந்தது. சிறிய தோல் பையை கக்கத்தில் வைத்துக்கொண்டு கண்ணாடியில் பார்த்தார். புரோக்கர் என்று சொல்லிக்கொண்டார்.

சாப்பிடாமல் இருந்ததில் கைகால்கள் நடுங்கிக்கொண்டிருந்தன. திடீரென்று பயமாக இருந்தது. கதவைத் திறந்து சாரதாவையும் ஓவியாவையும் பார்த்தார். மகள் கட்டிலின்மீது தூங்கிக்கொண்டிருந்தாள். கீழே சாரதா.

மனைவியின் அருகே சென்று படுத்துக்கொண்டார். அதை வரவேற்பவள் போல அவளும் அவரை மார்போடு அணைத்து, முந்தானையால் அவரைப் போர்த்திக்கொண்டாள்.

"என்ன ஆச்சுங்க... ஏன் இப்படி மனசைப் போட்டு குழப்பிக்கிறீங்க. நாங்கல்லாம் உங்களை நம்பித்தானே இருக்கோம்" என்றாள்.

சட்டென சுதாரித்தார் சாமிக்கண்ணு. அவள் அழுதழுது தலையணையை ஈரமாக்கி வைத்திருப்பது தெரிந்தது. இப்போதும் அழுதுகொண்டிருக்கிறாள். இவள், நம் மன சஞ்சாரத்தை நிறுத்தி, நம் நிம்மதியைக் கெடுக்கப் பார்க்கிறாள். இனி இவளை நம்ப முடியாது. நாலு பேரிடம் புலம்பியோ, டாக்டரை அழைத்துவந்தோ நம்மை சரிசெய்ய நினைப்பாள். அதாவது, சரி செய்வதாக நினைத்து நிம்மதியைக் கெடுப்பாள். நிலைகொள்ளாமல் மூளையின் புயலில் தத்தளிக்கும் இந்த உலகின் லௌகீகத்திலிருந்து பிரித்துக்கொள்ளும் நிம்மதி இவளால் கெடப்போகிறது. இவள் அழ ஆரம்பித்துவிட்டாள். நாம் இயல்பாக இல்லை என்பதை இவள் உணரத் தொடங்கிவிட்டாள். ஆபத்து நெருங்கிவிட்டது. சாமிக்கண்ணு, சரேல் என அவளிடமிருந்து உருவிக்கொண்டு எழுந்தார்.

"இனிமே, ஓவியா காலேஜ் போக வேண்டியதில்லை... வீட்டைவிட்டு எங்கயும் அனுப்பாதே."

சப்தம் கேட்டு ஓவியா திடுக்கிட்டு எழுந்தாள்.

"அப்பா என்னாச்சுப்பா?"

"உனக்கு ஒண்ணுந்தெரியாது. நீ நாளையிலிருந்து வெளிய போகாதே..."

"அப்பா..." ஓடிவந்து அவரை அணைத்துக்கொண்டு கலங்கினாள்.

"வேணாம்மா... உன்ன பராசக்திங்கிறான்... அப்புறம்

புள்ளையார்தான் எனக்கு மருமகனா வருவான். அதெல்லாம் வேணாம்... நான் சொன்னா சொன்னதுதான்... நீ வீட்டைவிட்டு வெளிய போக வேணாம்... சொல்லிப்புட்டேன்" உருமியபடியே குறுக்கும் நெடுக்கும் நடந்தார் சாமிக்கண்ணு.

வீட்டுக்கு டாக்டரை அழைத்து வந்திருந்தார்கள். டாக்டர் மெதுவாக பேச்சுக் கொடுத்துப்பார்த்தார்.

"சார், நீங்க எதுக்கு வந்திருக்கீங்கன்னு எனக்குத் தெரியும். என்னைச் சரி பண்ணணும்னா ஒரே வழிதான் இருக்கு. காஞ்சிபுரத்துக்கும் ஈரோட்டுக்கும் கூட்டிட்டுப் போங்க."

"போய் அண்ணா, பெரியார் வீடெல்லாம் பாக்கணுமா?"

"ஈரோட்ல பெரியார் வீடு. வீட்டைப் பார்த்தா அவர் சாமி கும்பிட்டாரான்னு எனக்குத் தெரிஞ்சு போய்டும். காஞ்சிபுரம் போறது அண்ணா வீட்டுக்கு இல்ல... சங்கர மடத்துக்கு. அவங்க அவ்வளவு அயோக்கியர்களான்னு நேர்ல பார்க்கணும்."

டாக்டர் வெளியே வந்து சிரித்துக்கொண்டே, "சரியான பெரியார் பைத்தியம்" என்றார்.

யுகமாயினி 2007

மீன்மலர்

"இசையின் இயற்பியல் கூறுகள்" என்றான் அவன். கல்லூரி முதல்வருக்கு அவன் சொல்வதன் அர்த்தம் புரியவில்லை.

"இன்னும் கொஞ்சம் விளக்கமாகச் சொல்ல முடியுமா?" என்றார்.

"72 மேள கர்த்தா ராகங்கள் இருப்பதை அறிவீர்கள். அது பற்றித் தெரியவில்லை என்றாலும் பிரச்சனை இல்லை. அவற்றின் பெர்முடேஷன் காம்பினேஷனில் எத்தனையோ லட்சம் இசைக் கோர்வைகளை உருவாக்க முடியும். ஜன்ய ராகத்தில் எவற்றையெல்லாம் பூர்வாங்க ராக மேளகர்த்தாக்களாகவும் எவற்றையெல்லாம் உத்தராங்கமாகவும் பாவிக்கலாம் என்பதை அறிவியல்ரீதியாக கணக்குகளாக ஆய்வு செய்தேன். ஒவ்வொரு ராகத்துக்கும் ஒரு எண். எல்லாவற்றையும் கணிதக் கோட்பாடுகளாக மட்டுமே பார்த்தேன். எத்தனையாவது லட்சத்து ராகம் என்பதைச் சொன்னால்போதும் அந்த ராகத்துக்கான லட்சணங்கள் என்ன என்பதை..."

"அது இல்லை, மிஸ்டர் ரவி... இந்த ஆய்வினால் என்ன பயன் என்று இன்னும் நேரடியாகச் சொல்ல முடியுமா?"

"மிகச் சிறந்த இசை மேதைகள் எல்லாம்கூட எல்லா மேளகர்த்தா ராகங்களிலும் சிரத்தை எடுத்துக்கொள்ள மாட்டார்கள். அதாவது, நன்றாகக் கைவரும் ராகங்களில் மட்டுமே தங்களை வெளிப்படுத்திக்கொள்ள விரும்புவார்கள். மனிதர்களுக்கு சில எல்லைகள் உண்டு. சிலருக்கு, சில ராகம் மிகவும் ரம்மியமாக இருக்கும். வேறு சிலருக்கு, வேறு ராகங்கள் அப்படி அமைந்துவிடும். பாடுபவர்களுக்கு மட்டுமல்ல, கேட்பவர்களுக்கும் இப்படியான எல்லைகள் உண்டு. ஆனால், நம்முடைய விருப்பு வெறுப்புகளை

மீறி உலகில் இத்தனை இசை முடிச்சுகள் இறைந்து கிடக்கின்றன. நதியின் சலசலப்பில், பறவைகளின் குரலோசையில், கோயில் மணியின் ஓசையில்... இதையெல்லாம் ஒரு ஃபார்முலாவில் அடக்க முடிந்தால், கணினி மூலமாகவே அத்தனை ராகங்களையும் பெற முடியும். உதாரணத்துக்கு 75 ஆயிரமாவது ஜன்ய ராகம் கேட்க வேண்டுமா... ஜஸ்ட் 75 ஆயிரம் என்பதற்கான எண்ணை அழுத்திவிட்டு 'என்டர்' தட்டினால் போதும். அதைக் கேட்க முடியும். இது, இந்த ஆய்வின் நேரடிப் பயன். இதைத் தொடர்ந்து பலருக்கு இசை ஆய்வு செய்வதற்கு இதைப் பயன்படுத்த முடிவது அடுத்த பயன்கள்."

முதல்வர் 'கோட்டை' சற்றே இழுத்துவிட்டுக் கொண்டு அடுத்த கேள்விக்குத் தயாரானார். ரவியும் தயாராகத்தான் இருந்தான்.

சற்றும் எதிர்பாராத கேள்வியாக, "நீங்கள் எவ்வளவு சம்பளம் எதிர்பார்க்கிறீர்கள்?" என்றார்.

"இன்டர்வியூ முடிந்துவிட்டதா...எனக்கு வேலை கொடுப்பதென்று முடிவு செய்துவிட்டீர்களா?" என்றான் ரவி.

அவன் முகத்தில் மிகுந்த ஆர்வம் தெரிந்தது.

"வேலை தருவதில் சிக்கல் இல்லை, நீங்கள் எதிர்பார்க்கும் சம்பளம்தான் இப்போது தடையாக இருக்குமோ என்று நினைக்கிறேன்."

"அடுத்த ஆண்டில் கனடாவில் எனக்கு வேலை கிடைத்துவிடும். அது, இசை ஆய்வுப் பணி. இந்தியாவில் கற்பனை செய்ய முடியாத சம்பளம். அதுவரை டயாபடீஸ் அம்மாவைப் பாதுகாக்கிற சம்பளம் தேவை. அவ்வளவுதான்."

"சரி. நான் பார்த்துக்கொள்கிறேன். இன்னும் சில கேள்விகள்."

"இன்னுமா?"

"உங்களுக்குத் தெரிகிறதா என்று பார்ப்பதற்காக அல்ல, எனக்குத் தெரிந்து கொள்வதற்காக."

சிரித்தான்.

"இங்கிருந்துதான் பேச ஆரம்பித்திருக்க வேண்டும்... இசை என்றால் என்ன?"

ரவி உண்மையிலேயே அதிர்ச்சியடைந்தான்.

முதல்வர் மறுபடி தொடர்ந்தார். "பேரதிர்ச்சி ஏற்படுத்தும் கேள்வியைக் கேட்டுவிட்டேன்."

"எதற்காக அப்படிக் கேட்டீர்கள்?" என்றான் நிதானமாக.

“உண்மையாகத்தான் கேட்கிறேன். என்னால் இசையை ரசிக்க முடியவில்லை. அதைப் புரிந்துகொள்வதில் எனக்கு மிகுந்த சந்தேகங்கள் இருக்கின்றன. எல்லோரும் இசையை ஏன் ரசிக்கிறார்கள் என்பதே எனக்குப் புரியவில்லை. மியூசிக் அகாடமி, நாரதகான சபா போன்றவற்றில் மிக முக்கியமானவர்கள் கச்சேரிக்கெல்லாம் போய் வந்தேன். என்னால் மெய் மறந்து கரைந்துபோக முடியவில்லை. அப்படி என் முன் இருப்பவர்களைப் பார்த்தால் நடிக்கிறார்களோ என்ற சந்தேகம் வருகிறது. ஆனால், நான் உண்மையாகவே ரசிக்க முயற்சி செய்தேன். நிறைய கேசட்டுகள் வாங்கிக் கேட்டேன். இசையை ரசிப்பது எனக்கு சவாலான விஷயமாகிவிட்டது.”

ரவி... “படித்தவர், பாமரர் அனைவரையும் இசை மயங்க வைக்கிறது என்கிறார்கள். ஆடு மாடுகள்கூட வேணு கானத்தில் மயங்குவதாகச் சொல்கிறார்கள். சேக்ஸ்பியர் ‘மெர்ச்சென்ட் ஆஃப் வெனிஸி’ல் இசை இல்லாத மனிதனை ராஜ துரோகி என்கிறார்” என்றான்.

“அப்படியானால், இது என் ரசிப்புக்கு ஏற்பட்ட சவால் இல்லை; இசைக்கு ஏற்பட்ட சவால் என்பதுதான் சரியாக இருக்கும். இசை என்றால் என்ன?” முதல்வர்.

“உங்கள் சந்தேகங்களைக் கேட்டுக்கொண்டே வாருங்கள். ஏதாவது ஓர் இடத்தில் தெளிவு கிடைக்கலாம். இசை என்றால்... கேட்ட மாத்திரத்தில் மனதில் சந்தோஷத்தைப் பரவச் செய்யும் இனிய த்வனிகளின் சேர்க்கை.”

“இனிய த்வனிகள் என்றால்..?”

“ட்ராஃபிக் ஜாம் இரைச்சலை ரசிக்க முடிகிறதா உங்களால்..?”

“எரிச்சலாக இருக்கிறது.”

“குயிலோசை?”

“அது அவ்வளவு எரிச்சலாக இல்லை...”

“கோயில் மணி?”

“சகித்துக்கொள்ள முடிகிறது.”

ரவி, அமைதியாக முதல்வரைப் பார்த்தான். “சரி. சினிமா பாடல்கள் கேட்பீர்களா?”

“சில பாடல்களைப் பாடுகிறேன். அதுகூட ரேடியோவிலும் டி.வி-யிலும் திரும்பத்திரும்ப கேட்டு, பாடல்வரிகள் பிடித்துப் போய் அதை உச்சரிக்கிறேன், அவ்வளவுதான். ஏதோ ஒரு கட்டத்தில் இசையின் சூட்சுமம் பற்றிக் கொள்ளும் என்ற என் ஆசை நிறைவேறவே இல்லை. அந்த வரிகளைத் திரும்பச் சொல்கிறேன் அவ்வளவுதான்.”

"குறிப்பாக எந்தப் பாடல்..?"

"ஏட்டில் எழுதி வைத்தேன். எழுதியதைச் சொல்லி வைத்தேன்'. அல்லது 'சின்னச்சின்ன ஆசை...', 'தென்பாண்டிச் சீமையிலே தேரோடும் வீதியிலே..."

"இது போதும். உங்கள் மனதில் இசை இருக்கிறது. பாட்டரி வீக். ஷெல்ஃப் எடுக்கவில்லை. தள்ளிவிட்டுதான் ஸ்டார்ட் செய்ய வேண்டும்"-சிரித்தான்.

"நீங்களே சொன்னீர்கள். சிலருக்கு சில ராகம் மிகவும் பிடிக்கும் என்று. இசை என்பது கேட்பவரைப் பொறுத்ததுதானா?"

"அதிலென்ன சந்தேகம்..? யாரும் அற்ற சபையில் நாற்காலிகள் மட்டும் இசையை ரசிக்குமா? கேட்பதற்கு மனிதர்கள் இருந்தால்தான் நாதத்துக்குப் பெருமை. ரசிப்பவர்கள் இருந்தால்தான் இசை என்று ஒன்று இருக்க முடியும்."

"அதுசரி. என்னைப் போன்ற 100 பேர் ஒரு சபையில் உட்கார்ந்திருந்தால் அந்தக் கச்சேரி நடந்தென்ன பயன்?"

ரவி சிரித்தான். இப்படி ஒரு ஆசாமியிடம் மாட்டிக்கொண்டோமே என்ற சிரிப்பு.

"சிரித்தாலும் பரவாயில்லை. நான் என் சந்தேகங்களைக் கேட்டுவிடுகிறேன். இசையைக் கேட்டதால் பசுக்கள் நன்றாகப் பால் கறந்ததாகவும் பயிர் நன்றாக வளர்ந்ததாகவும் அம்ஷவர்த்தினி பாடியதால் மழை பெய்ததாகவும் அக்பர் அரசவையில் தான்சேன் என்ற இசைஞன் ராகம் பாடி தீபம் ஏற்றியதாகவும் தியாகய்யர் பிலஹரியில் பாடி, இறந்த பிராமணனை உயிர்ப்பித்ததாகவும் கூறுவதெல்லாம்... இறந்தவனுக்கும் மேகங்களுக்கும் ரசிக்கும் மனது இருக்கிறதா?"

"சப்த ஸ்வரங்கள் என்பதை சிரநாஸி முனிவரின் ஏழு குழந்தைகள் என்கிறார்கள். இசைக்கு ஒரு தெய்வீகத் தன்மை இருப்பதைச் சொல்லும் நம்பிக்கைகள். இப்போது, இறைத்தன்மை குறித்த நம்பிக்கைகளை விட்டுவிடுவோம்."

முதல்வர் சிரித்தார். "பயிர் செழித்து வளர்ந்ததும் பசு பால் கறந்ததும்?"

"அது விஞ்ஞானரீதியாக மெய்ப்பிக்கப்பட்டிருக்கிறது. ரம்மியமான ஒலிகள் மகிழ்ச்சி அளிக்கின்றன. மகிழ்ச்சி ஆரோக்கியம் தருகிறது..."

"ரம்மியமான ஒலி என்பதைத்தான் என்னால் ஏற்றுக்கொள்ள முடியவில்லை. உதாரணத்துக்கு, எனக்கு லட்டு மிகவும் பிடிக்கிறது. என் மகனுக்கு லட்டு பிடிக்கவேயில்லை. பிட்ஸா என்றால்

உயிர். ஒன்று பிடிக்கிறது அல்லது பிடிக்கவில்லை என்பது பழக்கத்தால் ஏற்படுகிறது. ரம்மியமா, இல்லையா என்பதும்கூட. அமெரிக்காவிலிருந்து வருகிறவனுக்கு நம்மைப் போல் எண்ணெய்க் கத்திரிக்காய் குழம்பை வளைத்துக்கட்டி சாப்பிட முடியுமா? அல்லது நாம்தான் பர்கர் சாப்பிட்டு உயிர் வாழ்ந்துவிட முடியுமா?"

"மேலை நாட்டிலிருந்து நம்மைப் பார்த்து ஆச்சர்யப்படுகிறவர்கள் அதிகரித்து வருகிறார்கள்."

"அமெரிக்கன் எம்பஸி வாசலில் விசா கேட்டு காத்திருப்பவர்கள் அதைவிட அதிகரித்திருக்கிறார்கள். பழகினால் சில பிடித்துப்போகின்றன. ராமகிருஷ்ணர் கதை ஒன்றில், மீன்காரிகள் ஒரு சந்தர்ப்பத்தில் ஒரு பூக்காரியின் வீட்டில் தங்க வேண்டியிருக்கும். இரவெல்லாம் பூ வாசத்தால் அவர்களால் தூங்கவே முடியாமல் போகும். கடைசியில் மீன் கூடையை முகத்தில் மூடிக்கொண்டு தூங்குவார்கள். மீன் வாசனை பிடிக்கிறவர்களுக்கு மலர் வாசனை பிடிக்கவில்லை. மலர் பிடிக்கிறவர்களுக்கு மீன் பிடிப்பதில்லை. அழகு குறித்த பார்வையும் இப்படித்தான். சீனப் படம் பார்த்தால் எல்லா நடிகையும் வித்தியாசமில்லாமல் ஒரே மாதிரி இருப்பதுபோல தோன்றுகிறது. ஆனால், அந்த ஊரில் கேட்டால் இவளைவிட இவள்தான் அழகின ஒருத்தியை அடையாளம் காட்டுகிறார்கள். சிநேகா அழகியா, சாண்ட்ரா புல்லக் அழகியா என்றால் நமக்கு சிநேகா, அமெரிக்கனுக்கு சாண்ட்ரா புல்லக்."

"இங்கே கர்னாடிக்... அங்கே வெஸ்டர்ன் மியூசிக் என்று இருப்பது போல. அதனால் என்ன சொல்ல வருகிறீர்கள்?"

"ருசி, அழகு, வாசனை, இசை எல்லாமே நாமே கற்பித்துக்கொண்டவை, சமீப காலங்களாக. அதாவது சில ஆயிரம் ஆண்டுகளாக. அதற்கு முன் அப்படியில்லை."

"சரி. அதற்கும் இசையை ரசிக்க முடியவில்லை என்பதற்கும் என்ன சம்பந்தம்?"

"அதற்கு சொல்லப்படுகிற புனிதத் தன்மை. நீங்கள் இயற்பியல் பேராசிரியர். விஞ்ஞானபூர்வமாகச் சொல்லுங்கள். சூத்திரங்களை உள் வாங்கிக் கொண்டால், கம்ப்யூட்டரும் ஓர் இசை மேதையாக முடியும் அல்லவா?"

"அப்படிச் சொல்ல முடியாது. ஒன்றைப் போல தத்ரூபமாகப் பிரதியெடுக்க புகைப்படம் போதும். ஆனால், ஓவியத்தின் தேவையும் இருக்கிறதல்லவா? படைப்பின் சூத்திரம் அங்குதான் இருக்கிறது. நீங்கள் சொல்லும் புனிதத் தன்மைக்கும் மேலேயே அதற்கு நாம் மரியாதை செய்யவேண்டியிருக்கிறது. படைப்புத்திறனும் கலையும்தான் மனிதனை விலங்குகளிலிருந்து தொடர்ந்து

வித்தியாசப்படுத்திக் காட்டுகிறது. அழகும் நகாசும்தான் மனிதனைத் தொடர்ந்து வாழவும்வைக்கிறது. நாம் இப்போது இசை மீது காட்டிவரும் பக்தியும்கூட குறைவுதான்."

"என்ன?" என்றார் உள்ளே நுழைந்த ப்யூனிடம். ஏதோ விசிட்டிங் கார்டைக் காட்டினான். முதல்வர் அலுப்புடன் அதை நோக்கிவிட்டு, "நீங்கள் சற்று வெளியே இருக்கிறீர்களா? பேசி அனுப்பிவிட்டு அழைக்கிறேன்."

ரவி, வெளியே வந்து அமர்ந்தான்.

முதல்வர் பேசி அனுப்பிவிட்டு, தன்னை ஆயாசப்படுத்திக்கொள்ளும் விதமாக எதிரில் இருந்த லால்குடியின் வயலின் கேசட்டைத் தட்டிவிட்டு கண் மூடி கேட்டார். ஏதோ தடை நீங்கியது போல உணர்வு. படைப்பின் சூத்திரம் புரிபட்டது போல தகிப்பு. ரம்மியம், ரசனை கைகூடிவிட்டது. நட்சத்திரங்களுக்கிடையே பிரயாணிக்கிற தரிசனம். எங்கிருக்கிறோம் எனும் நிலை மறந்த மயக்கம். ஆஹா... சூட்சுமம் பற்றிக்கொண்டது.

பியூனை அழைத்து ரவியை வரச் சொன்னார்.

"அவர் அப்போதே போய்விட்டார். இந்தச் சீட்டை உங்களிடம் கொடுக்கச் சொன்னார்."

முதல்வர் வாங்கிப் பார்த்தார்.

"இசையில் ஏராளமான சந்தேகங்கள் எனக்கு உருவாக்கியதற்கு நிஜமாகவே நான் நன்றி சொல்லிக்கொள்கிறேன். ஒவ்வொன்றும் நியாயமானவை. நான் உங்களுக்குச் சொன்ன சமாதானங்கள் எல்லாம் பொருத்தமானவை அல்ல. எனக்கே சந்தேகம் உள்ள துறையில் நான் பாடம் நடத்துவது சரியல்ல. சந்தேகம் தீர்ந்த பிறகு சந்திக்கிறேன்."

புதிய பார்வை 2008

நோக்கம்

அலை அடிக்கும் கடலோரம் ஆயாசமாக அமர்ந்தான் ராமன். கடல் கடந்து வருகையில், தண்ணீருக்கு தவித்துப் போய்விட்டாள் சீதை. நடுவிலே இளைப்பார வசதியில்லா வெயில். சிவனை பூஜித்துப் புறப்படுவதாக எண்ணம் ராமனுக்கு. லட்சுமணன் இந்தப் பிராந்தியம் பாதுகாப்பானதுதானா? காட்டுவிலங்குகள் தாக்கக்கூடிய இடமா என்பதிலேயே கவனமாக இருந்தான். அவன் சற்று தள்ளி நின்றவாறு இலங்காபுரி நோக்கி பார்வையிட்டுக்கொண்டிருந்தான். வானரங்கள் அங்கும் இங்கும் மரத்தடிகளிலே களைப்பாறிக்கொண்டிருந்தன.

மணல் வெளியில் ஊற்றெடுத்து, சீதாபிராட்டிக்கு சுரைக்குடுவையில் நீர் முகர்ந்து கொடுத்தான் ஹனுமன். அமர்ந்து நீரை கையேந்திக் குடித்தாள் சீதா.

அவள் அருந்திய இடத்தில் மணலில் சிந்திய நீர், திட்டாகப் பரவி நின்றது. அதைக் கையால் அள்ளித் திரட்டி குழவி போலாக்கினாள் சீதா. மணலில் விளையாட விரும்பாத மனிதர் உண்டா? இல்லை எனத் தெரியும். கடவுளும் இல்லையென்று சிரித்துக்கொண்டான் ராமன்.

“ஏன் சிரிக்கிறீர்கள்? மிதிலா புரியிலோ, அயோத்தியிலோ கடற் கரையே இல்லை. இப்போது விட்டால் பிறகு எப்போது இப்படி கடற்கரையில் விளையாட முடியும்? பாற்கடலில் பாம்பே கதி...”

“சிரித்தது உன் விளையாட்டைப் பார்த்தல்ல. சிவபூஜையில் ஈடுபட விரும்பினேன். திரும்பிப் பார்த்தால் நீ லிங்கேஸ்வரனை கையில் ஏந்தியிருக்கிறாய்?”

“இல்லை... ராமநாதீஸ்வரன்” ஹனுமன் உரிமையோடு பெயரிட்டான். ராமனிடம் அதே மாறாத புன்னகை.

சற்றைக்கெல்லாம் "ஓம் நமசிவாய... ஓம் நமசிவாய..." ராமனின் உதடுகள் மென்மையாக உச்சரிக்கத் தொடங்கின. இமைகள் மூடியிருந்தன. ஒருக்களித்து அவனருகில் அமர்ந்து, நிஷ்டையில் ஆழ்ந்தாள் சீதா. மனிதப் பிறவியெடுத்து வந்து இறைவன் தன்னைத்தானே வணங்கி மகிழும் நாடகத்தை ரசித்துக்கொண்டிருந்தான் ஹனுமன். அவனுடைய இமைகளும் மெல்ல திரையிட்டன. ராமனின் மென்குரல் மட்டும் ஏகாந்த வெளியெங்கும் பரவி ஓடிக்கொண்டிருந்தது. யுகங்களே கரைந்து கழிந்தது போல காலம் கடந்து கரைபுரண்டுகொண்டிருந்தது. மூவருமே பிரபஞ்சமெங்கும் வியாபித்து பொருளற்ற ஓர் உருவாய் எங்கும் நிறைந்துகிடப்பதாய் நினைத்தான் ஹனுமன். அக்கணமே பிரபஞ்சத்தின் ஒரு துளியாய் எங்கோ ஒரு புள்ளியாக மாறியும் தோன்றியது.

"இரவு இங்கேயே தங்கி காலை அயோத்தி நோக்கிப் புறப்படுவோமா?" ராமன் குரல் குளிர்த் தென்றல் போல தழுவியது. சீதையும் லட்சுமணனும் ஹனுமனும் ஆமோதித்தனர்.

காலை-

வானரங்களுக்கு விடைகொடுத்து அனுப்பிவிட்டு, நால்வரும் வடதிசை நோக்கி பிரயாணத்தை ஆரம்பிக்க இருந்த நேரத்தில், இந்த வனாந்தரத்தில் லிங்கத்தை அப்படியே விட்டுவிட்டுப் போவது உசிதமில்லையெனத் தன் வாலால் சுழற்றி இழுக்க எத்தனித்தான் ஹனுமன். மணல் லிங்கம்தானே என்ற அசிரத்தை அவன் வால் வழியே வெளிப்பட்டது. லிங்கம் உறுதியாக இருந்தது. அதீத ஆவேசத்துடன் இழுத்துப் பார்த்தான். அசைவதற்கான அறிகுறியே இல்லை. அட, மணலுக்கு இத்தனை வலிமையா?

மானிட அவதாரமாயினும் முக்காலம் உணர்ந்த ராமன், இந்தச் செயலை ரசித்துக்கொண்டிருந்தான். ஹனுமன் ஆவேசத்துக்கு வால் அறுந்ததுதான் மிச்சம்.

அறுந்த வாலை மீண்டும் ஒட்டவைத்தபடி ராமன் கேட்டான். "எதற்கிந்த ஆவேசம் ஹனுமான்?"

வெட்கித் தலைகுனிந்து, "வழிபடும் நோக்கம் முடிந்தபின்பு, வழியில் இப்படியொரு விக்ரகம் இருக்க வேண்டாமே என்று நினைத்தேன். இந்த மணல் திட்டை அகற்றிவிடலாம் என்று..."

"லங்காபுரிக்குச் செல்வதற்காகப் பாலம் அமைத்தோம். அதற்கான நோக்கமும் முடிந்துவிட்டது. இனிமேல் பாலம் அவசியமா என்று நினைத்தாயா?"

ஹனுமன் அலைகளுக்கிடையே கோடுபோல கிடந்த கடற்பாதையைப் பார்த்தான். எத்தனை உழைப்பு... எத்தனை

உழைப்பு... எவ்வளவு பாறைகள், எவ்வளவு மணல் குவியல், எத்தனை ஆக்ரோஷமாக உருவானது இந்தப் பாலம். இதையும் இந்த மணல் லிங்கத்தையும் ஒன்றென்பதா?

"பிரபு, நீங்கள் என்ன சொல்கிறீர்கள்? இந்த லிங்கமும் இறைவன்தான் என்பதை அறியாமல் இல்லை. இந்த ஆளரவமற்ற மணல் பூமியில் பராமரிக்க யாருமின்றி ஈசனை விட்டுச்செல்வதை விரும்பாமல்தான் அதை அகற்ற எண்ணினேன். அது அறியாமல் செய்த பாபம்தான். அதற்காக, நல்ல நோக்கத்துக்காக உருவான பாலத்தைக் களைய நினைப்பதுபற்றி யோசிக்க முடியுமா? எதற்காக இரண்டையும் ஒப்பிட்டீர்கள் என்று எனக்கு விளக்க வேண்டும்" தலைவணங்கி வினவினான் ஹனுமன்.

"எந்த நோக்கத்துக்காக எது உருவாக்கப்பட்டதோ, அது நிறைவேறியவுடன் உருவாக்கப்பட்ட அம்சம், நோக்கத்துக்கு விரோதமாக மாறிக் கொண்டிருப்பதை நீ கவனிக்கவில்லையா? இறைவன் சிருஷ்டியில் எல்லாமே அவன் நோக்கத்துக்கு விரோதமாக மாறிக்கொண்டுதான் இருக்கிறது?"

"என்ன சொல்கிறீர்கள் பிரபோ...?"

"பதறாதே வாயு புத்ரா... இதோ இந்த வில் எதற்காக சிருஷ்டிக்கப்பட்டிருக்கிறது?"

"பாதுகாப்புக்கு..."

"யாருடைய பாதுகாப்புக்கு?"

"பிரபோ என்னைச் சோதிக்காதீர்கள்... வில்லை சிங்கமும் புலியுமா பிரயோகிக்கின்றன. மனிதன்தான் பிரயோகிக்கிறான். அவனுடைய பாதுகாப்புக்குத்தான்..."

"மனிதர்களை அழிக்கவும் அதே வில்லைத்தான் மனிதன் பயன்படுத்துகிறான். நடப்பது திரேதா யுகம். துவாபர யுகத்தில் ஆயுதத்தின் நோக்கம் காத்துக் கொள்வதில் இருந்து அழித்துக்கொள்வதற்காக என்று மாறிவிடும். கலியுகத்தில் ஆயுதம் செய்வது, அதை விற்பது அதை விற்பதற்கான வாய்ப்புகளை உருவாக்குவது, அதற்கான சந்தையை ஏற்படுத்துவது, அப்படியான அரசியல் சூழலை நியாயப்படுத்துவது, புதிய ஆயுதங்கள் உருவாக்கும் சிந்தனையாளர்களை உருவாக்குவது, போர் செய்வது, போர் செய்யாமல் இருப்பது குறித்து விவாதிப்பது, அமைதிக்காகப் போராடுவது, போராடாமலேயே அழிப்பது, அழியாமல் இருப்பதற்கான அறிவியல் கண்டுபிடிப்புகளை நிகழ்த்துவது... என ஆயுதத்தை மையப்படுத்திதான் உலகமே இயங்கும்..."

"எதிர்காலம் எப்படி இருக்கும் என்று எனக்குத் தெரிய வேண்டாம்.

இந்த லிங்கமும் இந்தப் பாலமும்... நோக்க முரண்களாக மாறிப் போகுமா?" கலக்கத்துடன் கேட்டான் காற்றின் மைந்தன்.

சுற்றுமுற்றும் பார்த்தான் ராமன். வனவிலங்குகள் ஏதும் தாக்க வருமோ என்பதில் கவனமாக இருந்தான் லட்சுமணன். சீதா தேவி, போகும் தூரம் எண்ணி மரநிழலில் துயில்கொண்டிருந்தாள்.

"இந்தப் பாலம் வேண்டுமாவேண்டாமா என கலியுகத்தில் விவாதம் பிறக்கும். அப்போது, நாம் பேசிக்கொண்டது போல அத்தனை எளிமையான விஷயமாக இது இருக்காது."

சபர்மதி ஆஸ்ரமத்தில் நேரு, படேல் இருவருமே மகாத்மா காந்தியிடம் தீவிரமாக விவாதித்துக்கொண்டிருந்தனர்.

"சுதந்திரத்தை அடைவதுதான் நம் நோக்கமாக இருந்தது. அதற்காகத்தான் இந்தப் பேரியக்கம். சுதந்திரம் கிடைத்ததுமே நாம் அதை கலைத்துவிடுவதுதான் சரி. இதில் எனக்கு மாற்றுக் கருத்து இல்லை."

"ஏற்றுக்கொள்கிறோம். இப்போது ஆட்சி அமைப்பது யார்? புதிதாக ஒரு கட்சியைத் தொடங்கி, அதை மக்கள் மத்தியில் பதியச் செய்து, ஆட்சியைப் பிடிப்பது சாத்தியமா?" நேரு தன் குல்லாவைக் கழற்றி கையில் வைத்துக் கொண்டு தலையைத் தடவிக்கொண்டார். அவருடைய வழுக்கைத் தலை வியர்த்திருந்தது.

"இப்போது சாத்தியமில்லை போல தோன்றும். பின்னர், இதே கட்சி நூறு கட்சிகளாகச் சிதறுண்டுபோகும். காங்கிரஸ் பேரியக்கம், வேறு அற்ப காரணங்களுக்காக - தனிமனித விருப்பு வெறுப்புகளுக்காக வெவ்வேறு தலைமையில் துண்டுபட்டு நிற்கும். அப்போது, மக்கள் தங்களுக்கு பாடுபடப் போகிறவர்கள் யார் என்று தீர்மானிக்கத்தான்போகிறார்கள். அதை இப்போதே செய்துவிட்டால், காங்கிரஸுக்கு நற்பெயர் மிஞ்சும்." காந்தி தீர்மானமாகச் சொன்னார். நேரு, படேலைப் பார்த்தார். தனித் தனி ராஜாங்கமாகச் சிதறுண்டு கிடந்த மாநிலங்களை ஒன்றுசேர்த்த இரும்பு மனிதர் படேல், மகாத்மாவின் தர்மத்தையும் நேருவின் நியாயத்தையும் மனத்தராசில் நிறுத்திப்பார்த்தார். விவாதம் முற்றுப்பெறாமலேயே பிரிந்தனர்.

இந்தியச் சுதந்திரம் இந்து,முஸ்லிம் கலவரத்துக்கிடையே பிறந்தது. காந்தி, கசப்பான சூழலில் எல்லோரையும் போல அவராலும் சுதந்திரத்தை அனுபவிக்க முடியவில்லை. தில்லியில் நேரு சுதந்திரக் கொடியை ஏற்றும்போது, கல்கத்தாவில் வகுப்புக் கலவரம் நடந்துகொண்டிருந்த பகுதியில் அவர் அமைதிக்காகப் போராடிக்கொண்டிருந்தார்.

பாகிஸ்தானிலிருந்து அகதிகளாக இந்தியா வந்தவர்கள், இந்தியாவிலிருந்து அகதிகளாக பாகிஸ்தான் சென்றவர்கள் என நாட்டில் ரத்த ஆறு ஓடியது. இரு தரப்பு இழப்புகளுக்கும் அவர் வருந்தினார். "பாகிஸ்தான் சென்று, அங்குள்ள இந்துக்களுக்கு ஆறுதல் சொல்லலாம் என்றால், இங்கும் முஸ்லிம்கள் பாதிக்கப் பட்டுக்கொண்டிருக்கிறார்களே... நான் எந்த முகத்தோடு பாகிஸ்தான் இந்துக்களுக்கு ஆறுதல் சொல்ல முடியும்?" உலக உத்தமரின் பேச்சில் அதீத வருத்தம் வெளிப்பட்டது.

பிர்லா மாளிகையில் ஓய்வெடுத்துக்கொண்டிருந்த மகாத்மா மீது சிலருக்கு கோபம். ஒருவன் மாளிகைக்கே வந்து குண்டு வீசிவிட்டுப் போனான். அவர், இந்துக்கள் மீதுமட்டும் பரிவு காட்ட வேண்டும் என்பது அவனுடைய ஆசை. அடுத்த சில நாட்களில், பாகிஸ்தானிலிருந்து வந்திருந்த அகதிகள் காந்தியைச் சந்தித்தனர். கூட்டத்தில் இருந்த ஒரு கோபக்கார இளைஞன், "உங்களால்தான் நாங்கள் இப்படி ஆனோம். நீங்கள் பேசாமல் இமயமலைக்குப் போய்விடுங்கள்" என்று கத்தினான். அவனை சமாதானம் செய்து அழைத்துப் போனார்கள்.

"வெள்ளையனை இந்தியாவைவிட்டு வெளியேற்றுவதற்காகப் பாடுபட்டவரை இந்தியாவைவிட்டு வெளியேற்றப் பார்க்கிறார்களே..." பிரார்த்தனைக் கூட்டத்துக்கு வந்த புண்ணியவான் ஒருவர் மனம் நொந்து புலம்பினார்.

மறுநாள் ஜனவரி 30, 1948. உலகப்பிதா காந்தியை முஸ்லிம்களுக்கு ஆதரவாகச் செயல்படுகிறார் என்ற காரணத்துக்காக, கோட்சே என்பவன் சுட்டுக் கொன்றுவிட்டான். இறக்கும்போது, 'ஹேராம்' என்றபடி தரையில் சாய்ந்தார் மகாத்மா.

"இந்தப் பூமியில் இப்படியொரு மகாபுருஷர் ஒருவர் வாழ்ந்தார் என்பதை வருங்காலத் தலைமுறையினர் நம்புவதுகூட சிரமமானதாக இருக்கும்" என்றார் விஞ்ஞானி ஆல்பர்ட் ஐன்ஸ்டீன்.

"சுதந்திரத்துக்குப் பிறகு காங்கிரஸ் இருக்கக்கூடாது என்றார் காந்தி. அவரையே இருக்கக்கூடாதுனு சொல்லிப்புட்டான் நம்ம ஆளு. இந்தியாவுக்கு காந்திதேசம்னு பெயர் வைக்கச்சொல்லி தலையங்கம் எழுதப்போறேன்" என்று தம் தோழர்களிடம் கூறிக்கொண்டிருந்தார் பெரியார்.

மனிதனுக்குத்தான் திரேதாயுகம், கலியுகம் எல்லாம். மகாவிஷ்ணுவுக்கு..? ஹனுமனை அழைத்துச் சொன்னார்: "ராம அவதாரத்தில் சொன்னது ஞாபகம் இருக்கிறதா? பூலோகத்தில் நடப்பதைப் பார்த்தாயா?"

"கொடுமை... இறைவனுடைய நோக்கம் என்று ஒன்று இல்லையா? எல்லாமே மனிதர்களின் செயலாக அல்லவா இருக்கிறது?"

“இறைவன் நோக்கமற்றவன். இல்லையென்றால் கொலைகளுக்கும் பூகம்பத்துக்கும் மதக் கலவரங்களுக்கும் அவன் பொறுப்பேற்க வேண்டியதாகிவிடும். மனித சாபம் பொல்லாதது ஹனுமான்.”

“அப்படியானால் இறைவனின் வேலை?”

“இறைவனாக இருப்பதுதான்.”

மகாவிஷ்ணுவின் மாறாத புன்னகை.

ஹனுமன், “சரி நான் கிளம்புகிறேன்” என்றான்.

“நாளை வா... இன்னொரு காட்சி இருக்கிறது.”

“சரி”

வாயு மகன் விரைந்தான்.

அரசு உறுதியாக இருந்தது. “சேது சமுத்திரத் திட்டம் நிறைவேறியே தீரும். சேது மணல் திட்டு பகுதியில் 300 மீட்டர் பகுதியை ஆழப்படுத்துவதன் மூலம் கப்பல் போக்குவரத்து நடைபெறும். இந்தியா முன்னேறும். இது ஒரு தொலை நோக்குத் திட்டம். சற்றேறக் குறைய 150 ஆண்டுகளாகவே சேது சமுத்திரத் திட்டத்தை நிறைவேற்ற பல அரசுகள் போராடி வந்திருக்கின்றன. எங்கள் ஆட்சியில் இது நிறைவேறுகிறது என்பதுதான் இவர்களின் ஆத்திரத்துக்குக் காரணம்.”- முதல்வர் அறிக்கை சூடாக இருந்தது.

“இந்து மக்களின் புனிதச் சின்னமான ராமர் பாலத்தை இடித்தால் கலவரம் வெடிக்கும். உலகமெங்கும் இருக்கும் ஹிந்துக்களின் புனிதச் சின்னமான இதை இடிப்பதால், இவர்கள் அரசியல் செல்வாக்கு சரிந்துவிட்டது. உடனே ஆட்சியைக் கலைக்க வேண்டும். மறு தேர்தலுக்கு உத்தரவிடவேண்டும்.” -எதிர்க் கட்சிகளும் ஹிந்து அமைப்புகளும் பதில் அறிக்கை வெளியிட்டன.

“ராமேஸ்வரம் பகுதியில் கப்பல் போக்குவரத்து துவங்குவதன் மூலம் மீனவர்கள் ஆழ்கடலுக்குச் சென்று அந்தமான் நிக்கோபார் பகுதிவரை சென்று மீன் பிடிக்கலாம். சர்வதேச கப்பல்கள் வருவதால் கோடிக்கணக்கான ரூபாய் வருவாய் கிடைக்கும். தமிழகம் சிங்கப்பூராகும். அதை ராமர் கட்டினார் என்பதற்கு ஒரு ஆதாரமும் இல்லை. சின்னச்சின்ன மணல் திட்டுகள்... அவ்வளவே.”- ஓர் அறிஞர்.

“கப்பல் வந்தால் ராமேஸ்வரம் கடற்பகுதி பவழப் பாறைகள் பாதிக்கப்படும்.பல கடல் உயிரினங்கள் செத்து மடியும். அதில் சிறிய கப்பல்கள் மட்டுமே செல்ல முடியும். சர்வதேச கப்பல்கள் அவ்வளவு குறைந்த ஆழத்தில் பயணிக்க முடியாது.” - தினமணி நாளிதழ் கட்டுரை வெளியிட்டது.

மதுரை மாட்டுத்தாவணி பேருந்து நிலையத்தில் இருவர்.

"நாட்டின் பாதுகாப்புக்கு ஆபத்துனு கடற்படை அதிகாரி சொல்லியிருக்கிறாரு. அப்படியிருந்தும் இந்தத் திட்டத்தை அமல்படுத்துவதில் முதல்வருக்கு ஏன் இவ்ளோ அக்கறை? இதனால பல கோடி கொள்ளை அடிக்கலாங்கிற திட்டம்தான் அது."

"அதான், ஒரு ஆபத்தும் இல்லன்னு அமைச்சர் சொல்லிட்டாரே. திட்டம் முடிவாகி ரெண்டு வருஷம் கழிச்சி எதிர்த்துக் குரல்கொடுக்கிறாங்களே... இவனுங்களுக்குப் பங்கு சரியா வந்து சேரலைனு இப்படி தகராறு பண்றானுங்களோ என்னமோ?"

"**எ**ன்ன பிரபோ, இந்தக் காட்சிகளைப் பார்க்கவா என்னை வரச் சொன்னீர்கள். பெருங்கவலையாக இருக்கிறது. அப்போதே இந்தப் பாலத்தை அகற்றியிருக்கலாம் என்று தோன்றுகிறது."

"கடவுளாகவே இருந்துவிடுவதுதான் கவலையை மறப்பதற்கு ஒரே வழி." விஷ்ணு புன்னகைத்தார். நெடுங்காலமாய் படுத்துக்கொண்டே இருக்கும் அவருக்கு கால்களைப் பிடித்துவிட்டு பணிவிடை செய்துகொண்டிருந்தாள் மகாலட்சுமி.

"ஏன் இப்படி காலை அழுத்திக்கொண்டிருக்கிறீர்கள் தேவி?" என்று ஹனுமன் பேச்சை மாற்றினார்.

"பார்க்கிறாய் அல்லவா, சினிமாவிலும் காலண்டிரிலும் என்னை இப்படித்தான் படம் போடுகிறார்கள். எனக்கும் அதைப் பார்த்து அதே பழக்கம் வந்துவிட்டது." தேவி சிரித்தபடியே, "உள்ளங்கையில் இருந்து பொற்காசுகளாகப் பிரவகிப்பதற்கு இது எவ்வளவோ மேல். வேறு என்னதான் செய்வதென்று எனக்கும் புரியவில்லை."

இறைவியின் கிண்டலை ரசித்தபடி அங்கிருந்து புறப்பட்டான் ஹனுமன்.

"**அ**ந்த இடத்துக்கு நேரே, வானத்திலேயே பெர்னூலியா சற்று நேரம் நின்றது. அது ஒரு விண் கப்பல்.

"இவ்வளவு பணம் கட்டி வந்து பார்த்துவிட்டுப் போவது நாகரிகமாகிவிட்டது. குளோபல் வார்மிங், நிலப்பரப்பை சுருக்கிவிட்டபின், மூழ்கிப்போன ஏராளமான கடற்கரைகளைக் காட்டி பணம் சம்பாதிக்க ஆரம்பித்துவிட்டார்கள்" முதியவர் வேண்டா வெறுப்பாகப் பேசினாலும் கோயிலின் கோபுரம் தெரிகிறதா என்று பார்த்தார். ஆழ்கடலில் எல்லாமும் ஒரே மாதிரிதான் தெரிந்தது.

"பூம்புகாரை கடல் கொண்டபோது, செட்டியார் வம்சத்தினர் நீரே இல்லாத மேடான இடத்தில் குடியேற விரும்பி, சிவகங்கை

பகுதிக்குப் போய், பத்துப்படி உயரத்தில்தான் வீட்டையே கட்டினார்கள். அவர்கள் கணித்தபடி இப்போது கடல், சிவகங்கைப் பகுதி வரை வந்து நிற்கிறது. இதோ, இதுதான் ராமேஸ்வரம். சென்ற முறை வந்தபோது ஓரளவுக்குத் தெரிந்தது" என்றார் கைடு. கீழே, கடலில் வழக்கமான கப்பல் ஒன்று சென்றுகொண்டிருந்தது.

நாராயணன் அப்போதும் கடவுளாகவே இருந்தார்.

யுகமாயினி 2008

நோவா

"நண்பர்களே வணக்கம்.

உலகம் மாகாணக் கூட்டமென்பதால், அனைத்து மொழியினருக்குமான மாற்றுக் கருவியை எல்லோர் இருக்கையிலும் பொருத்துவதில் கூட்டம் சற்றே தாமதப்பட்டுப்போனது. சீன மொழியில் இருந்து உருது மொழிக்கும் ஜார்ஜிய மொழியில் இருந்து குஜராத்தி மொழிக்கும் மாற்றம் செய்வதில் சிற்சில இலக்கணக் குறைபாடுகள் இன்னமும் தவிர்க்கப்படவில்லை. உதாரணத்துக்கு, சில இலக்கணப் போலிகளையும் (தசை-சதை) சில ஆகு பெயர்களைப் (பிரான்ஸ் தங்கம் வென்றது) புரிந்துகொள்வதில் சில மின்புரி தவறுகள்... அடுத்த உலக மாகாணக் கூட்டத்துக்குள் இவற்றைச் சரி செய்துவிட முடியும் என்று நம்புகிறேன். சரி, இப்போதைய கூட்டம் அது பற்றியதல்ல." சற்றே அமைதிக்குப் பிறகு அனைவருக்கும் ஏற்கெனவே அதைப் பற்றி தெரியும் என்றாலும் ஒரு முன்னோட்டம் போல சொல்ல வேண்டிய தம் கடமையை நிறைவேற்றினார் சர்வதேச தலைவர்.

"இன்றைய மாநாடு, ஒருவர் பற்றி இன்னொருவர் கொள்ளும் அபிப்ராயம் பற்றியது. அதாவது, ஒரு அபிப்ராயத்தை அவர் இல்லாத நேரத்தில் மற்றவர்களிடம் பரப்புவது சம்பந்தமானது. இது, மனித சமுதாயத்தில் மிகக் கொடிய வன்மமாக இருந்திருக்கிறது. இப்போது இது புழக்கத்தில் இல்லையாயினும், அப்படியான குணம் நான்காம் உலகப் போருக்குக் காரணமாகிவிடக்கூடாது என்பதுதான் இம் மாநாட்டின் நோக்கம். இங்கு கூடியிருக்கும் மனித வள, மொழியியல், மனவியல் அறிஞர்கள் யாருக்காவது

அதைப் புரிந்துகொள்ள முடிந்ததா... விளக்க முடியுமா? யென்சான் நீங்கள்..?"

ஜப்பானிய மொழியியல் அறிஞரான அவர்தான் இந்தக் கூட்டத்துக்கே (கூட்டம் என்பதுகூட பொருத்தம்தான். ஏறத்தாழ 170... மூன்றாம் உலகப் போருக்குப் பிறகு மீந்தவர்களுக்கான பிரதிநிதிகள் மட்டுமே அங்கு இருந்தனர்) காரணமானவர். கடந்த காலங்களில் நிறைய போர்களுக்கு இதுதான் காரணமாக இருந்தது என்று கண்டுபிடித்தவர் அவர்தான். ஆரம்ப விளக்கம் சிறப்பாக இருந்தால், அதைச் சார்ந்து மற்றவர்களும் தெளிவுபடுத்த முடியும் என்று அவர் நினைத்தார். நிதானமாகவும் தெளிவாகவும் பேச ஆரம்பித்தார் யென்சான்.

"ஒருவர் பற்றி இன்னொருவர் பெருமையான அபிப்ராயங்களைச் சொல்வதைப் புகழ்வது என்று சொல்கிறார்கள். அதற்காக ஒரு காலத்தில் பலரும் ஏங்கியதாகத் தெரிகிறது. ஒருவருக்கு எவ்வளவு புகழ் இருக்கிறது என்பது மிகவும் முக்கியமாக இருந்தது. வாய் மார்க்கமாகவோ, எழுத்து மூலமாகவோ ஒருவரை ஒருவர் இப்படிச் செய்துகொண்டார்கள். தாம் நிறைய புகழப் பெற வேண்டும் என்ற பேராசைதான் வன்முறைக்குக் காரணமாகிவிட்டது."

"அந்தக் காலத்தில் அப்படி ஒரு ஆசை இருந்தது உண்மைதான். ஆனால், அதனால் போர்கள் எப்படி உருவாகும்? சகமனிதர்களை வெட்டிச் சாய்ப்பதும் கொல்வதும் எங்கே வந்தது?" என்ற சந்தேகத்தையும் கூடவே அவருடைய விளக்கத்தையும் முன் வைத்தார் பிரெஞ்சு மனவியல் அறிஞர் வார்னே பிரான்கோ.

"ஒருவரைப் பற்றி ஒருவர் நல்ல அபிப்ராயங்கள் சொல்வது இப்போதும் சில சமயங்களில் கடைபிடிக்கப்படுகிறது. சென்ற மே மாதத்தில் நாமும் அப்படிச் செய்தோம்..."

"நாமா?" என்றார் தலைவர் சற்றே திகைப்புடன்.

"ஆமாம். செவ்வாய் கிரகத்தில் வளிமண்டலம் உருவாக்குவதில் நம் விஞ்ஞானிகள் நிறைவுக்கட்டத்தை அடைந்தபோதும் இதே உலக மாகாணப் பிரதிநிதிகள் சேர்ந்து உணர்ச்சிவசப்பட்டதை நான் கண்ணுற்றேன். இப்போது, இங்கு இருக்கும் கேப்ரியேல், அந்த விஞ்ஞானிகளை 'மறுபுவிகண்ட மாண்பர்கள்' என்று விளித்தார். ஆனால், அது புகழ் வார்த்தைதான். சென்ற நூற்றாண்டின் பழக்க தோஷமாக இருக்க வாய்ப்பிருக்கிறது."

கேப்ரியேலுக்கு ஆச்சர்யம் தாளவில்லை. "அப்படியா சொல்கிறீர்கள்? அது ஊக்க வார்த்தை வகைப்பட்டதுதானே?"

"நிச்சயமாக இல்லை. அவர்கள் வேலையை அவர்கள்

செய்தார்கள். அதிகபட்சமாக அவர்களைப் பார்த்து, நிறைவாகச் செய்தீர்கள் என்றுதான் சொல்லியிருக்க வேண்டும். என்னுடைய ஆய்வில், கடந்த காலங்களில் வெளியூருக்கு சுற்றுலா போய்விட்டு வந்த அரசியல் தலைவர்களையெல்லாம் தமிழகத்தில் 'மலேயா கண்ட மாவீரனே' என்று பாராட்டி வரவேற்றி ருக்கிறார்கள். இதைப் போல நம் தலைவர் வெளிநாடு போய் வரும்போது பாராட்ட வேண்டும் என்ற ஆசையில்,'உலக நாடுகளின் ஒளிவிளக்கே' என்று மிகைப்படுத்திப் புகழ்ந்தார்கள். இதனால் இந்தக் குழுவினருக்கும் எதிர்க் குழுவினருக்கும் ஆவேசமும் கோபமும் வன்மமும் ஏற்பட்டதாகத் தெரிகிறது.

பிரான்கோவின் வாதத்தில் இருக்கும் நியாயத்தை உணர்ந்து,"அந்தக் காலத்தில் ராக்கெட் மூலம் விண்வெளிக்குச் சென்று வரும் முறை இருந்தது. அதைப் பொருண்மை ஆற்றல் முறையினால் ராக்கெட் இல்லாமலேயே சென்றுவரும் முறையைக் கண்டுபிடித்ததால், சற்று உணர்ச்சி வசப்பட்டுவிட்டேன். மறுபுவிகண்ட மாணபர்கள்' என்ற வாக்கியத்தைத் திரும்பப் பெற்றுக்கொள்கிறேன்" என்றார் கேப்ரியேல்.

"இதுகுறித்து மாற்றுக் கருத்து இருப்பவர்கள், சிற்றுண்டி இடைவேளைக்குப் பிறகு பகிர்ந்துகொள்ளலாம்" தலைவர் திரையில் இருந்து மறைந்தார்.

எல்லோரும் அரங்கத்தின் வெளியே நீண்ட காரிடாரில் நடைபோட்டபடி ஏறத்தாழ ஒரு முடிவுக்கு வந்துவிட்டவர்கள்போல நடைபழகிக் கொண்டிருந்தார்கள். உலகம் என்பது அந்த 45 மாடி கட்டடத்துக்குள் சுருங்கிவிட்டது, சகலருக்கும் வருத்தமூட்டுவதாக இருந்து, சமீபகாலங்களில் அதற்காக வருத்தப்படும் பழக்கத்தில் இருந்து மீண்டுவிட்டார்கள். காடுகள், மலைகள், அருவிகள், மலர்கள், எல்லாமே திரையில் பார்த்து ரசிக்கும் சமாசாரங்கள்தான். 'டூன்மேன்' அமைப்பினர், கிராஃபிக்ஸ் இயற்கைக் காட்சிகள் உருவாக்கி, செயற்கைப் பறவைகளையும் விலங்குகளையும் உருவாக்கியிருப்பதால், போருக்கு அடுத்த ஐந்தாம் தலைமுறைக்கு செயற்கை ரசிப்பு மட்டுமே தெரிந்தது. மிகவும் பிடித்தும்போனது. சரியாகச் சொன்னால், இந்த 'நோவா கப்ப'லில் மனிதர்கள் மட்டுமே சேகரிக்கப்பட்டிருந்தனர்.

"என்ன... புரதச் சட்னியும் வைட்டமின் ஆப்பமும்தானா?" என்று நெருங்கிவந்த ஆப்பிரிக்க மரபியல் அறிஞரான முப்பட்டோவைப் பார்த்து, ஏதோ நினைவில் இருந்து விடுபட்டவராகச் சிரித்தார், இந்திய ஆன்மிக இயலாளர் குப்தா.

"ஆழ்ந்த யோசனையில் இருக்கிறீர்கள் போலிருக்கிறதே?" என்ற

முப்பட்டோவின் கையில் கார்போ கூழும் சிட்ரிக் தொக்கும் இருந்தன.

"இது, இந்தியர்களின் மரபுரீதியான செயல்தானே?" சாதுர்யமாக அவருக்குப் பதிலளித்து, பதில் சிரிப்பும் செய்தார்.

"தலைவர் இதை இவ்வளவு பெரிய விஷயமாகப் பாவிப்பதற்கு வேறு ஏதேனும் காரணம் இருக்குமா? எப்போதோ வழக்கொழிந்துபோன இந்தப் பாராட்டு வார்த்தைகள் குறித்த கருத்தரங்கு, எந்தவிதத்தில் பயனளிக்கும் என்று நினைக்கிறீர்கள்?"

குப்தா மீண்டும் சிந்தனையில் ஆழ்ந்தார். "இடைவேளைக்குப் பிறகு இது குறித்துப் பேசலாமென்று இருக்கிறேன். உங்கள் கருத்தையும் சொல்லுங்கள். மற்றபடி ஆப்பிரிக்க-இந்திய இனவரலாறு ஆய்வு எப்படி இருக்கிறது?"

"நியூஸிலாந்திலும் இந்தியாவிலும் ஆப்பிரிக்காவிலும் பாம்புகள் குறித்தும் லிங்க வழிபாடுகுறித்தும் போதுமான ஆதாரங்கள் கிடைத்துள்ளன. இந்த மூன்று பகுதி பழங்குடிகளிடம் இருக்கும் பெயர் ஒற்றுமைகள் ஆச்சர்யமானவை. கிளியோ பாத்ரா,துங்கபாத்ரா, கங்காகாங்கோ என... மனிதர்கள் எல்லோரும் ஒரே இடத்தில்தான் இருந்திருக்கிறார்கள், இப்போது நாம் இருப்பது போல."

அரங்க நுழைவாயில் விளக்குகள் ஒளிரவே... அனைவரும் உள்ளே செல்ல ஆரம்பித்தனர்.

திரையில் தலைவர் "ஆரம்பிக்கலாம்" என்றார்.

குப்தா ஆரம்பித்தார். "அபிப்ராயங்கள் சொல்வதில் இரண்டு விதங்கள் இருப்பதை அறிகிறேன். ஒருவரைப் பற்றி இன்னொருவர் அவர் இல்லாத நேரங்களில் அபிப்ராயம் சொல்வதில் சில சிக்கல்கள் இருக்கின்றன. ஆரம்ப அமர்வில் சொல்லப்பட்ட அபிப்ராயங்கள் அனைத்தும் ஒருவர் மற்றவரை மிகைவூக்கப்படுத்துவது சம்பந்தமானதாக இருந்தது. இதில் நான் இன்னொரு கருத்தையும் முன்வைக்க விரும்புகிறேன். அதாவது, ஒருவகையில் அதற்கு முரண்படுவதாகவும் இது இருக்கும். அப்படி அபிப்ராயம் தெரிவிப்பதில் குறைவூக்கம் செய்யும் தன்மைகளும் இருந்தன என்பதுதான்."

"புதிதாக இருக்கிறதே... குறைவூக்கமா? சக மனிதர் ஒருவரை இன்னொருவர் எதற்காகக் குறைவுபடுத்த வேண்டும்?" தலைவர் ஆச்சர்யத்தோடு கேள்வியை முன் வைத்தார்.

குப்தாவின் முகம் சலனமற்று இருந்தது. லேசான வருத்தமும் அதில் தென்படுவதை அவருடைய மனவோட்டமானியின் ஊசலாட்டத்தை வைத்து அனைவருமே அறிந்தனர். ஒருவருடைய

மனவோட்டத்தைப் புண்படுத்தும்விதமாக யாரும் செயல்படும் சமயத்தில், அதை அறிந்து அந்தச் செயலை மாற்றிக்கொள்ளும் பொருட்டுதான் அக்கருவியே அனைவரின் இருக்கையிலும் இணைக்கப்பட்டிருந்தது. தலைவர் நெகிழ்வோடு, "தாங்கள் வருத்தமுறுவதாக அறிகிறோம்" என்றார்.

"வருத்தம் இந்த ஆய்வின் பொருட்டுதான். குறைவூக்கம் குறித்து நாம் தெரிந்துகொள்ள வேண்டாம். ஒரு மனிதனை எதற்காக அவருடைய நிஜமான தன்மையைவிட குறைத்து மதிப்பிட வேண்டும் என்று கேட்டீர்கள். அது, அந்தக் காலத்தில் இருந்த போலி குணத்தின் விளைவு."

தலைவர் தீர்மானமான குரலில், "குப்தா, அது தெரிந்துகொள்ளக்கூட தகுதியற்ற விஷயம் என்று சொல்கிறார். அத்தகைய மோசமான விஷயத்தைத் தெரிந்துகொள்வதில் எனக்கும் உடன்பாடில்லை. உங்கள் வாக்குகளை அளிக்கலாம்."

அப்படியான, போலியான குணம் பற்றித் தெரிந்துகொள்வதில் உண்மையிலேயே உறுப்பினர்களுக்கு ஆர்வம் இருக்கத்தான் செய்தது. 97 விழுக்காடு தெரிந்துகொள்ள விரும்புவதாக பட்டனை அழுத்தினர்.

"நீங்கள் கூறலாம்" என்றார் தலைவர் குப்தாவை நோக்கி.

"என் கடமையை முடிந்த அளவு தெளிவாகச் செய்ய விரும்புகிறேன்" என்று குப்தா ஆரம்பித்ததிலிருந்தே அது, சிரமமானதொரு விஷயமென்று அனைவரும் அதைப் புரிந்துகொள்ள ஆயத்தமாயினர்.

"குறைவூக்கம் என்ற வார்த்தை இன்றைய நாகரிக உலகத்தில் உருவாக்கப்பட்ட வார்த்தை. அக்காலங்களில் ஒருவரை ஒருவர் மறைவாக குறைத்து மதிப்பிட்டனர். அப்படிச் செய்துகொள்வதில் அவர்களுக்கு ஒருவித ஆனந்தம் இருந்தது. அதை அக்காலங்களில் அவதூறு சொல்லுதல் என்பார்கள்." அமைதியாக அரங்கைப் பார்த்தார் குப்தா. எல்லோர் முகத்திலும் 'அதில் ஆனந்தம் இருக்க முடியுமா?' என்றகேள்வி.

குப்தா தொடர்ந்தார். "புறம்கூறல், இல்லாததும் பொல்லாததும் சொல்லுதல், போட்டுக்கொடுத்தல், வதந்தி பரப்புதல், வத்தி வைத்தல்..."

"என்ன பட்டியல் இது?" தலைவர் இடைமறித்தார்.

"இப்படியெல்லாம் அதைச் சொல்லுவார்கள். நான் சிறுவயதாக இருக்கும்போது, என் தாத்தா இந்த வார்த்தைகளைப் பிரயோகித்ததைக் கேட்டிருக்கிறேன்.என் மனதில் இன்றும் அவை

பசுமையாக இருக்கின்றன. ஆனால், இப்படிச் சொல்வதால் என்ன நன்மை என்று என்னாலும் விளங்கிக் கொள்ள முடியவில்லை. அக்காலத்தில், கிறிஸ்து என்பவரை முன்னிறுத்தியும் திருவள்ளுவர் என்பவரை முன்னிறுத்தியும் இன்னும் சிலருடைய பெயரிலும் ஆண்டுகள் கணக்கிடப்பட்டன. அவர்கள் கணக்குப்படி ஏறத்தாழ கி.பி 2200 வரை இது புழக்கத்தில் இருந்திருக்கிறது. என் தாத்தாவுக்கே அவை சொல்லக் கேள்விதான். அவர் அவற்றைப் பிரயோகித்தவராகத் தெரியவில்லை. அப்படி, ஒருவரை ஒருவர் குறை சொல்லிக்கொண்டு, அதனால் ஏற்பட்ட விரோதத்தால் அவதியுற்றுவந்தனர்."

"முதலில், அதில் ஆனந்தம் இருந்ததாகக் கூறினீர்கள் குப்தா" என்று ஞாபகப்படுத்தினார் ஒரு சீன அறிஞர்.

"அதைப் புரிந்துகொள்வதில் சிரமம் இருக்கிறது. இப்படிப் புறம்கூறுவதால் ஆரம்பத்தில் காரணமற்ற மகிழ்ச்சியும், பிறகு அதனால் இருவருக்குள்ளும் மன வருத்தமும், தொடர்ச்சியாக விரோதமும் ஏற்பட்டிருக்கிறது."

"புறங்கூறுவதால் ஏதேனும் சம்பந்தப்பட்ட நபருக்கு ஆதாயம் இருந்ததா?" என்றார் சிலி நாட்டு தொல்லியலாளர்.

"ஆதாயம் இருக்க வேண்டும் என்ற அவசியமில்லை. ஆதாயம் கிடைத்தால் கூடுதல் உற்சாகத்தோடு செயல்படுவார்கள்."

"நம்பவே முடியவில்லை. ஆதாயம் இல்லாமலும் இதைச் செய்வார்களா? ஏதாவது உதாரணம் சொல்ல முடியுமா?"

"உதாரணம் சொல்லுகிற அளவுக்கு எனக்கு விவரம் போதாது. யூகத்தின் அடிப்படையில் சொல்வதென்றால்... ஒருவர், ஒரு குறிப்பிட்ட வேலைக்கு லாயக்கானவரா என்று இன்னொருவரிடம் அபிப்ராயம் கேட்டால், "அவனுக்கு என்ன தெரியும். மண்ணாங்கட்டியும் அவனும் ஒன்றுதான். பல சந்தர்ப்பங்களில் அவன் மேலதிகாரியிடம் அவமானப்பட்டதை நான் பார்த்திருக்கிறேன்' என்று தீர்மானமாகச் சொல்லிவிடுவார்கள். ஆனால், அவன் அந்த வேலைக்கு மிகவும் பொருத்தமானவனாக இருப்பான். மேலதிகாரிகளும் அவன்மீது மிகுந்த மரியாதை வைத்திருப்பார்கள். ஆனால், மாற்றிச் சொல்லிவிடுவார்கள். அந்தப் பதவியைத் தான் அடைய வேண்டும் என்ற எண்ணமோ, அதற்கான தகுதியோ இல்லாதவரும் அப்படி அபிப்ராயம் சொல்லும் நடைமுறை இருந்தது."

"உண்மைக்கு மாறானதைச் சொல்வார்கள். அப்படித்தானே? அதாவது, அந்தக் காலத்தில் பொய் என்று ஒரு வார்த்தை உண்டே...."

தமிழ்மகன் | 59

“சரியாகச் சொன்னால் பொய்தான். ஆனால், பொய் என்பது பயத்தின் காரணமாக ஏற்பட்டது. அதிகாரியின் திட்டுகளில் இருந்து, கணவரின் திட்டுகளில் இருந்து தப்பிப்பதற்காகச் சொல்லப்படுவது. ஆனால், இந்தப் பொய்யில் மன மகிழ்ச்சி ஏற்பட்டதாகத் தெரிகிறது. ஒருவரைப் பற்றி மிகையாகவோ, முற்றிலும் மாறாகவோ சம்பந்தப்பட்ட நபர் இல்லாத நேரத்தில் அவரைப்பற்றி அப்படிச் சொல்லியிருக்கிறார்கள்” இரண்டுக்குமான வித்தியாசத்தை ஓரளவுக்கு விளக்கினார் குப்தா.

அரங்கமே சிரிப்பலையில் அதிர்ந்தது. “சம்பந்தப்பட்ட நபர் இருக்கும் நேரத்தில் எப்படி நடந்து கொள்வாராம்?” சிரிப்பினிடையே கேள்வியைப் போட்டார் தலைவர்.

“குறைகூறிய அதே நபர், யாரைக் குறையாகக் கூறினாரோ அவரை வலிய அழைத்து, ‘என்னிடம் இப்படி உங்களைப் பற்றி அபிப்பராயம் கேட்டார்கள். நானும் நீங்கள்தான் உலகிலேயே திறமைசாலி என்று சொன்னேன். அந்தப் பதவி நிச்சயம் உங்களுக்குத்தான்’ என்று ரகசியமாகவும் பெருமையாகவும் சொல்லுவார்கள்.”

“குப்தா, இத்துடன் உங்கள் கற்பனையை நிறுத்திக்கொள்ளுங்கள். எங்களுக்கெல்லாம் சிரித்து சிரித்து வயிறு புண்ணாகிவிட்டது. புறம்கூறும் மனிதன் இப்படி இரண்டுவிதமான மனநிலையில் எவ்வளவு சிரமப்பட்டிருப்பான். புறம் பேசப்பட்டதால் பாதிக்கப்பட்டவனைவிட, புறம்கூறியவனை நினைத்தால்தான் எனக்குப் பரிதாபமாக இருக்கிறது. எதற்காக வன்மமும் போரும் ஏற்பட்டது என்ற நம் ஆராய்ச்சி இவ்வளவு கேலிக்கூத்தாக முடியும் என்று யாரும் எதிர்பார்க்கவேயில்லை” என்றார் தலைவர். அவர் சொல்வது போல எல்லோர் மனவோட்ட மானிகளும் ஆயிரம் மகிழ்ச்சிப் புள்ளிகளைத் தாண்டியிருந்தன. மிகவும் வேடிக்கையான ஆராய்ச்சியாக இருப்பதால், இதை இத்துடன் முடித்துக்கொள்ளலாம் என்ற கருத்துக்கு 100 சதவிகித வாக்கு விழுந்ததால், கூட்டத்தை அத்துடன் கலைத்துவிட்டு எழுந்தனர்.

தூரத்தில் இருக்கும் ஒருவரை உபயோகமற்றவர், மண்ணாங்கட்டி என்று அபிப்ராயம் சொல்வதும், கிட்டே வந்ததும் திறமைசாலி, புத்திசாலி என்பதுமான விளையாட்டை தன் பேரக் குழந்தைகளுக்கு கற்றுத்தந்து மன மகிழ்ச்சி ஏற்படுத்தப்போவதாகச் சொல்லிக்கொண்டிருந்தார் முப்பாட்டோ.

குப்தாவுக்கு அது விளையாட்டான விஷயமாகத் தெரியவில்லை. குழந்தைகள் நெஞ்சில் நஞ்சை விதைப்பதாகத் தெரிந்தது.

வார்த்தை 2008

பழையன புகுதலும்

வாக்கியத்தின் குறுக்கே துருத்திக்கொண்டிருந்த வார்த்தை மாதிரி இருந்தது அவரைப் பற்றிய ஞாபகம். ஒரு வார்த்தையை ஆதாரமாக வைத்துக் கொண்டு, வாக்கியத்தையே மாற்றியமைப்பதில்லையா சில சமயம்? எல்லாவற்றையும்விட, முக்கியமாக அவரையே நினைத்துக் கொண்டிருக்கிறேன். ஸ்பென்ஸர் ப்ளாஸாவில் சறுக்கு மாடிப்படியில் ஏறிக் கொண்டிருந்தபோது, எதிர்ப்புறம் இறங்கிக்கொண்டிருந்தார் அவர். எங்கோ பார்த்தமாதிரி இருக்கிறதே என்று நான் பார்த்தபோதே... அவர் என்னைப் பார்த்த பார்வையிலும் அதே தவிப்பை அவதானித்தேன். நாங்கள் இருவரும் நின்று நிதானித்து ஞாபகப்படுத்திக்கொண்டு புன்னகைக்கும் நேரம் வரை பொறுத்திருக்கவில்லை வழுக்கிச் செல்லும் படிக்கட்டு. அவர் ஒரு முனையிலும் நான் ஒரு முனையிலுமாக எதிரெதிர் திசையில் சேர்க்கப்பட்டோம்.

அவர் போயேவிட்டார், கடைசி வரை திரும்பிப் பார்த்தவாறே.

யாராக இருக்கக்கூடும் அவர்?

ஏறிய முன்னெற்றியும் புருவத்தின் மேல் இருந்த தழும்பும் சட்டென ஒரு பரிச்சயத்தை நினைவுபடுத்தியது.

ரொம்பப் பழகினவர்தான். ஆனால், பார்த்து ரொம்பநாள் ஆகிவிட்ட ஆசாமி என்பதைப் புரிந்துகொள்ள முடிந்தது. நின்று கேட்டுவிட்டிருக்கலாம் என்ற தவிப்பு, நேரத்தோடு சேர்ந்து அதிகரித்துக்கொண்டிருந்தது.

வாங்கிய மறுநாளே பழுதாகிப்போய்விட்ட என் செல்பேசியைத் திருப்பிக் கொடுத்து, புதிய ஒன்றை வாங்கிச்செல்வதற்காக நான் வந்திருந்தேன்.

விலை உயர்ந்த செல்பேசி. ஆனால், கடைக்காரன் அதை எடுத்துக்கொண்டு வேறு ஒன்றைத் தர சம்மதிக்கவில்லை. கொடுத்துவிட்டுச் செல்லுமாறும் பழுதுபார்த்துத் தருவதாகவும் சொன்னான். சுளையாக 10,000 ரூபாயை வாங்கிக்கொண்டு இப்படி அலைய வைப்பதைக் குறித்து ஒரு மூச்சு அழுதுவிட்டு, ஓடிடும் மாடிப்படியில் இறங்கி வந்தபோது... அவரைப் பற்றிய ஞாபகம் காந்தப் புலத்துக்குள் வந்துவிட்ட குண்டூசி மாதிரி வந்து ஒட்டிக் கொண்டது. எனக்கும் அவரை ஞாபகப்படுத்திக்கொள்ள வேண்டும் என்ற ஆசை பிரதானமாக இருந்தது. இன்று நான் செய்வதாக இருந்த மற்ற வேலைகளுடனோ, தேவைப்பட்டால் அவற்றையெல்லாம் நிறுத்திவிட்டோ அவரைக் கண்டுபிடிக்கலாம் என்று ஆசைப்பட்டேன். எனக்கு இன்று ஓய்வுநாள்தான். அவரைக் கண்டுபிடிப்பது பயனுள்ள வேலையாக இருக்கக்கூடும்.

அப்புசெட்டியார் பள்ளிக்கூடத்தில் ஆறாம் வகுப்பு சேர்ந்ததிலிருந்து அத்தனை வகுப்புத் தோழர்களையும் யோசித்துப்பார்த்தேன்.

ராஜேந்திரன், திருமூர்த்தி, வாசுதேவன், சங்கர், சேகர், கண்ணன் வாத்தியார் என்று நினைவு, பால்ய ஞாபகங்களாக மாறிக்கொண்டிருந்த நேரத்தில், நானே வலுக்கட்டாயமாக அந்த ஞாபகங்களிலிருந்து விடுவித்துக்கொண்டேன். நிச்சயம் பள்ளித் தோழராக இருக்கமுடியாது. கடைசியாக வேலைபார்த்த நிறுவனத்தில் பணியாற்றியவராக இருக்கலாம் எனப் பலரையும் நினைவுபடுத்திப் பார்த்தேன். சுத்தம். அவர் யாரிடமும் ஒப்பிடமுடியாமல் நழுவிக்கொண்டிருந்தார். எனக்கு அவரைக் கண்டுபிடிக்கிற ஆர்வம் மெல்ல மெல்ல சவாலாக மாறிக்கொண்டிருந்தது.

தொண்டைக்குள் மாட்டிக்கொண்ட மீன் முள்ளாக, பல்லிடுக்கில் திக்கிக் கொண்ட மாம்பழ நாராக என்னை வேறு சிந்திக்கவிடாமல் தன் வசமாக்கிக் கொண்டார்.

வாழ்க்கையில் எதிர்பட்ட மனிதர்கள் அனைவரையும் வேகமாக ஓட்டிப் பார்த்தேன். கல்லூரி, வேலைபார்த்த இடம், வேலை தேடிய இடம், வாய்த்த அதிகாரிகள், பால் பூத் வரிசையில் நிற்கையில் பழக்கமானவர்கள், சக பயணிகள், கம்பெனி வாசல் டீக்கடைக்காரன், உறவினர்கள், கல்யாணம் - கருமாதி சடங்குகளில் பார்த்தவர்கள், சினிமா தியேட்டரில் வம்பு சண்டை செய்தவன், அவசரத்துக்கு ஸ்கூட்டரில் லிஃப்ட் கொடுத்தவன் , நண்பர்கள், விரோதிகள், துரோகிகள்... அட! அடப்பாவி... அவனா?

அடக் கொடுமையே... வாழ்க்கையில், ‘உன்னை செத்தாலும் நினைத்துப்பார்க்க மாட்டேன்’ என்று யாரைப் பார்த்துச் சொன்னோமோ அவனா? தண்டையார் பேட்டையில் இருக்கும்போது, ஒரு சலூனில் சவரம் செய்துகொள்வதற்காக

வந்திருந்த நாங்கள் இருவரும் அவசரத் தேவை நண்பர்களானோம். சவரம் செய்துகொண்டு எழுந்தபோது, பாக்கெட்டில் சுத்தமாகக் காசே இல்லை. வேறு சட்டையை மாற்றிப் போட்டுக்கொண்டு வந்தது தெரிந்து, ஒருமாதிரி தட்டுத் தடுமாறி கடைக்காரரிடம் விஷயத்தைச் சொன்னேன். கடைக்காரன் என்னை ஏற இறங்கப் பார்த்துவிட்டு, நம்பலாம்தான் என்று முடிவெடுப்பதற்குள் அடுத்து சவர நாற்காலியில் துண்டைத் தட்டிவிட்டு உட்கார்ந்தவாறே, "பரவால்ல சார்... நான் குடுத்திர்றேன். அடுத்த தடவை கொடுங்க" என்று அறிமுகமாகி, நாளாவட்டத்தில் ரியல் எஸ்டேட் பிஸினஸ் செய்யும் அவர் என் பூர்வீக வீட்டை விற்றுத்தர முயற்சி எடுத்துக்கொண்டதும் ஜிவ்வென்று ஒரு நொடியில் ஓடியது.

ஞாபக மணல், விரலிடுக்கில் நழுவிக்கொண்டிருந்தது.

என் தங்கைக்குத் திருமண ஏற்பாடு. உமாவுக்கு முடிந்த கையோடு எனக்கு என்று பேச்சு. வீட்டை விற்றுத்தான் எல்லா ஏற்பாடும் செய்ய வேண்டியிருந்தது. காமராஜ் கூட்டிவந்த பார்ட்டிக்கு வீட்டைப் பிடித்துப் போனது. வருகிற புதன்கிழமை ஒரு லட்சம் அட்வான்ஸ் தந்துவிடுவதாகவும். அடுத்த இரண்டு மாதத்தில் கிரயம் செய்வதாகவும் சொல்லிவிட்டுப் போய்விட்டார். கல்யாணப் பத்திரிகை அச்சடித்தவனுக்கு ஆரம்பித்து 20 பவுன் நகை, கட்டில், பீரோ, வீட்டுச் சாமான்கள் எல்லாம் வீட்டைவிற்றால்தான். கல்யாணச் செலவுக்கு ஒரு லட்ச ரூபாய் போக, மீதி 3 லட்சம் கையில் நிற்கும். மீதி பணத்தை பாங்கில் ஃபிக்ஸட் டெபாஸிட் போட்டு வைத்துவிடலாம் என்பது தாத்தாவின் திட்டம். நகையாக வாங்கி வைத்தால் பின்னாடி விற்றுக்கொள்ளலாம் என்பது அம்மா சொன்னது. ஏதாவது கடை வைக்கலாம் என்பது எனக்குத் தோன்றிய யோசனை.

"கன்ஸ்ட்ரக்ஷன்ல போட்டீங்கன்னா மூணே மாசத்தில டபுளாக்கிடலாம்" என்றான் காமராஜ். சவரக்கடையில் கேட்காமலேயே ஐந்து ரூபாயை எடுத்துக் கொடுத்து, காலத்தினால் செய்த உதவியை நினைத்துப்பார்த்தேன்.

"மீதி 3 லட்சத்தில கொளத்தூர் பக்கமா ஒரு இடம் வாங்கி வீடுகட்டி வித்தோம்னா, ரெண்டு பங்கா லாபம் கிடைக்கும். அரை கிரவுண்டு... ஒண்ணரை லட்சம், வீடுகட்றதுக்கு ஒரு ஒண்ணரை லட்சம்... ஏன் ரெண்டே முக்கால்லயே முடிச்சிர்லாம். அரை கிரவுண்டு வீடு இப்போ, தாராளமா அஞ்சரை ஆறு போகுது. வெரட்டி வேலைய முடிச்சா, மூணுமாசத்துல வீட்ட எறக்கிடலாம்."

திட்டம் சரியாகத்தான் இருந்தது.

இரண்டு பங்கு லாபம் வேண்டாம். 50,000 அதிகமாகக் கிடைத்தாலும் லாபம்தானே? 3 லட்சம் லாபம் கிடைக்கும் என்று

சொல்லும் இடத்தில் அம்பதாயிரமாவது நிச்சயம். கிடைக்கும் என்று சொன்ன லாபத்தில் ஆறில் ஒரு பங்கு. பெரிய மனுஷன் பெயரை வைத்திருக்கிறான். சொன்னபடி நடந்து கொள்வான் என்றும் தோன்றியது. நல்ல உழைப்பாளி. நம்பகமான ஆள். போதாதா?

"சரி. ஜாக்கிரதையா இறங்கணும்."

"நம்பி பணம் குடுக்கிறீங்க. நீங்க சொல்லணுமா?"

"எனக்கு 3 லட்சம்கூட வேணாங்க. 50,000 போதும்."

சிரித்தான்.

" 50,000 போதுமா?... சரி, நான் ஒரு 50,000 போட்டு ஒரு லட்சமா தர்றேன். மீதி 2 லட்சம் எனக்கு போதுமா" மறுபடி சிரித்தான். நான் போதும் என்று தலையாட்டினேன். "என்ன சார், இந்தக் காலத்தில இப்படி இருக்கீங்க? டீல் படி உங்களுக்கு 2 லட்சம், எனக்கு ஒரு லட்சம் சார். இப்படித்தான் எல்லாருக்கும் பண்றேன்."

"இப்படி நிறைய கட்டி வித்திருக்கீங்களா?"

"பழனி ஆண்டவர் கோயில் தெருவுல சீனிவாசன் தெரியுமா..? அட, முன்னாடி கவுன்ஸிலரா இருந்தாரே? விபூதி பட்டை... குங்குமம்..."

அவன் குறிப்பிட்டவர் யாரென்று எனக்குத் தெரியவில்லை.

"அது பரவால்லங்க. மூணு மாசத்துல பணம் திரும்பிடுமா? ஏன்னா வீட்ல சமாளிக்க முடியாது."

"சார் கல்யாண செலவைப் பாருங்க. மீதி பாங்க்ல இருக்கிற மாதிரி என்கிட்ட இருக்கட்டும். பிக்ஸட்ல போட்டா மூவாயிரம்கூட குடுக்க மாட்டான். நான் ரெண்டு லட்சம் தர்றேன் போதுமா? வாங்கிற இடத்தை உங்க மேலேயே 'பவர்' பண்ணிக்கோங்க. வீடுகட்டும்போது, கூட இருந்து வேலை செய்றவனுங்களுக்குப் பணம் செட்டில் பண்ணுங்க.. யாராவது ஏமாத்திட முடியுமா? வீடு உங்க பேர்ல இருக்கு. பணமும் உங்ககிட்ட இருக்கு. நான் ஓடி ஆடி லாபம் சம்பாதிச்சுத் தரப்போறேன். அதுக்கு ஒரு பங்கு கூலி . பணம் போட்ட உங்களுக்கு ரெண்டு பங்கு லாபம்."

பேச்சுக்காக ஒரு சந்தேகம் கிளப்பலாம் என்றால்கூட வாய்ப்பே தரவில்லை.

"கண்டிப்பா சேர்ந்து பண்ணுவம் சார்."

மூன்றே மாதத்தில் விற்றவீட்டைவிட, பெரியவீடாக வாங்கிவிடவேண்டும் என்று மனதில் ஒரு அவசர சவால்.

வீட்டில் போய் விஷயத்தைச் சொன்னபோது, யாரும் ரசித்ததாகத் தெரியவில்லை.

"ஏண்டா... மூணு லட்சத்துக்கு வீட்டை முடிச்சுட்டு ஆறுலட்சம்னு சொன்னா வாங்கிறவன் என்ன இளிச்சவாயனாடா? வாங்கிறவன் அங்க மனை விலை என்னா, கட்டுமானத்துக்கு எவ்வளோ புடிக்கும்னு கணக்கு போடமாட்டானா? எல்லாரும் கால்குலேட்டர் வெச்சிருக்கான்டா உன்னாட்டம். அப்பிடியே எவனோ ஆறுலட்சம் குடுத்தாலும், அப்பிடி விக்கிறதுதான் நியாயமா?" என்றார் தாத்தா.

காமராஜைப்போய் சந்தேகிக்கிறார்களே என்று வருத்தமாக இருந்தது.

"ஆறு லட்சம் இல்லைனாலும் அம்பதாயிரம் கிடைச்சாலும் லாபம் தானே?" என் ஆசையை வெளியிட்டேன்.

"அதெல்லாம் வேண்டாம்பா" சின்னதாக மறுத்தார் அம்மா.

அப்பா எதுவும் பேசவில்லையென்றாலும், வில்லிவாக்கத்தில் புது வீடு மூன்று லட்சத்தில் விலைக்கு வருவதாகச் சொல்லி, அதற்கான வில்லங்க சான்றிதழ் வாங்கும் வேலையில் இறங்கினார் அடுத்த நாளே. தாத்தாவுக்கு வில்லிவாக்கம் வீடு முழு சம்மதம். "மூணு மாசத்தில் வில்லிவாக்கத்தில் வாங்கிப்போடுகிற வீடே அம்பதாயிரம் விலை ஏறிடும். நீ போட்ட கணக்குப்படி" என்றார் தாத்தா என்னிடம் கண் சிமிட்டி.

விஷயத்தைச் சொல்லிவிட இரண்டு நாள்களாக காமராஜைத் தேடினேன்.

ஆள் அகப்படவில்லை. மூன்றாம்நாள் பார்த்தபோது, "செந்தில் நகர்ல கார்னர் ப்ளாட் முக்கா கிரவுண்ட் விலைக்கு வருது. ரொம்ப சீப்பா பேசி முடிச்சிருக்கேன். ரெண்டு ரூபா. கார்னர் ப்ளாட் வீடுனா ஏழு ரூபாய்க்கு கண்ணை மூடிக்கிட்டு வாங்குவான்" கண்களில் பெருமிதம் பூரிக்கச் சொன்னான் காமராஜ்.

எப்படி விஷயத்தை உடைப்பதென்று புரியவில்லை. இவ்வளவு சொன்ன பிறகும் நான் மௌனமாக இருப்பது அவனுக்கே உறைத்திருக்க வேண்டும்.

"என்ன யோசிக்கிறீங்க? எதுவா இருந்தாலும் சொல்லுங்க" என்றான்.

சொன்னேன்.

கையை முதுகுக்குப் பின்னால் இறுக்கிக்கட்டிக்கொண்டு வானத்தை அண்ணாந்து பார்த்து மூச்சை இழுத்துவிட்டான். கால்கள் விரைத்து அகட்டி நின்றான். மனுஷன் முறுக்கிக்கொண்டான் என்பதைக் கண்கூடாகப் பார்த்தேன். எல்லாவற்றையும் சொன்னபிறகும், "சரி. எனக்கின்னா சொல்றே?" என்று பிரத்யேகமாகக் கேட்டான். அழுத்தம் திருத்தமாக ஒருமுறை கேட்டுக்கொள்வதைப் போல.

தமிழ்மகன் | 65

"அதான் சொல்லிட்டனே..."

"சரி. நீ போ." திடீரென அவன் ஒருமையில் விளித்தது ஒரு மாதிரியாக இருந்தது. "அப்ப புதன்கிழமை அட்வான்ஸ் கொடுக்க காலைல ஒம்போது மணிக்கு வரேன்னு சொல்லியிருக்காங்க. வந்துருவீங்களா?"

நான் இல்லாத பக்கமாகத் திரும்பிக்கொண்டு தலையசைத்தான். வருகிறவர்களுக்கு கேசரியும் காபியும் செய்வதாக ஏற்பாடு. நடுவீட்டுத் தரையில் பெரிதாக துப்பட்டா விரித்து, சாமி படத்துக்கு விளக்கேற்றி வைத்திருந்தாள் உமா. என்னென்ன டிசைனில் என்னென்ன நகைகள் வாங்க வேண்டும் என்று அவளுக்குக் கனவு.

அட்வான்ஸ் கொடுக்க வருகிறவர், வரும்போது சாப்பிட்டுக் கொள்வதாக தாத்தாவும் அப்பாவும் சொல்லிவிட்டதால், எல்லோரும் அதே முடிவைப் பின்பற்றினோம். காமராஜ் கோபத்தில் வராமல் இருந்துவிடுவான் என்று பார்த்தேன். சரியாக எட்டரைக்கெல்லாம் வந்துவிட்டான்.

ஒரு லட்சம் என்பது சேர்ந்தாற்போல பார்த்ததில்லை யாரும். 10 நூறு ரூபாய் கட்டுகள். சின்ன ப்ரீஃப்கேஸில் ஒருமுறை அடுக்கிப்பார்க்க வேண்டும். அப்படியாக சினிமாவில் பார்த்தது. "ஐநூர் ரூபாயா இருந்தா ரெண்டே கட்டுதான்" என்று உமா சொன்னபோது, அப்படியெல்லாம் ஆகிவிடக்கூடாது என்று மனதுக்குள் விரும்பினேன்.

பட்டுப்புடவை பத்தாயிரத்துக்கு குறையக்கூடாது என்பது சம்பந்தி வீட்டாரின் வேண்டுகோள். அவர்கள் குடும்பத்தில் முதல் இரண்டு மருமகளும்கூட அப்படித்தான் அணிந்து வந்தார்களாம். அதில் அவ்வளவாக உடன்பாடு இல்லை போல உமா அலுத்துக்கொண்டாள். மருமகள் முறுக்கு. கல்யாண வீடு என்றால் இப்படியான இரு தரப்பு முறுக்கல்களுக்கும் பஞ்சம் இருக்காது. எப்படியோ கல்யாணம் முடிந்தால் அடிவயிற்று நெருப்பை இறக்கி வைத்துவிடலாம் என்ற திருப்தி அம்மாவுக்கு.

ஒன்பதரை ஆகி, பத்தை நெருங்கிக்கொண்டிருந்தது. காமராஜைப் பார்த்து தாத்தா கேட்டார். "வந்துருவாங்கல்ல?"

"போன் பண்ணி பார்க்றேன்" என்றேன்.

"நீ சாப்பிட்றேம்பா..." என அம்மா காமராஜை வேண்ட, "எல்லாரும் வந்திடட்டும்" என்று எழுந்தான். நானும் எழுந்து "போன் பண்ணிட்டு வந்திட்றேன்" என்றபடி வெளியே வந்தேன்.

போன் போட்டதும் யாரோ பெண்மணி எடுத்தார். "அப்சல் சார் இல்லீங்களா?"

"வெளியே போயிருக்காரு."

வைத்துவிடப் போகிறார்கள் என்ற அவசரத்தில், "ஒரு நிமிஷங்க. தண்டையார் பேட்டையில இருந்து பேசறேன். எங்க வீட்டை வாங்கறதுக்கு அட்வான்ஸ் கொடுக்க வர்றேன்னாரு..."

"அவர் திருத்தணிக்கில்ல போயிருக்காரு.."

"இல்லங்க.. ஒம்போது மணிக்கு இங்க வர்றேன்னு சொல்லியிருக்காரு. வீட்ல சரியா கேட்டுச் சொல்லுங்க. எல்லாரும் வெயிட் பண்றோம்."

"நேத்துஅப்படித்தான் சொல்லிக்கிட்டிருந்தாரு. அப்புறம் அதில ஏதோ மாத்தமாயிடுச்சுன்னு சொல்லிட்டுப்போனாரு."

"இல்லங்க. இது..."

"நீங்க மீடியேட்டர் ராமுகிட்ட பேசுங்க..."

"நம்பர் இருக்குங்களா?"

குறித்துக்கொண்டேன்.

அடுத்து, ராமு நம்பரை அழுத்துவதற்கு முன் காமராஜைப் பார்த்தேன். "இன்னா கேன்சலாமா?" என்றான் சந்தோஷமாக.

"ஏன் இப்படி சொல்றாங்கன்னு புரியலையே..."

இவன் எதுக்கு இவ்வளவு சந்தோஷமாகக் கேட்கிறான். கேசரி செய்து வைத்துவிட்டு சாப்பிடாமல் காத்திருப்பவர்களுக்கு என்ன பதில் சொல்வது?

"சரி. நாளைக்கு நேர்ல போய் பேசிக்கலாம் விடு." புன்னகை மாறாமல் சொன்னான்.

"இல்ல. மீடியேட்டர் ராமு நம்பர் கொடுத்திருக்காங்க. பேசிப் பார்க்கலாம்."

"அவன் யார்யா குறுக்க. வுடு நாளைக்கு காலைல முடிச்சிர்லாம்" காமராஜ் காத்திருந்தவன் மாதிரி, சொன்னதையே சொன்னான்.

நான் அவசரமாக ராமுவின் எண்ணைச் சுழற்றினேன். ரிஸீவரைப் பிடுங்கி வைப்பதில் அவசரமாக இருந்தான் காமராஜ். "நாளைக்குப் பாத்துடுவோம்."

"ஹலோ... ராமு சாருங்களா? நான் தண்டையார் பேட்டைல இருந்து பேசறன் சார்... அப்சல் சார் இன்னைக்கு அட்வான்ஸ் தர்றேன்னு சொன்னாரு. எல்லாரும் வெயிட் பண்றோம்..."

"இன்னாய்யா விளையாட்றியா? என்னமோ நேத்து ஆளனுப்பி இப்ப வீட்டை விக்றதா இல்லனு சொன்னியாமே?"

“ஸார்... நான் ஏன் சார் அப்படிச் சொல்றேன். பெரியவங்கள்லாம் வெயிட் பண்றாங்க சார். அப்படி சொல்லியிருந்தா வெயிட் பண்ணிக்கிட்டு இருப்பமா சார்?”

“காமராஜ்தான் வந்து சொன்னாருப்பா. முதல்ல விக்கிறதா இல்லனு சொன்னாரு... அப்புறம் 5 லட்சம் தந்தாதான் கொடுக்க முடியும்னு சொன்னதா சொன்னாரு... அப்புறம் அவரே அந்த வூடு அந்த வெல போகாதுனு சொல்றாரு, நான் சொன்னேன்னு சொல்லிடாதீங்கன்றாரு... “நீ யார் பக்கம் பேசறே எழுந்து வெளிய போ’னு அனுப்பிட்டோம். இந்த டீலிங்கே வேணாம்னு திருத்தணில ஒரு மாந்தோப்பு வாங்கறதுக்குப் போயிட்டாரு.” தேவையில்லாமல் விளக்கம் கொடுத்துக்கொண்டிருப்பதாக நினைத்தானோ, என்னவோ துண்டித்துவிட்டான்.

“ரிஸீவரை இப்படி மூட்டை மேல வெச்சுட்டுப்போறியே... அதனாலதான் நான் யாருக்கும் போன் தர்றதில்ல” மளிகைக் கடை நாடார் சத்தம் போட்டதும்தான் ரிஸீவரை ஒழுங்காக வைத்தேன். சூழ்நிலைக்குப் பொருந்தாத புன் சிரிப்புடன் நின்றுகொண்டிருந்தான் காமராஜ். அவனே சொல்லட்டும் என்பதுபோல விரக்தியாக நின்றிருந்தேன். ஒருவேளை வந்து அட்வான்ஸ் கொடுத்துவிடுவார்களோ என்ற சந்தேகம் இருந்ததால்தான் வந்ததாகச் சொன்னான்.

“கொட்டினாத்தான் தேளு... இல்லாட்டி புள்ளபூச்சிதான். அதான் கொட்டினேன்” என்று ஏதோ ஆரம்பித்தான். புள்ள பூச்சி என்றால் என்னவென்று அப்போது நான் அறிந்திருக்கவில்லை. தேள் தெரியும். ‘கொட்டிவிட்டேன்’ என்று சொல்வது புரிந்தது.

அவனை ஞாபகப்படுத்துவதற்காக நான் பட்ட அவஸ்தையைவிட மறப்பதற்கு பல மடங்கு பிரயத்தனத்தனப்பட வேண்டியிருக்கிறது இப்போது.

ஆனந்த விகடன் தீபாவளி மலர், 2007

அம்மை

"நம்ம ஸ்கூல்லதான் படிச்சீங்களாமே...சொன்னாங்க" என்றார் தலைமை ஆசிரியர்.

நான் சிரித்துக்கொண்டேன். "ஆமா... டென்த் பப்ளிக் எக்ஸாம் வர்றதுக்கு ஒரு வாரம் முன்னாடி நின்னுட்டேன்" அதை உறுதிப்படுத்துவது மாதிரி சொல்லிச் சிரித்தேன்.

"என்ன, அம்மை போட்டுடுச்சா?" தலைமையாசிரியர்களுக்கு யார், யார் எதற்கு விடுமுறை எடுப்பார்கள் என்பதில் ஒரு தீர்மானம் இருக்கத்தான் செய்தது.

"நின்னுட்டேன். மறுபடியும் இங்க வருவேன்னு நினைச்சுக்கூட பார்க்கல."

"என்ன கருணாகரன் ஸார். எவ்ளோ பெரிய பிஸினஸ்மேன் நீங்க? இவ்வளவு சாதாரணமா நின்னுட்டேன்னு சொல்லிட்டீங்களே... படிச்சிருந்தா இன்னும் பெரிய ஆளா ஆகியிருப்பீங்களே."

"அப்படியெல்லாம் இல்ல சார்... என்னமோ எனக்கு அப்படி ஒரு வைராக்கியம். சொல்லப்போனா, படிக்காம போனதாலதான் இந்த பிசினஸ் எல்லாம்."

தலைமையாசிரியருக்கு அதற்கு மேல் அதை விசாரிப்பது நாகரிகமில்லை என்று தோன்றியது. தண்ணீர் டாங்க் புதுப்பித்தல் சம்பந்தமான கான்ட்ராக்ட் எடுத்தவிதத்தில் செக் வந்திருந்தது. அதைக் கொடுப்பதற்குத்தான் நேரில் அழைத்திருந்தார் தலைமையாசிரியர்.

செக்கை வாங்கிக்கொண்டு, "ஹெட் மாஸ்டர்னா எனக்கு இப்பகூட பயம் சார்" என்று சிரித்தேன்.

"பசங்களோட எதிர்காலம் நல்லா இருக்கணும்னுதான் கொஞ்சம் கெடுபிடியா இருக்கிறோம். என்ன எழுந்துட்டீங்க?"

“கிளம்பறேன். நிறைய வேலை இருக்கு..” வெள்ளை அரைக் கை கதர் சட்டை கசங்காமல் எழுந்தேன். அது, நான் சொன்ன பேச்சை கேட்பது போல இழுத்துவிட்ட இடத்தில் நின்றது. வாசல் வரை வந்து வழியனுப்பிவிட்டு தலைமையாசிரியர் உள்ளே போகவும், நான் தண்ணீர் தொட்டி வரை சென்று ஒரு பார்வை பார்த்தேன். உடற்பயிற்சி வகுப்பு மாணவர்கள், முன்பு போல கால்பந்தை இஷ்டம் போல உதைத்துக்கொண்டிருந்தனர். மாணவிகளில் சிலர், ஊதா தாவணியில் தண்ணீர் குழாய் அருகே மரத்தடியில் குழுமி இருந்தனர்.

பரீட்சைக்கு ஒரு வாரம் முன்பு நிற்பதற்கு அம்மை வருவது மட்டும்தான் காரணமாக இருக்க முடியுமா? உண்மையான வேறு காரணம் இருந்ததால், நீண்ட நாட்கள் கழித்து அதை நினைத்துப்பார்ப்பதற்கு சந்தர்ப்பமாகவும் அங்கேயே நின்று, பள்ளி வளாகத்தைப் பார்வையால் அளந்தேன். வறண்ட ஞாபகங்கள் துளிர்ப்பதுபோல இருந்தது. ‘டென்த் பி’ வந்ததும் கண்கள் அங்கேயே சற்று நின்றது. வகுப்பறை சுருங்கிவிட்டது மாதிரி இருந்தது. ஏன் மைதானமே சிறியதாகத்தான் தெரிந்தது இப்போது. மனக் கிணற்றில் மூடிபோட்டு மறைத்துவைத்திருந்த நினைவுகளை மெல்லத் திறந்தேன். அதைத் திறக்கும்போது, யாராவது பார்த்துவிடுவார்களோ என்ற அனிச்சை காரணமாகச் சுற்றிலும் பார்த்துக்கொண்டேன்.

கவனிப்பாரற்ற அமைதியும் புங்க மர நிழலும் அவருடைய நினைவுகளை வரவேற்றன. 20 ஆண்டுகளுக்கு முந்தைய மீனா, அவர் மனதில் ஊதா தாவணியோடு வந்து நின்றாள்.

“கர்ணா, நானும் உன்கூட வரட்டுமாடா?” புது சைக்கிள், புது காக்கி பேன்ட், புது பை... எனக்கே ஊரைக் கடப்பதற்கு வெட்கமாக இருந்தது. ஊருக்குள் புது ட்ரெஸ் போட்டுக்கொண்டு போவது வெட்கம் பிடுங்கித் தின்னும் விஷயம். அதிலும் பேன்ட் வேறு. யாருமில்லாத நேரமாகப் பார்த்து கடந்துவிட வேண்டும் என்று நினைத்துக் கொண்டிருந்தபோதுதான் மீனா இப்படிக் கேட்டாள். உச்சந்தலையில் போய் இடித்தது வெட்கம். மீனாவைப் பின்னால் உட்கார வைத்துக்கொண்டு போவதா? இத்தனைக்கும் அவள் ப்ளஸ் ஒன். பத்தாவதில் ஒரு சப்ஜெக்ட் ஃபெயிலாகி மீண்டும் எழுதி பாஸ் ஆகி, இப்போது ப்ளஸ் ஒன் சேர்ந்திருந்தாள். இரண்டு வயது மூத்தவள். அவளைப் பார்த்து வெட்கம் வரவேண்டியதில்லைதான்.

“பொட்டை பொண்ணு நடந்து கஷ்டப்படுது... சைக்கிள்லதான் கூட்டிக்கிட்டுப் போயேன்.”

அம்மாவின் அதட்டலான சிபாரிசால் உடனடியாகச் சம்மதித்துவிட்டேனே தவிர, பள்ளிக்குப் போகும்போதும்

வீட்டுக்குத் திரும்பும்போதும் அவளை எப்படிப் புறக்கணிப்பது என்பது சம்பந்தமாக தினமும் ஒரு மணிநேரம் நான் யோசிக்கவேண்டியிருந்தது. கடைசி பெல் அடித்ததுமே சைக்கிளை எடுத்துக்கொண்டு, பள்ளிக்குப் பின்னால் இருக்கிற வேலி வழியாக நுழைந்து, பின்பக்க வழியாக தப்பிச்சென்றும் பார்த்தேன். அவள், அடுத்த நாளில் இருந்து அந்தப் பக்கமாக வந்து நின்று,"ஏன் இந்தப் பக்கமா போறே?" என்றாள்.

நான் அவளைத் தவிர்ப்பது நிஜமாகவே அவளுக்குத் தெரிவில்லையா... நடிக்கிறாளா என்று தெரியவில்லை. ஆனால், தவிர்ப்பது தெரிந்தால் மனம் வருந்துவாளோ என்றும் இருந்தது. இப்படியாக, நான் மீனாவின் டிரைவராகிப் போனது, மாணவர்கள் மத்தியில் புயலைக் கிளப்பிவிட்டது.

கணேசன், "மீனாவ லவ்வடிக்கிறியா?" என்று நேராகவே விசாரித்தான்.

வெட்கம், புறக்கணிப்பு எல்லாம் மெல்ல மறைந்து, அவளைச் சுமந்து செல்வது எனக்குப் பெருமைக்குரிய விஷயமாக மாறியிருந்தது. சக மாணவர்களின் விபரீதமான கற்பனைகளுக்கு மேலும் வலு சேர்ப்பது போல என்னுடைய பையையும் அவளிடமே கொடுத்து, பின்னால் உட்கார வைத்தேன். சில நேரங்களில் ரொம்ப சகஜம் போல அப்படி இப்படி தொட்டுப் பேசுவதும்கூட நடந்தது.

வீட்டுக்கும் பள்ளிக்கும் சுமார் 4 கிலோ மீட்டர் தூரம் இருந்ததால், நடுவே கொய்யாப் பழம் வாங்கி உப்பு மிளகாய்த்தூள் தடவி சாப்பிட்டுவிட்டுப் போவதும்கூட சில நேரங்களில் தொடர்ந்தது.

ஒரு மழைநாளில் ஆளவரவமற்ற சாலையில் தெப்பலாக நனைந்து சைக்கிள் மிதித்துக்கொண்டிருந்தேன். பனஞ்சாலை. சாதாரணமாகவே அங்கு யாரும் தென்பட மாட்டார்கள். அவள், "ரொம்ப குளிருது கர்ணா" என்றபடி சட்டென்று முதுகின் மேல் சாய்ந்துகொண்டாள். காதல் மனது கொண்டவர்களுக்குத்தான் அதில் உள்ள உரிமையான உணர்வு புரியும். பூமி உருண்டையை நெம்புகோலும் இல்லாமல் புரட்டிப்போடும் தெம்பு வரும். இனம் புரிந்த ஒரு பரவசம் ஏற்பட்டு, மெல்லிய மின்சாரம் பாய்ந்த மனிதன் போல இருந்தேன்.

மாணவர்கள் கிண்டலடிப்பதை நான் விரும்ப ஆரம்பித்திருந்தேன். எல்லாமே மிக இயல்பாக மனதில் அரங்கேறியது. இதே மாதிரி மீனாவையும் அவளுடைய தோழிகள் கிண்டல் செய்வார்கள் என்றும், அவளும் அதைக் கேட்டு மகிழ்வாள் என்றும் நினைத்தேன். ஆனால், அவள் மனதைப் புரிந்து கொள்வது சவாலான விஷயமாக இருந்தது. தினமும் சைக்கிளில் சுமந்து செல்கிறேன் என்பதற்கான

பாசம் மட்டும்தானா அது என்ற கவலை எனக்கு இருந்தது. அவளை அத்தனை சுயநலமியாக யோசிக்கவும் மனசு வரவில்லை. காதல் வந்துவிட்டால் இப்படித்தானே?

அன்று பத்தாம் வகுப்பு ‘பி’ பிரிவில் ஆசிரியர் யாரும் வரவில்லை. ஆசிரியர் இல்லாத வகுப்பு என்றால் அதனுடைய உற்சாகத்துக்கு எல்லையே இருக்காதுதானே? சப்தம் பொறுக்கமுடியாமல், தலைமையாசிரியர் வந்து “இன்னும் பரீட்சைக்கு ஒரு வாரம்தான் இருக்கு. படிக்காம என்னடா இது சத்தம்.இது யார் வகுப்பு?” என்றார்.

முன் பெஞ்சில் நான்தானா அமர்ந்திருக்க வேண்டும்? தலைமையாசிரியரும் என்னைத்தானா கேட்க வேண்டும்.

“திருமூர்த்தி சார் வகுப்பு சார்”

“எங்கடா அவரு?”

“லேபுக்கு போய்ட்டு வர்றேன்னு சொன்னார் சார்.”

“போய் கூட்டிக்கிட்டு வாடா.”

நான்தான் ஓடினேன். “ப்ளஸ் டூ பசங்கள் மட்டும்தான் லேபுக்குள் வரலாம்’ என்பது எழுதப்படாத விதி. சாரை கூப்பிடுகிற அவசரத்தில் கதவை வேகமாகத் தள்ளினேன். கதவுக்கு மறுபக்கம் சட்டென திறந்துவிடாதபடி செங்கல் ஒன்று வைக்கப்பட்டிருந்தது.

ஆனால், நான் தள்ளிய வேகத்துக்கு அந்தச் செங்கல்லால் ஈடு கொடுக்க முடியவில்லை. சரக்கென்று திறந்துகொண்டது. லேப் யாருமில்லாமல் இருந்தது.

குடுவைகள் வைக்கப்பட்டிருந்த மேஜைக்கு மறுபக்கத்தில் இருந்து திருமூர்த்தி சார் எழுந்தார். ஆயாசமாகப் படுத்திருந்தார் போலும். என்னைப் பார்த்ததும் “எறுமைமாடே மெதுவா வரத்தெரியாது...” பேன்ட்டை சரி செய்தபடியே, அங்கே போட்டுவைத்திருந்த சட்டையை எடுத்து அவசரமாக மாட்டிக்கொண்டு, மூச்சிறைக்க ஓடிவந்தார். கொத்தாக என் சட்டையைப் பிடித்து இழுத்துக்கொண்டு வெளியே வந்தார். அங்கிருந்த புங்க மரத்தில் நுனிக் கிளையை உடைத்து, விளாசு விளாசு என்று விளாச ஆரம்பித்தார். எதற்காக அடிக்கிறார் என்று புரியவில்லை.

“சார்...சார்... ஹெட் மாஸ்டர் கூப்ட்டார் சார்” என்று அழுகையினூடே சொல்ல எத்தனித்தேன்.

“வாயைத் திறந்தே தொலைச்சுப்புடுவேன் தொலைச்சு” என மேலும் ஒரு டஜன் அடி விழுந்தது.

வகுப்பறை வரை இழுத்துக்கொண்டே வந்தார்.

ஓடியாந்த வேகத்தில "பியூரெட்டை உடைச்சிட்டு இருப்பான் சார்" திருமூர்த்தி சார் ஹெட் மாஸ்டரிடம் இப்படி சொன்னார்.

"சரி, சரி கிளாஸ பாருங்க" என்றபடி தலைமையாசிரியர் போய்விட்டார்.

"டேய், நீ கிளாஸுக்குள்ள வரக்கூடாது. ஓடிப் போடா வீட்டுக்கு. ராஸ்கல்" என்றார் திருமூர்த்தி சார்.

வகுப்பு முடிவதற்கு சற்று நேரம் முன்னதாகவே, "சார் நான் உள்ள வரலாமா?" என்றேன்.

"உன்னத்தான் வீட்டுக்குப் போடான்னு சொன்னனே..."

"வீட்டுக்குப் போறதுக்குத்தான் சார். என் பை உள்ள இருக்கு சார்."

பையை எடுத்துக்கொள்ள அனுமதித்தார்.

அன்று பெல் அடிப்பதற்கு முன் மீனா இல்லாமலேயே கிளம்பினேன். அதன்பிறகு பள்ளிப் பக்கம் போகவில்லை.

"என்ன சார் இன்னுமா இங்க இருக்கீங்க?" தலைமையாசிரியர் பின்னால் வந்து நின்று கேட்டார்.

"திடீர்னு ஸ்கூல் ஞாபகம் வந்துடுச்சு."

"யாருக்கெல்லாம் படிக்க ஆசையோ அவங்களுக்குதான் மேற்கொண்டு படிக்க முடியாம போயிடும். அம்மை போடாம இருந்தா படிச்சிருப்பீங்க" என்றார் ஆறுதல்போல.

"ஆமா. அம்மை போட்டதுதான் தப்பா போச்சு" பதில் பேச்சுக்காக ஏதோ சொன்னேன்.

எத்தனை முறை ஞாபகப்படுத்தும்போதும் புங்க மரத்தடியில் திருமூர்த்தி ஆசிரியர் அடித்துக்கொண்டிருந்தபோது... மீனா, லேபிலிருந்து வெளியே ஓடிய காட்சியை மட்டும் நினைத்துப் பார்க்கவும் மறுத்துவிடுவேன் நான்.

தினமணி கதிர் 2007

புண்ணியவதி

தாத்தா, பழம்போல இருந்தார். மரக் கட்டிலில் அமர்ந்து கிண்ணத்தில் பொரி சாப்பிட்டுக்கொண்டிருந்தார். எண்பத்தைந்தாவது வயதிலும் அவருக்கு சில பற்கள் இருந்தன. பார்வை மங்கிவிட்டதால், குத்துமதிப்பாக ஓரிடத்தை நோக்கியபடி பேசினார்.

"ஹலோ யங் கேர்ள்... பொரி சாப்பிடு" என்று பொரியேந்திய கையோடு காற்றில் துழாவினார். நான், அவர் கையைப் பற்றி அதை வாங்கிக்கொண்டேன். ஏனோ எனக்கு கண்களில் நீர் துளிர்த்தது.

"இங்கிலீஷ் நல்லா பேசுவியா?"

"பேசுவேன் தாத்தா..."

"வந்ததிலிருந்து பேசலையே?"

"நீங்களும்தான் பேசலை."

மடக்கிவிட்டதை ரசிப்பதுபோல சிரித்தார்.

"இந்தக் காலத்துப் பசங்களுக்கு இங்கிலீஷ் அறிவு கம்மிதான். அவன் என்னமா பேசுவான் தெரியுமா? அவன் பேரு... அட என்னம்மா, இது என் பேரையே மறந்துபோய்விட்ட மாதிரி... 'சி. எம்'மா கூட இருந்தானே ரெண்டு வருஷம்? "

"அறிஞர் அண்ணாவா?"

"ஆங்... எங்க காலேஜ் ஸ்டூடண்ட்தான். இங்கிலீஷ்ல அடுக்கு மொழி பேசுவான். பிற்காலத்துல அண்ணா ரொம்பப் பிரபலமாகி காலேஜ் ஃபங்ஷன்ல பேசுவதற்கு வரும்போதெல்லாம், புரொஃபஸர் ராவ் சாகேப் ஆர்.கிருஷ்ணமூர்த்தில்லாம் 'மை பாய்'னு அண்ணாவை கூப்பிடுவார். இத்தனைக்கும் கிருஷ்ணமூர்த்தி பிராமின். அண்ணா, பெரியார் கட்சி." ஞாபகப் பின்னல்கள்

அறுந்துவிடாமல் இருக்க, அவசர அவசரமாகக் கூறுவது மாதிரி இருந்தது.

தாத்தா, மிகவும் கஷ்டப்பட்டு படித்து, தனியாக எதிர்நீச்சல் போட்டு முன்னுக்கு வந்தவர். படிப்பு வாசனையைத் தன் குடும்பத்தில் முதன்முதலாக அறிமுகப்படுத்தியவர்.

"என்னமோ என்மேல உங்க அப்பனுக்கு கோபம். நீ இங்க வந்திருப்பது அவனுக்குத் தெரியுமா?"

"தெரியாது. ஆனா, ஒண்ணும் சொல்ல மாட்டார் தாத்தா."

"உடம்பு எப்படி இருக்கு அவனுக்கு?"

"அப்படியேதான் இருக்கு."

"இருமலும் சளியுமா இருக்கிறதா சொன்னாங்க. இப்பவும் சிகரெட் பிடிக்கிறானா?"

"இல்ல தாத்தா."

அவ்வளவு பெரிய வீட்டில் தாத்தா மட்டும்தான் இருந்தார். சாப்பாடெல்லாம் மாதக் கட்டணம் வாங்கிக்கொண்டு ஒரு அம்மா சமைத்துக் கொண்டு வருகிறார். துணிமணி துவைத்துப்போடுவது, தண்ணீர் பிடித்து வைப்பது இத்யாதி வேலைக்கெல்லாம் சேர்த்து, அந்த அம்மாவுக்கு சம்பளம். பீரோவைத் திறந்து செலவுக்கான பணம் எடுப்பதுவரை அந்த அம்மாவுக்கு உரிமையிருந்தது.

"தேவகி செத்து 10 வருஷமாச்சு. அவகூட வாழ்ந்ததே கனவு மாதிரி ஆகிடுச்சு" என்று பாட்டியைப் பற்றி நினைவு கூர்ந்தார்.

"உங்கிட்ட சொல்றதுக்கு என்னம்மா. எப்ப உங்கப்பனுக்கு கல்யாணம் பண்ணி வெச்சாளோ அப்பத்துலர்ந்து என்கிட்ட தாம்பத்தியம் வெச்சுகிட்டதில்ல. என்னமோ அப்படியொரு 'பிரின்ஸிபிள்' அவளுக்கு. 25 வருஷம் சன்யாசி மாதிரிதான் வாழ்ந்தா."

தாத்தா எதைப்பற்றி பேசினாலும் அதைப்பற்றி கேட்டுக்கொண்டே உட்கார்ந்திருக்க வேண்டும் போல இருந்தது.

வீராப்பும் தொனியும் அற்று, அலங்காரம் இல்லாமல் வந்து விழும் அனுபவ உண்மைகளை, சும்மா செவி சாய்த்துக்கொண்டிருப்பதே நிம்மதியளிப்பதாக உணர்ந்தேன்.

"ஏம்மா, நீ கல்யாணம் பண்ணிக்க வேண்டியதுதானே? இப்ப என்ன ஏஜ் உனக்கு?" என்றார்.

"இல்லை தாத்தா. நான் படிக்கப்போறேன்."

"அதுக்கும் இதுக்கும் என்னம்மா. கல்யாணம் பண்ணிக்கிட்டு கூடத்தான் படிக்கலாம்? நா படிக்கலையா?"

தமிழ்மகன் | 75

“உங்க காலம் வேற. இப்ப, கூட படிக்கிறவங்கள்லாம் கிண்டல் பண்ணுவாங்க.”

“எது நல்லதோ அது எல்லாம் கிண்டலாப் போச்சு.”

பொரிக்கிண்ணத்தை வைத்துவிட்டு, “போதும்மா. கொஞ்சம் தண்ணிகுடு” என்றார்.

பானையில் இருந்த தண்ணீரைக் கொண்டுவந்து கொடுத்தேன்.

“ஹாட் வாட்டர் இருக்குமே... சரி பரவால்ல” அதையே குடித்தார்.

“உங்கப்பன் மேல எனக்கு கோபம்லாம் இல்லம்மா. இன்னொரு பொண்ணுகூட தொடர்பு வெச்சிருக்கான்னு தெரிஞ்சதும், “இனிமே என் முகத்தில முழிக்காதடா, போயிடு’ன்னு சொல்லிட்டேன். ரோஷக்காரன். அப்ப போனவன்தான். அந்தப் பொண்ணுக்கு குழந்தை குட்டி எதுவும் கிடையாதாமே...”

“ஒரே ஒரு குழந்தை பொறந்து இறந்துடுச்சு தாத்தா. அப்புறம் குழந்தை வேணாம்னு முடிவு பண்ணிக்கிட்டாங்களாம். போன வருஷம் அவங்களும் இறந்துட்டாங்க.”

“ச்சோ... தெரியாதே” என்றார் தாத்தா.

“அதுக்கப்புறம் உங்கப்பா என்னைப் பார்க்க வந்ததில்ல. 30 வருஷமாச்சு அவனைப் பார்த்து. “முகத்தில முழிக்காதடா’ன்னா என்ன அர்த்தம்னு இப்ப யோசித்துப் பார்த்தா வேடிக்கையா இருக்கு. ஒரே வார்த்தைக்கு அத்தனை வலிமை. என்னமோ அது வலிமை மாதிரிகூட தெரியல. ‘முழிச்சா’ என்னன்னு நினைக்கும்போது அதற்கு அவசியம் இல்லாமப் போயிருக்கும். பயப்பயம் இருந்திருக்கும். அப்புறம் அதுவே பழக்கமாயிடும். வாழ்க்கையே ஒரு பழக்கம்தானேம்மா?”

வார்த்தை ஜோடனைக்காக ரொம்ப சிரமப்படாமல் இதைச் சொன்னார். “கல்யாணம் பண்ணி வெச்சு அஞ்சு வருஷமா குழந்தை பொறக்காம இருந்தது. குழந்தை பெத்துக்கணும்னு இப்படி கல்யாணம் பண்ணக்கிட்டான். இதெல்லாம் உனக்குத் தெரிஞ்சிருக்கும். ஏதோ தாத்தா சொல்றார்னு கேட்டுக்கிட்டு இருக்கே. இல்லையா மீனா?” என்றார்.

நான் முதலில் தலையசைத்தேன். தாத்தா பார்வைக்கு நான் ஆமோதித்தது தெரிந்திருக்காது என்பதை உணர்ந்து, “ஆமா” என்று சிரித்தேன்.

என் தங்கம். கிழவன் சொல்றதைச் சொல்லட்டும். கேட்டு வைப்போம்னு கேட்டுக்கிற?”

“இல்லை தாத்தா. இது வரைக்கும் அப்பா சொன்னதைத்தான் கேட்டிருக்கேன். நீங்க எப்படிச் சொல்றீங்கன்னு பார்க்கிறேன்.”

"யார் பக்கம் நியாயம் இருக்கு?" குழந்தைத்தனமான குதூகலத்துடன் சவால் விடுவதுமாதிரி கேட்டார்.

"இதில இரண்டு பக்கம் இருக்கிற மாதிரியே தெரியலை. இரண்டும் ஒரே பக்கம்தான்."

"பிரில்லியன்ட் கேர்ள். அந்தந்த இடத்தில் இருந்து பார்த்தால்தான் புரிஞ்சுக்க முடியும்" என்றார். "இதில் காலத்தையும் இடைவெளியையும் மறந்துவிடக்கூடாது" என்று ஆங்கிலத்தில் சொன்னார்.

ஆழ்ந்த யோசனையில் சிறிது நேரம் இருந்தார். நான் அவர் கட்டிலில் இருந்த திருமூலர் நூலை எடுத்து மெல்ல இங்கும் அங்குமாகப் புரட்டி, படித்துக் கொண்டிருந்தேன்.

கண்தான் தெரியவில்லையே... அப்புறம் எதுக்கு புத்தகத்தை வைத்திருக்கிறார் என்று புரியவில்லை.

"உன்னோட சித்தி இறந்துபோனது தெரியவே தெரியாதும்மா. புண்ணியவதி... அவ முகத்தை ஒரு தடவைகூட பார்த்ததில்லை" என்று கண்களைத் துடைத்துக்கொண்டார்.

மூடிய மேல் துண்டுக்குள் அவர் உடல் குலுங்குவது தெரிந்தது.

தினமணி கதிர் 1997

அமரர் சுஜாதா

இறந்து போனவரிடமிருந்து இன்று எனக்கொரு இ-மெயில் வந்திருந்தது. அதுவும் எழுத்தாளர் சுஜாதாவிடமிருந்து. முதல்கட்டமாக பேரதிர்ச்சிக்கு ஆட்பட்டேன். எனக்கு வேறு வழி தெரியவில்லை. அதிர்ச்சியும் பயமும் அடைவது மட்டும்தான் இதைப் பற்றி ஆராய்வதற்கான முதல்படியாக இருந்தது. பேசாமல் சற்று நேரம் அதிர்ச்சியில் உறைந்து போய் உட்கார்ந்திருந்தேன். அப்படி செயலிழந்து இருப்பது ஏன் என்று எனக்குத் தெரிந்தது. மூளையின் செயல்பாடுகள்பற்றி 'தலைமைச் செயலகம்' என்ற தலைப்பில் சுஜாதா எழுதியிருந்த புத்தகத்தில்தான் அதைப் பற்றியும் படித்திருந்தேன். மூளைக்கு செய்திகளைக் கடத்தும் ஆக்ஸன்கள், நியூரான்கள் பற்றியது அது. செய்திகளை எடுத்துச்செல்லும் ஆக்ஸன்கள் அறுந்துவிடுவதால்தான், அதிர்ச்சி எற்படும் நேரங்களில் நாம் ஒன்றும் புரியாமல் திகைத்துப்போய் நிற்கிறோம் என்று அவர் எழுதியிருந்தார். அறுந்த தொடர்பு இணைகிறவரை அமைதியாக இருப்போம் என்று காத்திருந்தேன்.

நிதானமாக சுதாரிப்பு ஏற்படுவதை உணர்ந்தேன்.

இறந்துபோனவர்கள், மெயில் அனுப்பும் வசதி எதையும் பில்கேட்ஸ் ஏற்படுத்தித் தந்ததாகக் கேள்விப்படவில்லை. பிறகு, வேறு என்ன சாத்தியக் கூறுகள் இருக்க முடியும் என்று யோசித்தேன்.

எதையும் விஞ்ஞானபூர்வமாக அணுகிய மனிதரிடமிருந்து இப்படி ஒரு அமானுஷ்ய நிகழ்வா என்ற கிளைச் சிந்தனை வேறு.

போன ஆண்டு கடிதங்கள் எல்லாம் இந்த ஆண்டு கையில் கிடைப்பது மாதிரி எங்கெல்லாமோ சுற்றிவிட்டு, இந்த இ-மெயில்

78 | மீன்மலர்

இப்போதுதான் கம்ப்யூட்டருக்குக் கிடைத்ததா? என்ன அபத்தம். அப்படி வாய்ப்பே இல்லை.

வாசகர்களுக்கு நான் ஒரு விஷயத்தை இந்த இடத்தில் பகிர்ந்து கொள்கிறேன்.

நான் எழுதிய சிறுகதை ஒன்றை என்னுடைய தோழிக்கு நேற்று மின்னஞ்சல் செய்தேன். அதுதான் விஷயம். தோழியின் பெயரும் சுஜாதா. ஏதோ பெயர் குழப்பத்தில் எழுத்தாளர் சுஜாதாவுக்கு என்கதையை அனுப்பிவிட்டேன். தோழி மறுபடி போன் செய்து, கதை எனக்கு வரவில்லையே... மீண்டும் அனுப்ப முடியுமா என்று கேட்க, இ-மெயிலை மறுபடி திறந்தபோதுதான் இந்த அதிர்ச்சி. என் கதையைப் படித்துவிட்டு சுஜாதா எழுதியிருந்த பதில் இ-மெயில். இதோ அது:

கதை வித்தியாசமாக இருந்தது. இறந்தவர்கள் பற்றி யோசிப்பது மனிதனின் இயல்பான தேடல் குறித்தது. இறந்தவர்கள் என்ன ஆகிறார்கள் என்பதுதான் எல்லா எழுத்துக்கும் ஆதார ஸ்ருதி. எல்லோரும் இறக்கப் போகிறவர்கள்தானே... எதற்காக சண்டை போட்டுக்கொள்கிறீர்கள் என்ற அடிப்படையில் சிலர் எழுதுகிறார்கள். இறவா புகழை அடைய வேண்டும் என்பதற்காகச் சிலர் எழுதுகிறார்கள். சாகிறவரை அடுத்தவர்களுக்கு தொந்தரவு தராமல் நிம்மதியாக வாழ்ந்துவிட்டு சாகவேண்டும் என்பதற்காகச் சிலர் எழுதுகிறார்கள். சாவு என்ற ஒன்று இல்லையென்றால் எழுத்துக்கே அவசியமிருக்காதோ என்று தோன்றுகிறது. சாவைப் பற்றி வந்த உருப்படியான கதை. ஆனால், ஆறுமாதங்கள் உருண்டோடின போன்ற பதங்களுக்கு வேறு வாக்கியங்களை உருவாக்கலாம்.

- சுஜாதா

மேற்படி கடிதத்தில் சுஜாதாவின் வார்த்தைப் பிரயோகம் இருப்பது உண்மைதான். ஆனால், தமிழ் எழுத்தாளர்களில் நிறையபேர் அவரைப் போல எழுதுகிறவர்கள் இருக்கத்தான் செய்கிறார்கள். அப்படியாராவது என்னை கிண்டல் செய்யும்நோக்கோடு எழுதியிருந்தால்... அவர்களுக்கு சுஜாதாவின் மின்னஞ்சலின் ரகசிய குறியீட்டு எண் தெரிந்திருக்க வேண்டுமே? அவருடைய உதவியாளர் யாருக்காவது பாஸ்வேர்டை சொல்லிவைத்திருந்திருப்பாரோ?

அவருடன் நெருங்கிப் பழகியிருந்த சிலரிடம் கேட்டேன். சைபர் கிரைம் பற்றி ஆரம்பத்திலேயே எச்சரித்தவர் அவர்தான். பாஸ்வேர்டை எவ்வளவு பாதுகாப்பாக வைத்திருக்க வேண்டும் என்பதில் அவருக்கு இருந்த கவனம் பற்றிச் சொன்னார்கள். அதுவுமில்லாமல், பாஸ்வேர்ட் யாருக்காவது தெரிந்துபோக

வாய்ப்பிருப்பதால்... அதை அடிக்கடி மாற்றிக்கொண்டே இருப்பவர் அவர் என்றும் சொன்னார்கள்.

என்னுடைய கம்ப்யூட்டரை சர்வீஸ் செய்வதற்கு வரும் ஆசாமியைத் தொடர்புகொண்டு, நடந்த கதையை எல்லாம் சொல்லி விளக்கம் கேட்டேன்.

“அவருடைய பாஸ்வேர்ட் தெரிந்திருந்தாதான் சார் அனுப்ப முடியும். இல்லாட்டி சான்ஸே இல்லை” என்று ஒரே வரியில் வைத்துவிட்டார்.

சரி என்று நானும் விட்டுவிட்டேன். அந்தத் தருணத்தில்தான் அவருடைய கணேஷும் வஸந்த்தும் மூளைக்குள் புகுந்து ஒரு ஜிவ்வு ஜிவ்வினார்கள்.

மறுபடி சுஜாதாவுக்கே இன்னொரு இ-மெயில் அனுப்புவது என்று தீர்மானித்தேன்.

என்ன இருந்தாலும் தமிழகத்தின் மிகப் பெரிய எழுத்தாளரான அமரர் சுஜாதாவின் பெயரில் இப்படி விளையாடுவது நியாயமே இல்லை. இது அவருக்கு செய்யும் அவமானம். இந்த விளையாட்டைத் தொடராதீர்கள்.

-தமிழ்மகன்

இ-மெயில் அனுப்பிவிட்டு, சில விநாடிகளில் இன்னொரு பதில்இ-மெயில் சுஜாதாவிடமிருந்து.

இறந்த ஒருவரை வைத்து இப்படியெல்லாம் விளையாடக்கூடாது என்ற உங்கள் அபிப்ராயம் சரிதான். ஆனால், இறந்த ஒருவர்தான் உங்களிடம் இப்படியெல்லாம் விளையாடுகிறார் என்பதை நீங்கள் நம்பித்தான் ஆக வேண்டும். நம்ப வைப்பதற்கு என்னிடம் ராஜ இலச்சினையோ, முதுகு மச்சமோ இல்லை. பேசாமல், இறந்த ஒருவரால் எப்படி இ-மெயில் அனுப்ப முடியும் என்று யோசியுங்கள். கண்டுபிடிக்கிறீர்களா பார்க்கலாம். உங்களுக்கு 24 மணி நேரம் கெடு.

-சுஜாதா

வாசகர்களே, தலையைச் சுற்றுகிறதா இல்லையா? இந்த ஒரு நாளில் நான் என்ன செய்ய முடியும்? இன்னும் சிலரிடம் சொல்வதைத் தவிர. அதைத்தான் செய்துகொண்டிருக்கிறேன். சுஜாதா எழுதிய கடைசி வாக்கியம்வரை உற்சாகமும் துள்ளலும் தொடர்ந்துகொண்டுதான் இருந்தது. ஆனால், இறந்த பின்னுமா? அவர் எழுதிய ‘காலமானவர்’ கதை ஞாபகம் வந்தது. ஏதாவது காலக் குழப்பம் ஏற்பட்டு, தேதி மாறிப்போய் எல்லாமே நடந்து கொண்டிருக்கிறதா? மனிதர் கருட புராணம் எல்லாம் படித்தவர்.

அந்த மாதிரி சூட்சுமம் ஏதாவது கைவரப் பெற்றுவிட்டாரா?

விஞ்ஞானமும் வேதாந்தமும் ஏதோ ஒரு புள்ளியில் ஒன்று சேர்வதாகவும் எழுதியிருக்கிறார். ஆனால், இருக்கிறவர்களை யெல்லாம் விட்டுவிட்டு என்னை எதற்கு இந்தப் பரீட்சைக்குத் தேர்வுசெய்தார் என்று தெரியவில்லை. இதையெல்லாம் தாங்கும் சக்தியோ, போராடிக் கண்டுபிடிக்கும் திராணியோ இல்லாதவன் நான்.

வாலி, மணிரத்னம், ஷங்கர், கமல்ஹாசன், அப்துல்கலாம், மதன், ராவ் என்று அவருக்கு நிறைய நெருக்கமான ஆட்கள் இருக்கிறார்கள். அந்த மாதிரியாருக்காவது இப்படி ஒரு இ-மெயில் வந்திருந்தால், அது நாடுதழுவிய செய்தியாகவோ, உலகு தழுவிய செய்தியாகவோ இருந்திருக்கும்.

வேதாந்தம், அமானுஷ்யம், சக்திக்கு அப்பாற்பட்ட விஷயம் போன்ற வஸந்த் பாணி விஷயங்களையெல்லாம் அப்புறப்படுத்திவிட்டு, கணேஷ்போல இந்த விஷயத்தைக் கையாள்வோம் என்று முடிவுசெய்துகொண்டேன். எனக்கு சுஜாதா எழுதிய ‘கொலையுதிர் காலம்’ நாவல்தான் இப்படி முடிவெடுக்க உதவியது. விஞ்ஞானம்... விஞ்ஞானம்... எனக்குத் தெரிந்து விஞ்ஞான நோக்கோடு விஷயத்தை எதிர்கொள்பவர் கோவர்தன்தான். பெங்களூருவில் இருக்கிறார். இன்னும் 6 மணி நேரமே இருக்கும் அவகாசத்தில் அவருடைய ஆலோசனையை நாடினேன்.

மனிதர் எப்போதும் போல மும்பை செல்வதற்காக ஏர் போர்ட்டில் காத்திருந்தார். விஷயத்தை உள்வாங்கிக்கொண்டார்.

“அது, எழுத்தாளர் சுஜாதாவின் இ-மெயில்தானா என்று தீர்மானியுங்கள். நான் என் வேலையை முடித்துவிட்டு உங்களைத் தொடர்புகொள்கிறேன்.” ரத்தினச் சுருக்கமாக இவ்வளவுதான் சொன்னார்.

அவர் சொன்ன முக்கியமான சந்தேகத்தைத் தெளிவுபடுத்திக் கொள்ள சுஜாதாவின் நண்பர்கள் சிலரை அணுகினேன். அட்சரம் பிசகினாலும் தவறாகிவிடும் என்பதால், எழுத்து எழுத்தாகக் குறித்துக்கொண்டேன். முகவரி சரியாகத்தான் இருந்தது. அது, சாட்சாத் சுஜாதாவின் இ-மெயிலே தான். அவசரப்பட்டு இரண்டொரு தரம் கோவர்தனுக்கு போன் செய்தபோதும் முக்கியமான கூட்டத்தில் இருப்பதாகவே செய்தி வந்தது. தவிப்பு தாளவில்லை எனக்கு. இரண்டு நாளாக இதே வேலையாக இருக்கிறேன். யாருமே இதை ஒரு முக்கியமான விஷயமாக எடுத்துக் கொள்ளவில்லையே என்று இந்த பொறுப்பற்ற உலகத்தின்மீதே கோபமாக இருந்தது.

சரியாக, மாலை அவரே தொடர்பு கொண்டார்.

“இ-மெயில் சரிதானா?”

“மிகச் சரியாக இருக்கிறது.”

“வேறுயாருக்காவது அவருடைய இ-மெயில் பாஸ்வேர்டு தெரிந்திருக்க வாய்ப்பிருக்கிறதா?”

“அதையும் விசாரித்துவிட்டேன். அந்த விஷயத்தில் படு ரகசியம் காத்திருக்கிறார்.”

“அப்படியானால் ஒரே ஒரு வாய்ப்புதான் இருக்கிறது. ஆட்டோ இன்டலிஜென்ஸ் புரோகிராமிங்.”

“சில இ-மெயில் பார்த்திருப்பீர்கள். கடனட்டைக்கான தொகை ரூ... கிடைத்தது. நன்றி அல்லது எங்கள் வலைதளத்தில் உங்களைப் பதிவு செய்ததற்கு நன்றி என்று தயார் நிலை வாக்கியங்களோடு சில கடிதங்கள் வருவதைப் பார்த்திருப்பீர்கள். அப்படியானது.”

“ஆனால், நான் எழுதிய கதையைப் படித்துவிட்டு விமர்சித்திருக்கிறாரே?”

“ஆயிரக் கணக்கான கதைகளைப் படித்ததன் மூலம் எல்லாவற்றையும் ஒரு ஃபார்முலாவுக்குள் அவரால் கொண்டு வரமுடிந்திருந்தால், கம்ப்யூட்டரேகூட உங்கள் கதையைக் கணிக்க முடியும். அதாவது அந்த மாதிரி புரோக்ராம் செய்ய முடியும்.”

“ரொம்ப நன்றி கோ...”

ஓட்டமாய் ஓடி சுஜாதாவுக்கு அடுத்த மெயிலைத் தட்டினேன்.

‘கண்டுபிடித்துவிட்டேன் ஐயா. இதுதானே விஷயம்!’ என்று.

அடுத்த நிமிடம். ‘வெரிகுட்’ என்றொரு மெயில் ஒன்று அவரிடமிருந்து வந்தது. அடுத்த விநாடி கம்ப்யூட்டர் பட்டென்று அணைந்துவிட்டது. என்னடா இது... எல்லாம் கூடிவருகிற நேரத்தில் இப்படி ஆகிவிட்டதே என்று பதறிப் போய் மீண்டும் கம்ப்யூட்டரை ஏற்றினேன்.

வேகமாக இ-மெயிலைத்திறந்தேன்.

சுஜாதா... அட, அவர் அனுப்பிய இ-மெயிலேஇல்லையே... அனுப்பிய மெயில் பட்டியலிலும் இல்லை. பெற்றுக்கொண்ட பட்டியலிலும் இல்லை.

இதுவும் அவர் வேலைதானா?

- தினமணி கதிர் 9.3.2008

(சுஜாதா மறைவையொட்டி எழுதியது)

அது இது

ஒரு கிலோ மீட்டர் தூரத்தில் இருந்து பார்த்தாலும் பளிச்சென்று தெரிகிற மாதிரி,'வெங்கடேஷ்வரா என்ஜினீயரிங் காலேஜ்' என்று ஆங்கிலத்தில் பித்தளை போர்டு வைத்திருந்தார்கள். கல்லூரியின் முகப்பு பிரமாண்டமாக இருந்தது. பெற்றோர்கள், தங்கள் பிள்ளை இங்கே படிப்பதை விரும்பத் தூண்டுவதாக இருந்தது அது. சில பெற்றோர்களும்கூட தாங்கள் மாணவர்களாக மாறிவிடுவதற்கு ஆசைப்படுமாறு இருந்தது. கந்தசாமிக்கு நிச்சயமாக இல்லை. பையனைப் படிக்கவைக்கவே பணம் போதுமானதாக இல்லை. அந்த ஆசையை யோசிக்கக்கூட வசதியில்லை.

"அப்ளிகேஷன் எவ்வளவு சார்?" என்றார் கந்தசாமி. கவுன்டர் வழியாக பணம் வாங்குபவரின் வழுக்கைத் தலை மட்டும்தான் தெரிந்தது.

"போர்டுல எழுதியிருக்கு பாருங்க. 1,000 ரூபா."

கையில் அவ்வளவு பணம் இல்லாமல் போய், அவமானம் ஏற்பட்டுவிடுமோ என ஒரு கணம் பயந்துபோனார். கையில் என்னமோ 1,200 ரூபாய் இருக்கத்தான் செய்தது. அவசரமாக எடுத்துக் கொடுத்தார்.

"அப்ளிகேஷனுக்கா 1,000 ரூபா?" பதில் வேண்டிய கேள்வியாக ஆரம்பித்து தனக்குத்தானே முனகிக்கொண்டார். தவறாக எதை யாவது வாங்கிவிடப் போகிறோம் என்ற தடுமாற்றம் கந்தசாமிக்கு.

"எலெக்ட்ரானிக்ஸுக்குத்தானே?" என்று உறுதிப்படுத்திக் கொண்டார்.

"எல்லா சப்ஜெக்டுக்கும் ஒரே அப்ளிகேஷன்தான்."

எங்கே மாற்றி வாங்கிச்சென்று வீணாகிவிடுமோ என்று

கடைசி நிமிடத்தில் சுதாரித்து கேட்டுவிட்டதில் அவரை அவரே மெச்சிக்கொண்டார்.

அப்ளிகேஷன் இந்த விலையா? அந்தக் காலத்தில் என் மொத்த கல்லூரி படிப்புக்குமே இவ்வளவு ஆகவில்லையே என்று அவர் யாரிடமும் சொல்லுவதில்லை. அந்த மாதிரி பேச்சுக்களை இக்காலப் பிள்ளைகளோ, மனைவிகளோகூட ரசிப்பதில்லை. சொல்லப்போனால், எரிச்சல் ஏற்பட்டு சீறிவிழுகிறார்கள்.

"சார், அப்ளிகேஷன் வாங்குறது பெரிசில்ல. இப்பவே சீட்டு புக் பண்ணி வைக்கணும். எலெக்ட்ரானிக்ஸ் சீட்டு ரொம்பக் கம்மி. ஏற்கெனவே 36 பேரு புக் பண்ணிட்டாங்க. உங்களுக்கு கவர்மென்ட் கோட்டாவுல கிடைக்கும்னு நம்பிக்கை இருந்தா விட்டுடுங்க."

"புக் பண்றதுக்கு எவ்ளோங்க?"

"ஃபிப்டி."

இன்னொரு 50 ரூபாயை எடுத்துக் கொடுத்தார்.

அந்த 50 ரூபாயை கவுன்டரில் இருந்தவர் கள்ள நோட்டுபோல இப்படியும் அப்படியும் பார்த்துவிட்டு, "50,000 சார்." என்று பட்டென சப்தம் எழுப்பி வெளிப்பக்கமாக வைத்தார்.

எரிச்சலடைந்துவிட்டார் கவுன்டரில் இருந்தவர். கந்தசாமிக்கு, ஐம்பது ஆயிரமா என்று இன்னொரு முறை ஊர்ஜிதப்படுத்திக் கொள்ள வேண்டும் என்று தோன்றியது. ஆனால், அவருக்கு அது மேலும் எரிச்சல் ஏற்படுத்திவிடும் என்று தோன்றியதால், சற்று தள்ளி வந்து பயந்து நின்றார். "என்னைக்குள்ள புக் பண்ணணுங்க?" என்றார். விருப்பமிருந்தால் பதில் சொல்லுங்கள் என்ற தொனியில்தான் கேட்டார்.

"36 பேர் பண்ணிட்டாங்கன்னு சொன்னனே?"

அவர் சொல்கிற ஒவ்வொரு தகவலும் மிக முக்கியமானவையாகவும் இரண்டாவது முறை சொல்ல முடியாத தங்க வார்த்தையாகவும் ஒரு கர்வம் இருந்தது.பையன் சேர்ந்தால் இந்தக் கல்லூரியில்தான் சேருவேன் என்று கூறியிருந்தான். மூன்றாவது ஆண்டு முடிப்பதற்குள்ளாகவே வேலை நிச்சயம் என்றான். அவனுடைய நண்பன் ஒருவனின் அண்ணன் இந்தக் கல்லூரியில் படித்து அமெரிக்காவில் வேலையில் சேர்ந்து, அங்கு அவன் செலவு போக மீதி ஒரு லட்ச ரூபாயை மாதம் வீட்டுக்கு அனுப்பிவைக்கிறானாம்.

பேங்கில் கடைசி கடைசியாக ஒரு 50,000 ரூபாய் இருந்தது. ஆனால், இங்கிருந்து 40 கிலோமீட்டர் தூரத்தில் இருக்கும் பேங்குக்கு போய் வருவதற்குள் சீட் காலியாகிவிடுமே..? அதுவும் இல்லாமல்,

இனிமேல் போய் வருவதென்றால் பேங்க் மூடிவிடுவானே...அட, இந்த யோசனை இவ்வளவு நேரமாக வராமல் போய்விட்டதே. ஆத்திர அவசரத்துக்குப் பணம் எடுப்பதற்காக ஏடிஎம் கார்டு வாங்கி வைத்திருந்தார் கந்தசாமி. ஆனால், அதைப் பயன்படுத்துவதற்கான ஆத்திர அவசரம் எதுவும் அவருக்கு ஏற்படவில்லை.

"சார், இத வெச்சி கட்ட முடியுமா?" காசாளர் கார்டை வாங்கிப் பார்த்துவிட்டு, "அம்பதாயிரம் இருக்கா பாங்க்ல?" என்றார்.

"ஃபீஸ் கட்றதுக்குத்தான் ரெடி பண்ணி வெச்சிருந்தேன்."

"சரி. உங்களுக்கு கவர்ன்மென்ட் கோட்டாவுல இங்க இடம் கிடைச்சுட்டா ஃபீஸ்ல அட்ஜஸ்ட் பண்ணிடுவோம். போதுமா?"

இங்கேயே இடம் கிடைத்துவிட்டால் எல்லாமே திருப்திகரமாக அமைந்துவிடும். சரக்கென்று ரசீதைக் கிழித்து கையில் கொடுத்தான்.

கல்லூரி, பொட்டல்காட்டில் அமைந்திருந்தது. எப்பாடுபட்டாவது கல்லூரிக்குள் வந்து விழுந்துவிட்டால், அங்கே சகல வசதியும் அனுபவிக்கலாம். மினி தியேட்டர், ஹாஸ்பிட்டல், ஹோட்டல், நீச்சல்குளம், இன்டெர்நெட் எல்லாம் வைத்திருந்தார்கள். கல்லூரியில் சேருகிற வரை இப்படி இரண்டு பஸ் பிடித்து இரண்டு கிலோ மீட்டர் நடந்துதான் கல்லூரியை அடைய வேண்டியிருக்கும். அதன்பிறகு, பிரமாதமான பஸ் உண்டு. வீட்டருகே வந்து கூட்டிச்செல்வார்கள். பஸ்ஸுக்கு தனி சார்ஜ். கொள்ளைதான். ஆனால், பணம் இருக்கிறவர்களுக்கு சின்ன மீனைப் போட்டு பெரிய மீனைப் பிடிக்கிற வசந்தகால தூண்டில் விளையாட்டு.

"என்ஜினீயர் மாப்பிள்ளை. என்னமோ நம்ம சுந்தரும் அப்படியொரு என்ஜினீயர் மாப்பிள்ளை ஆகிவிட்டால் போதும். ஏன் என்ஜினீயர் ஆகிவிட்டாலே போதும்."

ஒரு தகப்பனாக, தனக்கான பொறுப்பை மிகச் சரியான நேரத்தில், மிக கவனமாக நிலைநாட்டிய பெருமை இருந்தது. பையனுக்கு கல்லூரியில் விண்ணப்பம்தான் வாங்குவதற்குக் கிளம்பினார். ஆனால், கல்லூரியில் இடமே கிடைக்க எல்லா ஏற்பாடும் முடித்துவிட்டோம் என்ற திருப்தி. "பையன் வந்தா சீட் கிடைச்சுடுச்சுனு சொல்லு. இங்க அங்க அல்லாடிக்கிட்டு இருந்தான்" என்று மீனாட்சியிடம் பெருமிதமாகவும் திருப்தியாகவும் கூறினார். "என்னமோ இவ்வளவு செலவு செய்றோம். நல்லா படிச்சா சரி" இது மீனாட்சியின் எதிர்வினை.

மத்தியானம் 3 மணிக்கு மேல் வீட்டுக்குப் போய் சாப்பிட்டுவிட்டு கொஞ்ச நேரம் அப்படியே கண்ணயர்ந்த நேரத்தில் சுந்தரின் குரல் கேட்டது.

"யாரு வெங்கடேஷ்வரா'ல அப்ளிகேஷன் வாங்கச்சொன்னது?"

ஏதோ பெரிய தவறு நடந்திருப்பது உறைத்து கண்ணைக் கசக்கிக்கொண்டு, “வெங்கடேஷ்வரா காலேஜ்ல தாம்பா வாங்கினேன்” என்றார் கந்தசாமி.

“அதான் ஏன் அங்க வாங்கினீங்கன்னுதான் கேக்றேன்.”

“ஏன் பையன் காலையில் ஒரு மாதிரியும் மாலையில் ஒரு மாதிரியும் பேசுகிறான்’ என்று சந்தேகமாகிவிட்டது.

“நீதானே ராஜா அங்க வாங்கிட்டு வரச் சொன்னே?”

“நான் சொன்னது ஸ்ரீ வெங்கடேஸ்வரா காலேஜ். வெங்கடேஸ்வரா காலேஜைத் தாண்டி உள்ள போகணும். இது வேஸ்ட் காலேஜ். நான் போகமாட்டேன்.”

“சீட் புக் பண்ணணும்னு அம்பதாயிரம் வேற கட்டிட்டம்பா.”

அலட்சியமும் திகைப்பும், என்ன அவசரம் என்பதுமாக ஒரு பார்வை பார்த்தான் சுந்தர். “அங்க சேர்றதுக்கு நாலு எருமை மாடு வாங்கி மேய்க்கலாம். போன வருஷம் முழுசும் ஸ்ட்ரைக். மேனேஜ்மென்ட்ல ஏகப்பட்ட ஊழல். இடம் ஆக்ரமிச்சு பில்டிங் கட்டினதுக்காக பின்னாடி நாலு பில்டிங்கை இடிச்சுத் தள்ளிட்டாங்க. லேப் வசதியெல்லாம் அதில போச்சு. என்கிட்ட ஒரு வார்த்தை கேட்டுட்டு செய்றதுக்கு என்னப்பா?”

“அங்க ஒரே பேர்ல ரெண்டு காலேஜ் இருக்கும்னு எவனுக்குத் தெரியும்பா?” அப்பாவைப் பார்க்க சுந்தரத்துக்கே பாவமாக இருந்தது. “எல்லா காலேஜூம் ஒண்ணுதான். அதே புக்குதான். அதே நோட்டுதான். படிக்கிற பையன் எங்க இருந்தாலும் படிச்சுடுவான்” என்று அம்மா இரண்டு பேருக்கும் பொதுவாக ஒரு தீர்வு சொன்னாள்.

“காலேஜே இடிச்சுப் போட்டுட்டு ஸ்ட்ரைக்ல கிடக்குதுங்கிறான். என்னமோ புரியாம பேசறியே...” காரணமில்லாமல் அம்மாவை சமையல் கட்டுக்குத் துரத்தினார் அப்பா.

“திருப்பிக் கேட்டா தந்துடுவானா?” நம்பிக்கையே இல்லாமல் பையனிடம் கேட்டார் கந்தசாமி.

“யானை வாய்ல போன கரும்புதான்.” சுந்தருக்கு தன் வேறு வாசல்களை அப்பா அடைத்துவிட்டாரே என்ற இயலாமையும், இனி கேம்பஸ் இன்டர்வியூவில் வேலை கிடைத்து வெளிநாட்டுக்குப் போவதென்பது முடியாது என்றும் கவலை ஆக்கிரமித்துக்கொண்டது. சட்டையை மறுபடி மாட்டிக்கொண்டு, நண்பர்களைப் பார்க்க புறப்பட்டான்.

கந்தசாமி கண்ணை மூடித் தியானித்து,‘அருட்பெருஞ்சோதி தனிப் பெரும் கருணை’ என்று மனதுக்குள் பிரார்த்தித்தார். லூகாஸில்

வேலை பார்த்து ஓய்வுபெற்ற அன்று, நண்பர்கள் டாக்ஸியில் கொண்டுவந்து இறக்கிவிட்டுவிட்டுச் சென்றபோது, இதே மாதிரி ஒரு வெறுமையும் ஆறுதல் தேவையும் கந்தசாமிக்கு ஏற்பட்டது.

பயமெனுமோர் கொடும்பாவிப் பயலேநீ யிதுகேள்

பற்றறவென் றனைவிடுத்துப் பனிக்கடல்வீழ்ந் தொளிப்பாய்

காலையிலேயே போய் காசாளர் கவுன்டரில் நின்றுவிட்டார் கந்தசாமி. பத்தே காலுக்கு கவுன்டரைத் திறந்த காசாளர், சந்துவழியாகப் பார்த்து, நட்பு புன்னகைப் புரிந்தார்.

"பையன் வேற காலேஜில சேரணும்னு நினைக்கிறான். புக்கிங்கு கட்டின பணத்தைத் திருப்பித் தந்துட்டீங்கன்னா புண்ணியமா போய்டும்."

அவன், கம்ப்யூட்டர் கடையில் ஆட்டுக் கறி அரை கிலோ கேட்டதுமாதிரி ஒன்றும் புரியாமல் பார்த்தான். "அதெல்லாம் தரமாட்டாங்க. காலைல வந்து வம்பு பண்ணாதீங்க."

"அப்ளிகேஷனுக்குக் கொடுத்த 1000 ரூபாகூட வேண்டாங்க. எனக்கு வெளியூருக்கு மாத்தலாயிடுச்சுன்னு வெச்சுக்கங்க... நான் எப்படி இங்க சேர்க்கறது."

"தரமாட்டாங்க. உங்ககிட்ட கொடுத்த பில்லுலயே போட்டிருக்குப் பாருங்க. வாங்கியே தீரணும்னு நினைச்சா ஆபீஸ் ரூம்ல போய் கேட்டுப்பாருங்க" இது, தலைவலியைத் திருப்பிவிடும் பாணி.

காரணமில்லாமல் ஏ.டி.எம் கார்டை எடுத்துப் பார்த்தார். நேற்று ஒரு மிஷினில் வைத்து ஒரு இழுப்பு இழுத்து 50 ஆயிரத்தை எடுத்துக்கொண்டது ஞாபகம் வந்தது. அதேமாதிரி ஒரு இழுப்பு இழுத்து, கொடுத்த பணத்தை நம்மிடமே இழுத்துக்கொள்ள முடியுமா என்று யோசித்தார். பேங்கில் அதற்கு வசதி இருக்குமா என்று நம்பிக்கையில்லாத எதிர்பார்ப்பு ஏற்பட்டு அடங்கியது.

அலுவலக அறையில் ஐந்து பெண்களும்மூன்று ஆண்களும் தீவிரமாக கம்ப்யூட்டரில் மூழ்கியிருந்தனர். கேட்டால் பதில் சொல்கிற மாதிரி இருந்த ஒரு பெண்ணைத் தேர்ந்தெடுத்து, விஷயத்தைச் சொன்னார் கந்தசாமி. இந்தமாதிரி விஷயத்தை முதன்முதலாக வாழ்க்கையில் எதிர்கொள்கிற தோரணையில், "நீங்க எங்க போய் முறையிட்டாலும் பணத்தை திருப்பித் தரமாட்டாங்க. மேனேஜ்மென்ட் ரூல் ஸார்" என்றாள்.

மற்ற ஏழு பேரும் கந்தசாமியை அதிசயமாகப் பார்த்தனர். அதில் ஒருவர், "சீட் புக்கிங் பொறுத்துதான் நாங்க எவ்ளோ வேகன்ஸி இருக்குனு முடிவு செய்றோம். இப்படி ஒவ்வொருத்தரும் புக் பண்ணிக்கிட்டும் கேன்சல் பண்ணிக்கிட்டும் இருந்தா, காலேஜ்

ரன் பண்ண முடியுமா? நியாயத்தைச் சொல்லுங்க.”

“என் நியாயத்தையும் பாருங்க.”

“என்ன நியாயம்? சொல்லுங்க.”

“பையன் வேற காலேஜில சேரணும்னு சொல்றான்.”

“பசங்களுக்கு நாமதான் எடுத்துச்சொல்லணும்.”

“இல்ல சார். அவன் வேற கோர்ஸ் சேரணும்னு நினைக்கிறான். அதான்.”

“அதுக்கப்புறம் உங்க இஷ்டம். நேத்து வந்து சீட்டு கேட்பீங்க. இன்னைக்கு மனசு மாறுவீங்க. இது என்ன காலேஜா? கட்பீஸ் கடையா வேற கலர் மாத்திக்குடுங்கன்னு கேட்கறதுக்கு... அதுகூட சரிதான். வேற டிபார்ட்மெண்ட் மாத்திக்கணும்னாகூட சொல்லுங்க. மேலிடத்தில பேசி மாத்தித் தர்றதுக்கு ஏற்பாடு பண்றேன்.”

“ரூபாயை திருப்பித் தர்றதுக்கு ஏற்பாடு செஞ்சிடுங்க சார்.”

“வயசுல பெரியவரா இருக்கீங்க. ஒரு தடவை சொன்னா புரிஞ்சுக்க மாட்டேங்கிறீங்களே?”

“ஓனர் எங்க இருப்பார்னு சொல்லுங்க? அவர் கிட்ட கேட்டுப் பார்க்கிறேன்.”

பொறுமை இழந்தவன் மாதிரி ஒருவன் ஆவேசமாக எழுந்தான். “ஓனர் தானே வேணும்? மெல்போர்ன் போங்க. அங்கதான் இன்னும் 10 நாளுக்கு இருப்பாரு” என்றான்.

“எங்க இருக்கு மெல்போர்ன்’ என்று கேட்க நினைத்தவர், அது பக்கத்து ஊர் பெயர் மாதிரி தெரியாததால், “பத்து நாள் கழிச்சுத்தான் வருவாரா?” என்றார் தன் அடக்க உணர்வை வெளிப்படுத்தும்விதமாக. தன்னை சண்டை போட வந்தவராக நினைக்க வேண்டாம் என்பதை தன் உடற்பணிவு மூலமாகவும் தொடர்ந்து வெளிப்படுத்திக்கொண்டிருந்தார். பணத்தோடு வீட்டுக்குப் போய் இந்தப் பிரச்சனையில் இருந்து தன்னை விடுவித்துக்கொள்ள வேண்டும் என்று அவர் விரும்பினார். மனரீதியாகவும் அது பெரிய சுதந்திரத்தைத் தரும் என்று நினைத்தார். அவர் கேட்ட கேள்விக்கு யாரும் பதில் சொல்லாதபோதும் “சரிங்க. பத்து நாள் கழிச்சு வந்து பார்க்கிறேன்.” யாரும் இதற்கும் செவி சாய்க்கவில்லை.

பதில் சொல்லுவான் போல தெரிந்தவன் வெளியே நின்றிருந்த செக்யூரிட்டி மட்டும்தான்.

“இந்த காலேஜ் ஓனர் யார்னு தெரியுமா உங்களுக்கு?”

செக்யூரிட்டி இந்தப் பக்கம் அந்தப் பக்கம் பார்த்துவிட்டு, "மின்னாடி மினிஸ்டரா இருந்தாரே உமாபதி... அவரோட காலேஜுங்க இது."

"அவருடைய வீடு எங்க இருக்குனு சொல்லமுடியுமா?" என்றபோது, அதெல்லாம் தெரியாதுப்பா போ... போ. என்றவனிடம் கந்தசாமி வலிந்து தன்னுடைய பிரச்சனையைச் சொல்லி முடித்தார். 50,000 ரூபாய் என்பதன் அர்த்தமும் வலியும் தெரிந்தவனாயிருந்தான் அவன். முகவரியைச் சொன்னான். "பெசாம கால்ல விழுந்திடுங்க. அவனுக்கின்னா, அம்பதாயிரம் பிஸ்கோத்து மாரி. நம்ம கஷ்டத்துக்கு மேல ஒரு அம்பதாயிரம் போட்டுகூட தர்லாம். அவ்ளோ ரூபா இருக்கு. மனசு இருக்கணுமே?" என்று ஆறுதலும் உபாயமும் சொன்னான்.

வெயில் உருக்கியது. தார் சாலை, மனிதர்கள், மனசுகள் எல்லாம்தான் உச்சி வெயில் நேரத்தில் உருகின. இரண்டு பஸ் பிடித்து ஜன நெருக்கடியில் கசகசப்பாகி, தி.நகர் வந்து சேர்ந்தார். சோர்வாகவும் சற்று தள்ளாட்டமாகவும் இருந்தது. எப்படியும் பணத்தை திரும்பப் பெற்றுவிட வேண்டும் என்பதில் தீவிரம் மட்டும் அவருக்கு அதிகமாகிக்கொண்டிருந்தது.

தி.நகரில் வீட்டைக் கண்டுபிடித்து, அங்கிருக்கும் செக்யூரிட்டியிடம் மாரடித்து விஷயத்தைச் சொன்னபோது, ஒருவழியாக அங்கிருக்கும் அலுவலகத்தில் ஒருவனைச் சந்திக்க அனுமதி கிடைத்தது. எதற்கும் இருக்கட்டும் என்று அவன் காலிலும் ஒரு முறை விழுந்து வைத்தார் கந்தசாமி. "படாத பாடுபட்டு சம்பாரிச்ச பணம்யா. குருவி சேர்க்கிறமாரி சேர்த்து கட்டிட்டன்யா." உணர்ச்சிபூர்வமாக நடித்து பணத்தை எப்படியாவது வாங்கிவிட வேண்டும் என்றுதான் அப்படிப் பேசினார். ஆனால், தொடர்ந்து அவரால் நடிக்க முடியவில்லை. நிஜமாகவே அழ ஆரம்பித்துவிட்டார். படபடப்பாக இருந்தது. உட்காரவைத்து குடிக்கத் தண்ணீர் கொடுத்தான்.

"பெரியவரே பணம் திருப்பித் தரணும்னா, போர்டு மீட்டிங்ல வெச்சுதான் முடிவு பண்ணுவாங்க. இவர் மட்டுமே ஓனர் கிடையாது. மொத்தம் எட்டு டைரக்டர்ஸ் இருக்காங்க. அத்தனை பேரும் ஒத்துக்கிட்டாதான் பணத்தைத் தரமுடியும், புரிஞ்சுதா?" சட்டத்தையும் நியாயத்தையும் கலந்து அவருக்குப் பதில் சொன்னான் அவன்.

"நீங்க மனசு வெச்சா வாங்கித் தந்துடுவீங்க. ஒரு 10,000 எடுத்துக்கிட்டு மீதிய குடுத்தாகூட போதுங்க."

"பெரியவரே, அதான் சொல்லிட்டன் இல்ல. லஞ்சம் குடுக்கிறியா எனக்கு?"

“லஞ்சம் இல்லீங்க. டொனேஷனா எடுத்துக்கங்க, காலேஜிக்கு.”

“சரி. லெட்டர் எழுதிக் குடுங்க. பில் ஜெராக்ஸ் எடுத்து அட்டாச் பண்ணிடுங்க. ஐயா வெளியூர் போயிருக்காரு வந்தா சொல்றேன்.”

பையனை இந்தக் கல்லூரியிலேயே படிடா என்று கட்டாயப் படுத்திச் சொல்லிவிட்டால் என்ன? எதற்கு இந்த ரோதனை? மீனாட்சி சொன்னது மாதிரி படிக்கிற பையன் எந்தக் காலேஜில் படிச்சாலும் மார்க் எடுத்தா வேலை கிடைத்துவிடப்போகுது என்று யோசித்துப்பார்த்தார். இப்படி பணத்துக்காக அலைகிறவர்களிடம், சரஸ்வதி எப்படி இருப்பாள் என்றும் மறுபடி மனதை மாற்றிக்கொண்டார். தெரு முனையில் ஜெராக்ஸ் எடுத்துக் கொண்டு மறுபடி அமைச்சர் வீட்டுக்கு வந்தபோது, நான் கொடுத்துவிடுகிறேன் என்றுசெக்யூரிட்டி வாங்கி வைத்துக்கொண்டான்.

மறுபடி எப்ப வந்து பார்க்க வேண்டும் என்று கேட்டுக்கொள்ளாமல் வந்துவிட்டோமே என்று இருந்தது. உள்ளே போய் மறுபடி கேட்க முடியாது என அவரும் தீர்மானமாகத் தெரிந்து வைத்திருந்ததால், அந்தக் கேள்வியை செக்யூரிட்டியிடமே கேட்டுக்கொண்டார்.

வீட்டருகே இருக்கும் மந்திரியின் கட்சியைச் சேர்ந்த வட்டச் செயலாளரிடம் ஒரு வார்த்தை சொல்லிவிட்டுப் போகலாம் என்று நினைத்தார். ஐந்தாயிரம் கொடுக்கிறேன் என்றால் ஒருவேளை முடித்துத் தருவான். பாதி பணம் திருப்பி வந்தால்கூட மீதி நகை நட்டை விற்று அவன் விரும்புகிற காலேஜில் சேர்த்துவிடலாம். பாதி பணத்தைத் திருப்பித் தந்தால் போதும் என்று சொல்லிவிடலாம்.

“அப்பா அப்ளிகேஷன் வாங்கின காலேஜிலதான் சேர்ந்திடேம்பா’ என்று சுநதருக்கு நிறையபேர் அறிவுரை சொன்னார்கள்,

“அவன் தலைல எந்த காலேஜ்னு எழுதியிருக்கோ அதுதான் கிடைக்கும்’ என்றும் விளக்கங்கள் கிடைத்தன.

“பெரியவங்க உனக்கு கெட்டது செஞ்சுட மாட்டாங்கப்பா. எது செஞ்சாலும் நல்லதுக்காகத்தான் இருக்கும். இவ்வளவு நாள் வளர்த்தவங்களுக்கு உன்னை எந்த காலேஜில சேர்க்கணும்னு தெரியாதா?” என்றார் சுந்தரிடம் மீனாட்சியின் அண்ணன்.

தவறு செய்துவிட்ட மாதிரி அவர் முன்னால் சுந்தர் தலை கவிழ்ந்து அமைதியாக இருந்ததைப் பார்த்தபோது, கந்தசாமிக்கு குற்ற உணர்வாக இருந்தது.

- வார்த்தை 2008

காதல் தேனீ

1

“பொண்டாட்டி ஞாபகமா...? லாரி வந்து நிக்கறது கூட தெரியலையா?”என்று காலையில் ஆறுமுகம் கேட்டது குபீர் குபீரென ஞாபகத்துக்கு வந்துவிட்டுப் போனது.

கஸ்தூரியைப் பார்த்து பத்து நாளாகி விட்டது. இன்றாவது அவள் வீட்டுக்கு சென்று வர வேண்டும் என்று நினைத்திருந்தேன். முடியாது போலிருக்கிறது. லாரி நிறைய வேர்க்கடலை வந்து இறங்கியிருக்கிறது. இரவு பகலாய் கடலை உடைத்து சீக்கிரத்தில் பருப்பை பொன்னுசாமி நாயகருக்கு அனுப்பியாக வேண்டும். வேர்க்கடலை சீசன் வேற. ஒரு மாதத்துக்கு வேலை ’டைட்’டாக இருக்கும்.

கஸ்தூரி வீட்டில் இல்லாததையே காரணமாக வைத்து ’மில்’லுக்கு காவல் இருக்கச் சொல்லி விட்டார்கள். அப்பாவுக்கு வெளிவேலைகள், கொடுக்கல் வாங்கல். அண்ணன் பம்ப் - செட்டுக்கு காவல். வேலைக்காரனை நம்பி விட முடியாது. நாளைக்கு பத்து படி பருப்பு திருடினான் என்றால் லாபத்தில் குறிப்பிடும்படியாய் சரிவு தெரியும். இவ்வளவு உஷாராய் இருக்கும் போதே திருடு போகிறது.

ஆறுமுகம் சாப்பாடு கொண்டு வந்து வைத்தான். “சாப்பாடுய்யா” என்றான். “யோவ்... என்னாச்சு உனக்கு? போய் தான் பாத்துட்டு வந்துடேன். பொண்டாட்டிய வுட்டுட்டு ஒரு வாரம் தாக்குபிடிக்க முடியலையா?” சிரித்தான்.

“ஆறுமுகம்... கிண்டலா?... வீட்ல அப்பா இருந்தாரா பாத்தியா?”சொன்னாரு. நாளைக்கு இரண்டு லோடு வந்து இறங்கும் போலகிது.”

“நாளைக்கா..? சொன்னாரா?”

“நாளைக்கு, நாளண்ணைக்கு வரும்னாரு.”

நடுவில் ஒரு நாள் போய்விட்டு வந்து விடலாம் என்று இருந்தேன். நிச்சயமாய் ஒரு மாதம் கழிந்தால்தான் ஒருநாள் இடைவெளியாவது எதிர் பார்க்கலாம்.

“இப்ப இங்க வரேன்'னாரா?”

“இல்ல படுத்துட்டாரு...”

“...ம்... நீ சாப்டியா?...” என்றபடி காரியரை அருகே இழுத்து திறந்தேன்.

“யோவ் சுந்தரம்...” ஆறுமுகம் ஆரம்பித்தான்.

“சாப்பிடும்போது பேசாம இருய்யா.”

“நீ பாட்டுக்கு சாப்புடு... நா ஒரு பக்கம் பேசிங்கடக்றேன்”சிரித்துக் கொண்டே, “இங்கதான் இவ்ளோ வேலைங்க இருக்குதே... உம் பொண்டாட்டிய வர சொல்லி 'லட்டர்' போடக் கூடாது?”என்றான்.

ஆறுமுகம் நான் பிறக்கும் முன்பிருந்தே எங்கள் வீட்டில் படியாள். பாடுபடுவதற்கு சற்றும் தயங்காதவன். அவனுக்கு ரகசியங்கள் என்றால் உயிர். எங்கள் வீட்டு ரகசியங்களை, அம்மாவிடமோ, அப்பாவிடமோ, அண்ணன், அண்ணியிடமோ ஏமாந்த சமயத்தில் என்னிடமோ வாயைக் கிளறி வரவழைத்து விடுவான்.

கஸ்தூரிக்கும், அண்ணிக்கும் நடந்த சண்டை இன்னும் ஆறுமுகத்துக்குத் தெரியாமலிருக்க நியாயமில்லை. திருமணமாகி ஐந்தாறு மாதமாகியும் [illegible] அவள் வீட்டின் எந்த வேலையிலும் ஈடுபடவில்லை. வழக்கப்படி ஊரில் கிடைத்த அனைதது வார சஞ்சிகைகளையும் வாங்கி வைத்துக் கொண்டு புரட்டிக் கொண்டிருந்தாள். எனக்கு சாப்பாடு போடுவதே கஸ்தூரிக்கு ஒரு மாபெரும் பணியாக இருந்தது.

அன்றைக்கு அம்மாவும் ஏதோ கல்யாணத்துக்குப் போயிருந்தார்கள். அண்ணி அடுப்பில் புகைந்து கொண்டிருக்க, கஸ்தூரி ஃபேனுக்கு அடியில் பத்திரிகை புரட்டிக் கொண்டிருந்திருக்கிறாள்.

துவைக்கப் போட்டிருந்த துணிகளும் கழுவப் போட்டிருந்த பாத்திரங்களும் அப்படியே இருந்தன. நிச்சயமாய் ஒரு ஆளால் முடியாத வேலைகள். அண்ணி, கஸ்தூரியே உணர்ந்து வருவாள் என்று எதிர்பார்த்து கடைசியில், “உங்க வீட்லயும் இப்டிதான் உக்காந்துக்குனு இருப்பியா?” எனக் கேட்டிருக்கிறாள்.

அவ்வளவுதான்.

கஸ்தூரி அன்றே ஊருக்குக் கிளம்பிப் போகிற அளவுக்கு அது எப்படி சண்டையாக மாறியது என்பது கடைசி வரை யூகம் பண்ண முடியவில்லை.

ஆனால், ஆறுமுகத்துக்கு என்னைவிட துல்லியமாய் இப்போதைக்கு இது தெரிந்து போயிருக்கும். என்னைத் தூண்டி இன்னும் கொஞ்சம் எக்ஸ்ட்ரா விஷயங்கள் சேகரிக்கிற ஆவலில் அவன் இருந்தான்.

"இன்னய்யா பேச்சே காணோம்?.."

"சாப்பிட்றேன்'னு சொன்ன இல்ல?"

"சரி" முற்றுப்புள்ளி வைத்து விட்டது போல் ஒரு பீடியை எடுத்துக் கொளுத்திக் கொண்டான். சீக்கிரத்தில் சபதத்தை மறந்து, "நீயாவது நல்ல மாதிரி நாலு வார்த்தை சொல்லி இட்டாற கூடாது?" என்றான்.

"நாலு வார்த்தை என்ன, நானூறு வார்த்தை சொன்னாலும் அது வரும்'னு தோணலை."

"ஆம்பளை பேசற பேச்சாயா இது? கழுத்துமேல நாலு சாத்துனா தன்னால வருது."

"அடிக்கல்லாம் முடியாது, கைபட்டுச்சோ 'டைவர்ஸ்' பண்ணிடும்."

"பண்ணட்டுமே... அவங்க சொத்தை பாத்தா நாம கல்யாணம் பண்ணோம்?"

ஆறுமுகம் இப்படி வேலைக்காரன் என்பதையும் மறந்து என் மேல் உரிமை கொண்டாடுவது மகிழ்ச்சியாக இருந்தாலும், இது அவன் பேசி தீர்க்கிற விஷயமில்லை என்று பட்டது.

"சரி வுடுய்யா 'டிரைவர்' வந்தாச்சா... பத்து மணிக்கு 'கரண்ட்' வந்ததும் மிஷின் ஓடியாகணும். நான் தூங்கிட்டாலும் உஷாரா இரு." என்றேன்.

"அத நான் பாத்துக்குறேன். ஒரு பொண்டாட்டி எதுக்குயா அத சொல்லு..?"

"..."

ஆறுமுகம் எனது மௌனத்துக்குப் பிறகு எதையோ சொல்ல நினைத்து, "... பொண்டாட்டினா புருஷன் வீட்ல இருந்தாதான் அழகு" என நாகரிகமாக முடித்தான்.

"...."

"நீ பாட்டுக்கு சாமியார் மாதிரி இங்க இருக்கிற. அதும் பாட்டுக்கு

அங்க கிடக்குது. எப்படிதான் ஆகறது இந்த கதை..?” அக்கறையாய் குழப்பினான். “நீ, பொய்னா நினைச்சுக்கோ, மெய்’னா நினைச்சுக்கோ... என்னால பொண்டாட்டிய வுட்டுட்டு ஒரு நாள் கூட இருக்க முடியாது. வெக்கம் வுட்டு சொல்றேன்.”

ஆறுமுகம் வெட்கம் விட்டு சொல்ல முடிந்தது. நான் படித்த படிப்பு எனக்கு எல்லாவற்றையும் விட மேலாய் நாகரிகத்தை, கௌரவத்தை போதித்திருக்கிறது. உண்மையிலேயே பிரிந்திருப்பது எனக்கும்தான் பிரயத்தனமாய் இருக்கிறது. முறையிடக்கூடிய கஷ்டமா இது? என்னால் மனைவி இல்லாமல் இருக்க முடியவில்லை என்பது உண்மையாய் இருந்தும், சொல்லுவது முடியாது. நாகரிகம் உயிரை விட முக்கியம். மகிழ்ச்சியை விட கௌரவம் பாதுகாக்கப்பட வேண்டும்.

“எனக்கு மாத்திரம் பிரிஞ்சி இருக்கணும்’னு ஆசையா ஆறுமுகம்?”

“பின்னே? கிளம்பு.”

“விளையாட்றியா? நூறு மூட்டை பருப்பு உடைக்க வேண்டியது இருக்குது தெரியுமா?”

“நான் பாத்துக்றேன் போய் வாய்யா. டிரைவர், நானு, சம்பத்து, மாணிக்கம் நாலு பேர் போதாதா? எட்டரை மணிக்கு கடைசி பஸ் புடிச்சா ’நைட்’டு பொண்டாட்டியாண்ட ஜாலியா இருந்துட்டு. காலைல ஏழு மணிக்கெல்லாம் வந்துடேன். யாருக்கு தெரியப் போவுது?”

“மெய்யாவா சொல்றே?”

“போய் வரணும்’னு நினைக்கிற இல்ல! கிளம்பு...

மாமியார் வீடு பதினைந்து பதினாறு கிலோ மீட்டர் தூரத்தில்... சுலபமாய் போய் விட்டு வரலாம் என்று தோன்றியது. வேட்டியைப் பார்த்தா சுமாராக இருந்தது. சட்டை ஓ.கே. மனசு வேகமாக கஸ்தூரியைப் பார்க்கத் தயாராகி விட்டது. ஐநூறு ரூபாயை எடுத்து சட்டையில் வைத்துக் கொண்டேன். இத்தனை நாளைக்கப்புறம் பொண்டாட்டியைப் பார்க்கப் போகிறோம் என்ற நினைப்பே மிலிட்டரிகாரனுக்கு லீவ் கிடைத்தது மாதிரி ’ஜிவ்’ என்று இருந்தது. பைக் வீட்டில் நிற்கிறது. வண்டியிருந்தால் கொஞ்சம் வசதியாக இருந்திருக்கும்.

“வரட்டுமா?” என்றேன் ஆறுமுகத்திடம்.

“ஜமாய்ச்சிடு. காலையில் பொண்டாட்டியும் உன் கூட கிளம்பி வந்துட போவுது பாரூ” சொல்லிவிட்டுக் கண்களை சிமிட்டினான்.

ஆளரவமற்ற பஸ்ஸில் கடகடக்க சென்று வள்ளியூர் கூட்டு

ரோடில் இறங்கினேன். கடைசி பஸ்ஸைப் பார்த்துவிட்டு மூடும் நோக்கத்தில் இருந்தன. சில கடைகள், கொஞ்சம் ஸ்வீட், பழங்கள் வாங்கிக் கொண்டு வள்ளியூர் கூட்டு ரோட்டில் இருந்து அச்சிறுபாக்கத்துக்கு மூன்று கிலோ மீட்டர் வழியில் யாராவது பைக்கில் வந்தால் சமயத்தில் லிஃப்ட் கொடுப்பார்கள். இல்லையென்றால் நடைதான். தவளைகளின் சத்தங்களில் நடந்தேன். தை மாத பனிக்காற்று!

கஸ்தூரிக்கு வெளிப்படையாகப் பேசுவது பிடிக்கும். நாசூக்காக சில விஷயங்களைச் சுற்றி வளைத்துப் பேசினால் கூட 'இப்ப என்ன சொல்ல வர்றீங்க?' என்று திடுக்கிடுகிற மாதிரி கேட்டு விடுவாள்.

பொண்ணு பார்க்க போன நாளிலேயே இப்படித்தான். எல்லாருமாகச் சேர்ந்து 'பொண்ணும் மாப்பிளையும் ஒரு முறை பேசிக்கட்டும்பா!... இந்த காலத்தில் அவங்க சம்மதம்தானே முக்கியம்' என்று பெரிய மனசு பண்ணி இருவரையும் பேச வைத்தனர்.

ரொம்ப தவிப்போடு தலையைக் கோதுவதும் பாக்கெட்டில் மடித்து இருந்த கர்சீப்பை எடுத்து மீண்டும் மடித்து வைப்பதுமாக இருந்தேன். அவளுக்கும் வெட்கம் பிடுங்கித் தின்றது. ஒரு முறை நிமிர்ந்து பார்த்துவிட்டு குனிந்து கொண்டாள். ஏதோ பேசப் போவது போல தொண்டையைச் செறுமிவிட்டு அமைதியாகவே இருந்தேன் நான். அவள்தான் முதலில் பேசினாள்.

“இதுவரை எத்தனை பொண்ணு பார்த்தீங்க?”

“இதுக்கு முன்னாடி அம்மா, அப்பாதான் பார்த்தாங்க. நானும் வந்தது இதுதான் முதல்முறை.”

“என்னைப் பிடிச்சிருக்கா?”

“ம்.”

எதிர்பார்க்காமல், “பார்த்ததும் என்னை எப்படி பிடிச்சுப் போச்சு?” என்றாள். தத்துபித்து என்று எதையோ சொல்லிவிட்டு தப்பிக்க வேண்டியதாகி விட்டது. ஊர் நெருங்கிவிட்டது. உஷார் பார்ட்டி நாய்கள் சில தூரத்தில் வரும் போதே குரைக்க ஆரம்பித்தன. பதினோரு மணி இரவில் வீட்டை அடைந்தாயிற்று!

என்னவோ, ஏதோ என்று எழுந்து வந்தார் மாமனார். கடமையே என்று கொஞ்ச நேரம் பேசினேன். இந்த வருஷம் மழை தப்பிப் போய் அறுவடையும் தப்பிப் போய் விட்டதாகச் சொன்னார் “நெல்லு புரோக்கர் தங்கராஜ் பொண்ணு கல்யாணம் என்னைக்கு தெரியுமா?”என்றார். கஸ்தூரி எழுந்து வந்து காப்பாற்றுவாள் என்று எதிர்பார்த்தேன். மாமியார் எழுந்து வந்து “வாப்பா” என்றாள் தூக்கக்

கலக்கத்தில். அர்த்த ராத்திரியில் ஏதோ சமைப்பதற்குத் தயாரான அவரிடம் நான் சாப்பிட்டு விட்டுத்தான் வந்தேன் என்பதை நம்ப வைத்தேன். கஸ்தூரி வருவதாக இல்லை. மாடியில் இருக்கும் அறை திறந்து விட்டார்கள். அந்த அறையை என் திருமணத்துக்குப் பிறகு உருவாக்கியிருந்தார்கள். ஒரு வழியாய் படுக்கையில் சாய்ந்த போது எவ்வளவோ நிம்மதியும் எதிர்ப்பார்ப்புமாய் இருந்தது.

கஸ்தூரி ஆழ்ந்த தூக்கத்திலிருந்து எழுந்து வந்தாள். முகத்தில் பிரியமாய் ஒரு சிரிப்பும் கூட இல்லை. பக்கத்தில் படுத்து நிம்மதியாய் தூங்க ஆரம்பித்தாள்.

மெல்ல அவளைத் திருப்பி, "கஸ்தூரி" என்று எழுப்பிய போது, கண்களைத் திறந்தாள். சிறிது நேரம் பார்த்தாள்... "ஏன் வந்தே இப்போ?"

2

அவளின் கேள்வி இடியாய் இறங்கியது. லேசாய் சுயமரியாதை சேதமானதால் வலித்தது. 'ஏன் வந்தாய்'" - இதை நான் எதிர் பார்க்கவே இல்லை. பதிலாய் என்ன பேசுவதென்று தவிப்பாய் இருந்தது.

கஸ்தூரி எவ்வளோ கஷ்டப்பட்டு வந்திருக்கேன் தெரியுமா?"

"அதுதான் ஏன்'னு கேக்றேன்."

எப்படியாவது மனைவியின் பக்கத்தில் போய் விழுந்துவிட்டால் போதுமென்றிருந்தது, மூன்று கிலோ மீட்டர் குளிரிலும், இருட்டிலும் நடக்கும் போது. ஆனால் ஏன்?...

"என் மேல் அன்பு அதிகமாகி புறப்பட்டு வந்ததா நம்பறதுக்கு நா ரெடியில்லை" என்றாள்.

"ஏன் இப்படி பேசறே?.."

"பின்ன என்ன?... பாதி ராத்திரில இப்படி வந்தா என்ன அர்த்தம்? உன் மூஞ்சை கண்ணாடி'ல பாரு. எழுதி ஒட்டி வெச்சிருக்குது எதுக்கு வந்தேன்னு."

"நல்ல மாதிரி கொஞ்சம் பேசலாமா? நான் காலைல 'பர்ஸ்ட்' பஸ்ஸுக்கு போயாகணும். 'மில்'லுல இருந்து யாருக்கும் தெரியாம வந்துட்டேன், அதான்..."

"யாருக்கும் தெரியாமயா?"

"..."

"குட்... நல்ல மாதிரி அதாவது அன்பா பேசணும். அதுக்குதான் இப்ப பதறியடிச்சுகிட்டு வந்திருக்கீங்க...?"

"..."

"அன்பு... பாசம்... பொம்பளைங்கள 'எக்ஸ்பிளாயிட்' பண்றதுக்காகவே ஆம்பளைங்க வெச்சிருக்கிற வார்த்தைகள்."

எக்ஸ்பிளாய்ட்... சுரண்டல், எனக்கு அப்போதே அங்கிருந்து போய்விடலாம் போல இருந்தது.

ஒரு போர்வையும், தலையணையும் எடுத்துக் கொண்டு வராண்டாவில் போட்டு படுத்துக் கொண்டேன்.

போதும் சுட்டுக் கொண்டது! நாவினால் சுட்டது. என்ன தைரியத்தில் அவள் இவ்வளவு பேசினாள் என்பது ஆச்சரியமாய் இருந்தது. 'அது'க்காகத்தான் வந்திருக்கான் என்ற அலட்சியமா? காலையில் எழுந்து சும்மா ஒரு சிரிப்பு சிரிச்சா மறுபடி சரியாகி விடுவான் என்ற ஆணவமா? இத்தோடு பேசவே போவதில்லை என்ற முடிவோடா?.. 'டிவோர்ஸ்' பண்ண எண்ணமா?... பின்..?

சுட்டுக் கொண்டது, இப்போது சுடர் விட்டு எரிந்தது. இவ்வளவு அவமானமும் ஒருவனுக்கு நேருமா? மனைவி லைஃப் பார்ட்னர் கூடி தொழில் செய் என்பார் பாரதி. வாழ்க்கையை குடி நடத்த முடியவில்லை. கணவன், மனைவி, பார்ட்னர். லாபமும், நஷ்டமும் அனைவரையும் சாரும். லாபத்தில் மட்டுமே பங்கு கொள்பவன் பங்குதாரன் இல்லை.

தொழில் முறையான உலகம் வாழ்க்கையையும் அப்படியே பார்க்க வைக்கிறது. ஆதி மனிதன், வாழ்க்கையைத் தொழிலாய் நிர்வகிக்க வேண்டியது இருக்கவில்லை.

ஆரம்பம் முதலே இவள் இப்படித்தான் இருக்கிறாள். திருமணம் ஆனால் எல்லோரும் குறைந்த பட்சம் ஒரு வருடமாவது சந்தோஷமாக இருக்கிறார்கள். விதவிதமாய் துணிகள் அணிந்து கொள்கிறார்கள். அடிக்கடி சினிமா பார்க்கிறார்கள். கோவிலுக்குப் போகிறார்கள். குழந்தை பெற்றெடுக்கிறார்கள். அதன் பிறகும் நன்றாய் இருக்கிறவர்களும், சுமாராய் இருப்பவர்களும், சண்டை போட்டுக் கொள்கிறவர்களுமாய் அவர்களே மாறுகிறார்கள். என் விஷயத்தில் முதல் நாள் முதலிரவிலேயே மாபெரும் துன்பத்தை சுவைத்தாயிற்று.

சோர்வால் கண்கள் மூடிக் கொண்டாலும் தூக்கம் வருவதாகத் தெரியவில்லை.

"தூங்கிட்டீங்களா?"

கஸ்தூரி தான்.

"...."

"பனி'யா இருக்குதே உள்ள படுக்கக் கூடாது?"

"பரவால்ல..."

"கோவமா?"

"இவ்வளவு பேசினப்புறம் யாருக்கும் கோவம் வராம இருக்காது... எனக்குதான் இன்னும் வரல..."

அருகே அமர்ந்தாள். மேலே சாய்ந்தாள். இருவரும் சிறிது நேரம் பேசிக்கொள்ளவில்லை.

"நாம நல்லா இருக்கணும் கஸ்தூரி..."

சிரித்தாள். "நல்லாதான் இருக்கோம்?"

"உண்மையிலேயே நல்லா.."

"எப்படி?"

"நம்ம வீட்ல வேலை செய்யற ஆறுமுகம் கூட சந்தோஷமா இருக்கான். இந்த வயசிலயும்..."

"கரெக்ட்... 'ஆறுமுகம் எப்படி சந்தோஷமா இருக்கான்'னு யோசிச்சு பாத்திங்களா?"

யோசித்தேன். வேலை செய்கிறான். கூலி வாங்குகிறான். சில சமயம் குடிக்கிறான். சில சமயம் குடும்பமாய் 'டென்ட்' டுக்கு போய் 'எங்க வீட்டு பிள்ளையை ஏழாவது முறையாய் பார்த்து விட்டு வருகிறான்.

"தெரியலை... ஆனா..."

"எவ்ளோ கூலி வாங்கறான்..?"

"டெய்லி பதினைஞ்சு ரூபா. சாப்பாடு... ...ம்... காருக்கு மூணு மூட்டை நெல்."

"அவம் பொண்டாட்டி...?"

"எப்பவாவது களையெடுக்க, நாத்து நட போவா..."

"சரி... பசங்க?"

"மூணு."

"அவங்க சம்பாதிக்கறது போதுமா?"

"ஏதோ... 'நாட் பேட்'..."

"ஸோ, பணம் அவ்ளோ முக்கியமில்லை சந்தோஷத்துக்கு" கதையாக

வளர்த்தினாள்.

"எனக்கு 'டீடெய்லா' சொல்ல வேண்டியதில்லை. 'சிம்பிளா' சொன்னாவே புரியும்."

"சிம்பிளா சொல்றேன். அவன் 'ஃப்ரியா' இருக்கான். அதான் அவனுடைய சந்தோஷத்துக்குக் காரணம்..."

"நாம மட்டும்?"

"நீங்க உங்க அப்பாவுக்கு பயந்துகிட்டு இருப்பீங்க. நான் உங்க அம்மாவுக்கும், அண்ணிக்கும்... ஏன் எல்லோருக்கும் பயந்தாச்சு."

"யார் சொன்னது?"

"சொல்ல வேண்டியதில்லை. அவங்க எதிர்பாக்கிறது அதுதான்."

"ஓ. கே. இனி நீ 'ப்ரியா' இருக்கலாம். நான் கேரண்டி."

"முடியாது. அவங்கல்லாம் என்னை பாக்கற பார்வையே சரியில்லை. நா சரியா வேலை செய்யலை... எனக்கு எங்க வீட்ல பழக்கம் இல்ல... அதுக்காக கண்ணாலேயே ஊசி மாதிரி குத்தறாங்க."

"கொஞ்ச நாளானா சரியா போய்விடும்..."

"எப்படி சரியா போயிடும்..? இன்னும் கொஞ்ச நாள்ல மெட்ராஸ்'ல படிச்சுகிட்டு இருக்கிற உங்க தம்பிக்குக் கல்யாணம்... இன்னும் கொஞ்ச சுமை. இன்னும் கொஞ்ச நாளானா இன்னும் மோசமாகப் போயிடும்.."

நீண்ட மௌனம்.

"என்ன பண்ணலாம்?" என்றேன்.

சற்று நிதானித்து, "நீங்க எங்கயாவது ஒரு வேலை தேடிக்கங்க. தனியா போயிட்லாம்" என்றாள்.

நான் பயந்து போனதை உணர்ந்தேன். உடலின் இரத்த ஓட்டங்கள் வேகப்பட்டு, லேசாய் வியர்த்து, "கஸ்தூரி..."என்று ஏதோ துவங்கினான்.

"சொல்லுங்க" என்றாள் இயல்பாய்.

"தனியா போனா உனக்கு வீட்டு வேலைகள் இன்னும் அதிகமாகும்."

"பரவால்ல... நான் பாத்துக்குறேன்."

இன்னும் கொஞ்சம் யோசித்து, "வேலை அவ்வளவு சுலபமாய் கிடைக்காது" என்றேன்.

"அது வரைக்கும் எங்க வீட்ல இருங்க."

அவளுக்கு அவள் வீட்டில் நான் வேண்டும். அதற்கான அழகான, பிழையற்ற திட்டத்தை அவள் தயாரித்தாகிவிட்டது. நானும் முடிவாய் சொல்ல வேண்டியதற்காகத் தயாரானேன்.

"கஸ்தூரி... எந்த வித கட்டுப்பாடும் இல்லாம நீ எங்க வீட்லயே இருக்கலாம். ஏதாவது பிரச்சனை'னா அங்கேயே பேசி தீர்த்துக்கலாம் ஆனா... நீ சொன்னது முழுக்க உன் சுயநலமா தெரியுது. ஐம் சாரி..."

என் மார்பில் கோலம் போட்டுக் கொண்டிருந்த அவளது விரல்களை மெல்ல விலக்கிக் கொண்டாள்.

3

'ஹவ் ஈஸ் லைஃப்?' என்றபடி படு உற்சாகமாய் மில்லுக்குள் நுழைந்தார் ரத்னவேலு சார். என் கணக்கு வாத்தியார். பள்ளிப் பருவத்திலிருந்தே எங்களுக்குக் குடும்ப நண்பராகி, ஒரு வழியாக எனக்கும் நண்பராகிப் போனவர். உற்சாகமென்றால் அப்படி ஒரு உற்சாகமான மனிதர். உற்சாகப் பிரியர்.

"என்ன 'டல்'லா இருக்கே?" என்றார்.

"ஒண்ணுமில்லை சார் வேலை..."

"அப்பப்பா... என்ன வெயில்... உங்க வொய்ப் எப்படி இருக்காங்க?"

"...ம்..."

"என்னது 'ம்',,, ரெண்டு பக்கமும் ஈக்குவேஷன் டேலி ஆகுதா?" என்றார்.

மனிதர் ஏதோ முகக்குறிப்பை உணர்ந்து விட்டார் என்று தோன்றியது. அவசரமாக சரி பண்ணிக் கொள்ள முயன்றேன். "டேய் ஆறுமுகம்... சாருக்கு டீ சொல்லு" என்றேன்.

சிரித்தார்.

"புதுப் பொண்டாட்டி... இன்னும் வீட்டு ஞாபகம் போயிருக்காது. நாற்றைப் பிடுங்கி வயல்ல நட்டுட்ட மாதிரிதான். 'செட்' ஆகறதுக்கு கொஞ்சநாள் ஆகும். அதைப் பெருசா நினைச்சுக்கக் கூடாது. எல்லாம் சரியாயிடும்... என்ன நான் சொல்றது?" என்றார்.

"இல்ல சார்... அவளுக்கும் அண்ணிக்கும் பிரச்சினை. தனியா குடித்தனம் போகலாம்ங்கிறா...?

அனைத்து சங்கதியையும் ஒரு நொடியில் விளக்கிக் கொண்டவர் மாதிரி கண்களைக் குவித்து, "வயல்ல நட்டதை எடுத்து பூத்

தொட்டியில நடணும்னு சொல்றாங்க" என்றார்.

"இதுக்கெல்லாம் நானெப்படி தலையாட்ட முடியும் சார்?" நிதானமாக சற்றே யோசித்தார்.

"அதாம்பா பொம்பளை, நேத்து வரைக்கும் அவளுடைய சொந்தம், வீடு, பழக்க வழக்கம்லாம் வேற. இன்னைக்கு உங்க வீட்டுக்கு வந்ததும் திடீர்னு கொஞ்சம் புது உறவுகள். உங்க வீட்டுப் பழக்க வழக்கத்துக்கு மாறணும். இது எவ்வளவு பெரிய மாற்றம்? பூனையிலிருந்து புலி 'எவலூட்' ஆன மாதிரி சேன்ஞ். அதுக்கு அவங்க கேட்கிற கைமாறுதான் இது. நீ அவங்களுக்கு மட்டுமே சொந்தமா இருக்கணும்னு எதிர்பார்க்கிறாங்க. ஆண்களுக்குப் பொம்பளை இஷ்டத்துக்கு ஆடணுமா'னு ஈகோ... அதுதான் எல்லார் வீட்டு பிரச்சினையாவும் இருக்கு" என்று கஸ்தூரி விஷயத்தை சமூகப் பிரச்சினை ஆக்கினார்.

"ஈகோலாம் இல்ல சார் எனக்கு. பெண்களுக்கு எல்லாமே புது உறவு, புது வீடு, புது பழக்க வழக்கம்னு சொன்னீங்க. அதுக்காக அவங்க இங்க வந்ததும் என்னோட சொந்தம், வீடு எல்லாத்தையும் விட்டுட்டு ஓடணுமா?... விட்டுக் கொடுக்கறதுதானே வாழ்க்கை?... இப்படி பதிலுக்கு பதில்னா எப்படி சார்?"

"இல்ல சுந்தரம்... மனுஷன்ல மட்டுமில்ல, அனிமல் கிங்டம்'ல இருந்தே ஆண்தான் ஆதிக்கம் செலுத்துது. நேத்து நேஷனல் ஜியாகரபி சேனல்ல பார்த்தேன். ஒரு ஆண் சிங்கம், அதனோட கூட்டத்துக்கு ராஜாவா இருக்கு. அந்தக் கூட்டத்தில் இருக்கிற பெண் சிங்கத்துக்கெல்லாம் வாரிசு தனக்குப் பிறந்ததா இருக்கணும்னு நினைக்குது. அதே கூட்டத்தில் இருக்கிற சில ஆண் சிங்கங்கள், பெண் சிங்கத்துகிட்ட உறவு வெச்சுக்க விரும்பினா போச்சு. ராஜா அதை உண்டு இல்லைனு பண்ணிடுது. அடுத்த ஜெனரேஷன் சிங்கம் ஜெயிச்சுட்டா. கிழச்சிங்கம் ஒதுங்கிக்குது. புதுசா வந்த சிங்க முதல் வேலையா குட்டி சிங்கங்களை கடிச்சி குதறிவிட்டுடுது. ராஜா ஆனதும் முதல் வேலையே தன்னோட வாரிசை உருவாக்கறதுதான்... இதுக்கு என்ன சொல்றே?"

என் சொந்தக் கதையைக் கூட மறந்து "நிஜமாவா சார்?" என்றேன்.

"ஆமாம்பா.. ஆணாதிக்கம்ங்கிறதுதான் இயற்கையான விஷயம்னு தோணுது. மனிதனும் ஏறத்தாழ மிருகம்தானே? பெண்ணுரிமை பேசினாலும் ஓவர் நைட்ல சமம் ஆகிட முடியாதில்லையா? சக்தி பெரிதா? சிவன் பெரிதானு கடவுளுக்கே சண்டை வந்ததா இல்ல திருவிளையாடல் சொல்லுது?"

"சரி சார்... சக்தி பெருசா, சிவன் பெரிசானு என்னோட அம்மா-அப்பாவுக்கோ, என் அண்ணன் - அண்ணிக்கோ பிரச்சினை

வரலையே... இப்ப இவளுக்கு மட்டும் என்ன வந்தது?”

ஆறுமுகம் டீயைக் கொண்டுவந்து கொடுத்து விட்டு இந்தப் பேச்சையெல்லாம் கவனிக்காதவன் போல் அங்கேயே எதையே நோண்டிக் கொண்டு ‘பாவ்லா’ காட்டிக் கொண்டிருந்தான்.

“உங்கம்மாவும் அண்ணியும் சகிச்சுகிட்டு இருக்காங்கன்னு அர்த்தம். இல்லை அவங்க போராட்டம் இன்னும் வெளியே தெரிய ஆரம்பிக்கலை.”

ரத்னவேலு சார் எழுந்தார்.

“கழுத்துக்கு மேல வேலை. இன்னைக்கு ஸ்கூல் லீவு, ‘பக்ரித்’. மார்க்கெட்டுக்கு கிளம்பினேன். இன்னைக்காவது நமக்கு பிடிச்ச மாதிரி காய்கறி வாங்கி சமைக்கலாம்னுதான் சரி... பேசி நல்ல முடிவா எடுங்க. ஆம்பளைங்க விட்டுக் கொடுத்துதான் போகணும். அதுதான் குடும்பத்துக்கு நல்லது” என்றபடி, கைப்பையை கக்கத்தில் வைத்துக் கொண்டு நடையைக் கட்டினார்.

4

‘நூற்றி இருபத்தேழு மூட்டை’ என்று ஆளுக்கொருதரம் எண்ணிவிட்டு லாரியை அனுப்பி வைத்த பிறகு சற்றே நிம்மதி. இனி மேல் இவ்வளவு வேலைகள் இருக்காது. மாதத்துக்கு ஒரு ‘லோடு’ வந்தால் அருமை. மீதி லோக்கல் கடலைகள் ஒரு மூட்டை இரு மூட்டை சேர்த்து வைத்து உடைத்தால் ஒரு மாதத்தில் இருபது மூட்டைகள் வரும்.

ஓய்வு.

அதுதான் பயமாக இருந்தது. நினைவுகள் பற்றிய பயம். கஸ்தூரியைப் பற்றி ஞாபகம் ஏற்பட்டு விடக் கூடாதே என்கிற ஜாக்கிரதை உணர்வு. மனசு மாறிவிடக் கூடாதே... சரணாகதி ஆகிவிடக்கூடாது என்கிற ஈகோ...

இது போதாதென்று அம்மாவும், ’கஸ்தூரியைப் போய்ப் பார்த்துவிட்டு வாடா’ என்று நச்சரிக்கிறார்கள். அம்மாவுக்கு லேசாய் என்னவோ புரிந்திருக்கிறது. தொடர்ந்து இவ்வளவு நாளாய் நான் போய் வராதது இயல்பு மாறி இருப்பதாய் உணர்ந்து இருக்கிறார்கள்.

“இல்லம்மா அவ வரமாட்டா” என்று கூட சொல்லி விட்டேன்.

“வராட்டி போறா... போய்ப் பார்த்துட்டு வா” என்கிறார்கள்.

"பார்த்து விட்டு மட்டும்' வர முடிந்தால் பரவாயில்லை. உடம்பு என்னை ஜெயித்து விடக்கூடாதே என்று பயமாக இருந்தது. அல்லது உடம்பு ஆசைக்காக மறுபடி 'வாங்கிக் கட்டிக்' கொள்ள நேருமோ என்றும் பயம்!

வேலைகள் அதிகமாக இருந்ததைக் காரணம் காட்டி இத்தனை நாளாய் இரண்டு மாதமாய் ஓட்டியாயிற்று. அவர்களுக்கு புத்தி எங்கே போனது? அழைத்து வந்து விட வேண்டியதுதானே?

அப்பாவைப் பற்றி பிரச்சினை இல்லை. ஒரே ஒரு முறை மட்டும் 'வேலைதான் இல்லையே... போயிட்டு வாயேண்டா' என்றார். அத்தோடு விட்டுவிட்டார். நச்சரிக்கவில்லை.

இரவு சாப்பிட்டு முடித்து களத்தில் பெஞ்சின் மீது உட்கார்ந்ததும் அம்மா வந்து எதிரில் நின்றார்கள்.

"நாங்க என்ன கஸ்தூரிக்கு வேலையா வெக்கிறோம். அதும் பாட்டுக்கு படிக்குது. இஷ்டமிருந்தா எதாவது செய்யுது... இல்லாட்டி படுத்துக்குனு தூங்குது... காலேஜி படிச்சுக்கிட்டு இருந்த பொண்ணு வேலை'லாம் செய்து பழக்கம் இருக்காது'னு தெரியாதா?..." என்று நீளமாய் பேசினார்கள்.

"சரிம்மா... அண்ணன் எங்கே?" என்றேன்.

"அவஞ்சாப்பட்றான். என்னடா சொல்றே?... நல்ல மாதிரி சொல்லி இட்டுக்குனு வாயேண்டா..."

நல்ல மாதிரி சொல்லியாச்சு... நாம் தனித்தனியாய் உடைந்தால் தான் அவள் வருவாள். அவளுக்கு சுதந்திரம் வேண்டுமாம்... புரியுமா உனக்கு..? அதான் அப்பவே காந்தி தாத்தா வாங்கி குடுத்துட்டாரே! என்பாய்.

"சரி" என்றேன்.

அண்ணி தூணில் சாய்ந்து கொண்டு கேட்டுக் கொண்டிருந்தாள்.

"நா கோவமாகூட எதுவும் பேசல..." என்று அண்ணி வருத்தப்பட்டாள்.

அண்ணியைப் பற்றித் தெரியும். அண்ணி இந்த வீட்டுக்கு வந்த சீக்கிரத்தில் அம்மாவுக்கு முக்கால்வாசி பாரம் குறைந்தது. கடந்த ஏழு வருடத்தில் முகம் சுளித்துப் பார்த்ததில்லை. சத்தமாய் பேசியதில்லை. இன்னமும் இப்போதான் கல்யாணம் செய்து கொண்டு வந்தது மாதிரி இருப்பாள். அண்ணி இப்படி கோபித்துக் கொண்டு அம்மா வீட்டுக்கு போயிருந்தால் கூட ஒரு நியாயம் இருந்திருக்கும்.

"எனக்குத் தெரியும் அண்ணி... நீங்க எதுவும் சொல்லியிருக்க மாட்டீங்க..." நான் சொன்னது அண்ணிக்குப் பெருமிதமாக

இருந்தது..

அதற்குள் அண்ணன் சாப்பிட்டு விட்டு 'பம்ப்-செட்' சாவியை எடுத்துக் கொண்டு, சாவகாசமாய் 'வரட்டுமா?' என்று கிளம்பினான்.

"அண்ணா" என்றான்.

"ம்?" என்று நின்றான்.

"நா போறேன்... நீ வீட்ல படுத்துக்க" என்றேன்.

"வேணாண்டா... அங்க கட்டிலும் இல்ல... ஒரு பாத்தாலியும் இல்ல..."

கட்டில் இல்லாமல் அவனால் மட்டும் படுக்க முடிகிறதென்றால்...

"இப்படி குடு சாவியை" என்று கிட்டத்தட்ட பிடுங்கிக் கொண்டேன்.

"டேய்... துப்பட்டியாவது எடுத்துப் போடா... ஒரே பனியா இருக்குது... போம் போதுகூட ஆறுமுகத்தையும் கூட்டிகிட்டு போ..." என்று கரிசனமாய் அறிவுறுத்தினான்.

இவர்களை விட்டு தனியே போவது பற்றி என்னால் எப்படி சிந்திக்கமுடியும்? கஸ்தூரிக்கு இஷ்டமிருந்தா வந்து இருக்கட்டும். இல்லாட்டி அவ வீட்லயே இருக்கட்டும் என்றது மனசு.

வெளியே வந்த போது இருட்டில் வாசலில் ஆறுமுகத்தின் மனைவி லட்சுமி நின்றிருப்பது தெரிந்தது!

"என்ன இங்க நிக்கறே?" என்று விசாரித்தேன்.

ஒன்றும் பேசவில்லை.

"என்ன விஷயம்?" என்று நான் சற்றே நெருங்கியபோது அவள் தலையைக் கவிழ்த்துக் கொண்டாள்.

"அம்மா" என்று உட்புறமாய் குரல் கொடுத்தேன்.

"என்னாயா?"

என்றபடி எழுந்து வெளியே வந்து, "ஏய்... இன்னா இங்க நிக்கறே?" என்று அவளை திண்ணை பக்கமாய் அழைத்து விளக்கு வெளிச்சத்தில் நிறுத்தியபோது, தாறுமாறாய் என்னவோ நடந்திருப்பதை எல்லோராலும் யூகிக்க முடிந்தது.

அவள் உதடு வீங்கிப் போய் ரத்தம் கட்டியிருந்தது. அழுது கொண்டிருந்தாள்.

"என்னாடி ஆச்சு உனக்கு?... சொன்னாதானே தெரியும்?" என்று அம்மா அலுத்துக்கொள்ள, முந்தானையிலும் ரத்தம் படிந்திருப்பதை அண்ணி கண்டு பிடித்தாள்.

அவசரமாய் எல்லோரும் சூழ்ந்து கொள்ள விசும்ப ஆரம்பித்தாள்.

"குடிச்சிட்டு வந்து ஒரே கலாட்டா பண்ணிங்கடக்குது..."என்று ஆரம்பித்து 'ஆனவரைக்கும் பசங்களையும் என்னையும் நவுத்திப்புடுது..."என்றாள். "இனிமேல் அந்த ஆம்பளையோட சேர்ந்து வாழ முடியாது. தூங்கும் போது தலையில கல்லைத் தூக்கிப் போட்டுடுவான்!"

"எதுக்கு அடிச்சான் இப்படி?" என்றான் அண்ணன்.

"கள்ளுக் கடையில் எண்பது ரூபாய் பாக்கி இருக்குது. கம்மலை கழட்டிக் குட்றின்ச்சி... இப்பதானே மூட்டுக்குனு வந்தோம். இன்னும் ஒரு வாரம் கூட ஆவலையே'ன்னு... தரமாட்டேன்னு சொன்னேன்..."

"இப்போ எங்க இருக்கிறான் அவன்...?...த்..."அண்ணன் நாக்கை மடித்துக் கொண்டு ஆவேசமானான்.

"டேய்... சும்மார்றா... அதான் குடிச்சிட்டு இருக்கிறான்'னு சொல்றாளே... காலை'ல பாத்துக்கலாம்."

"பொம்பளைய அடிக்கிறவன் ஒரு மனுசனா..? இப்பவே நாலு சாத்து சாத்திட்டு வர்றேன். மீதிய காலைல பாத்துக்கலாம்..."

அண்ணனை சமாதானப்படுத்துவதே பெரும்பாடாய் இருந்தது.

அண்ணி ஒரு பாயையும், போர்வையையும் திண்ணையில் கொண்டு வந்து போட்டு அவளைப் படுக்க வைத்தாள். அதன் பிறகு நான் 'பம்ப் செட்' நோக்கிப் போனேன்.

'அவளை விட்டுட்டு ஒரு நாள் கூட இருக்க மாட்டேன்'னு சொன்னவனா இப்படி...? போதை தெளிந்ததும் சரியாகி விடுவான் என்றிருந்தது. அவன் செயலைப் பார்த்தால் அடிப்பதற்காகவே குடித்து விட்டு வந்தது மாதிரி இருந்தது. குடிக்காமல் இருந்திருந்தால் அவனால் அடித்திருக்க முடியாது. ஆறுமுகம் அவ்வளவு முரடன் இல்லை. என்னுடைய இருபத்தைந்து வயதில் ஆறுமுகம் இவ்வளவு பெரிய ரகளையை இப்போதுதான் செய்திருக்கிறான்.

ஆறுமுகம் இன்னும் மில்லுக்கு வரலை என்பதை சம்பத் மூலம் அறிந்தேன். வேலைகள் எதுவும் கூட இருக்க வில்லை. கட்டிலில் போய் படுத்தேன்.

தினமும் குடித்து விட்டு அடித்துக் கொண்டிருக்கிற ஜாதியில்லை ஆறுமுகம். 'மிஷின்' டிரைவர் வேண்டுமானால் அந்த லிஸ்டில் சேர்ந்தவன். ஒரு நாளேனும் அவன் பொண்டாட்டியை அடிப்பதை நிறுத்தியதில்லை. அவனுக்கு எப்படித்தான் தினம் ஒரு காரணம் கிடைக்கிறதோ தெரியவில்லை.

குடித்ததும் அவனது பரம எதிரி அவனது மனைவிதான். சாப்பாட்டுத் தட்டை திடீரென்று முகத்தில் அடிப்பான். அவளும் அதையெல்லாம் பெரிதுபடுத்திக் கொள்வதில்லை.

"சனியனே... பேசாம படு...' என்று இழுத்துப் போய் பாயில் போடுவாள். முனங்கிக் கொண்டு தூங்கினாலும் தூங்குவான். மீறினால், அவளும் துடைப்பக்கட்டையை எடுத்துக் கொண்டு இரண்டு போடுவாள். அவனும், ஒரு கூடையையோ, முறத்தையோ தூக்கிக் கொண்டு கேடயமாய் பயன்படுத்துவான். சமயத்தில் இரண்டு பேருமே குடித்திருப்பது போல தோன்றும். திடீரென்று சமாதானம் ஆகிவிடுவார்கள்.

சமீபத்தில் கூட அவளுக்கு ஒரு குழந்தை பிறந்தது. இவ்வளவு சண்டையில் அது ஒரு ஆச்சர்யமான விஷயம்.

ஆறுமுகம் அப்படியில்லை.

யாரோ கனைப்பது கேட்டது. ஆறுமுகம்தான். திரும்பிப் பார்த்து விட்டு மறுபடி படுத்துக் கொண்டேன். கட்டிலில் அருகில் வந்து குத்துக்காலிட்டு அமர்ந்தான். கண்கள் பழமாய் சிவந்திருந்தன.

அவனே, 'அப்பா இல்லையா?" என்று ஆரம்பித்தான்.

"தெரியாது."

வெடுக்கென்று நான் முடித்ததால் பேச்சு மறுபடி அறுந்தது.

"அது உங்க வூட்லயா இருக்குது?"

தலையசைத்தேன்.

சிறிது நேரம் பொறுமையாய் உட்கார்ந்திருநது, விரல்களை சொடுக்கு எடுத்தான், பின் ஏதோ நினைத்தவனாய் எழுந்தான்.

"உக்காரு..."

எதிரில் சுவரோரமாகப் போய் நின்றான்.

"எங்க வீட்லயா இருக்குது'னு கேட்டுட்டு நீ பாட்டுக்கு போயிக்னே இருந்தா என்ன அர்த்தம்...?"

"..."

"பெரிய வீரன்'னு நெனப்பா?"

"நானா உங்க வூட்டுக்கு அனுப்பிச்சேன்?"

"நீ பண்ணியிருக்கிற வேலைக்கு அது எங்கயாவது கிணத்துல விழுந்து சாவாம எங்க வீட்டுக்கில்ல வந்திருக்கிறது...?"

"அப்படித்தான் சாவ சொல்லு..."

106 | மீன்மலர்

"இதோ பார் ஆறுமுகம்... இதெல்லாம் நல்லால்ல."

"புருஷன்கிட்ட மட்டு மரியாத இல்லாத பொண்டாட்டி இருந்தா இன்னா! செத்தா இன்னா? எனக்கின்னா வந்தது?"

"என்னா பண்ணிட்சி அது?" அவனிடத்தில் அவனைப் போலவே பேசுவதுதான் நல்லது.

"கள்ளுக் கடைல பாக்கி நிக்கிது... கம்மலை குட்றி... சொர்ணவாரி'ல மூட்டுல்லாம்'னு சொன்னேன். அது தப்பா... இவள்லாம்..?" என்று பற்களைக் கடித்தான்.

"குடிக்கிறதுக்கு கம்மல் கேக்குதா உனக்கு? ..எந்த பொம்பளை குடுப்பா...? போய் இன்னும் ரெண்டு கிளாஸ் குடிச்சிட்டு வா'ன்னு கம்மலைக் கழட்டிக் குடுக்கணுமா?..."

"புருஷங்காரன் எனக்கில்லாத அக்கறை அவளுக்கின்னா...? நா மாத்திரம் குடும்பத்த அழிச்சின்னும்'னா இருக்கிறேன். என்னமோ அவதான் குடும்பத்த தலைமேல தூக்கி வெச்சிருக்கிற மாதிரி இல்ல பேசறா..."

"இத பார்... ஊரெல்லாம் தெரியறதுக்கு முன்னாடி பொண்டாட்டிய இட்டுக்குனு வூட்டுக்குப் போ..."

"இனிமே அது முடியாதுயா... அவகிட்ட, ஒரு இருபது ரூபா குடுத்து அவ ஆத்தா வூட்டுக்குப் போவச் சொல்லு... என் சம்பளத்தில் கழிச்சிக்கோ... அவ்வளவுதான்..."

"அவ்வளவுதானா?"

"அந்தப் பொம்பளை இனிமே என் வூட்டுக்குள்ள நுழையக் கூடாது..."

"ஏய்... பைத்தியக்காரன் மாதிரி... இதெல்லாம் ஒரு பிரச்சினையா..."

"உனுக்கு சின்ன விஷயமா இருக்கும்... கல்யாணம் ஆயி இவ்ளோ நாள்ல ஒரு வாட்டியாவது கை நீட்டி அடிச்சிருக்கனா அவளை...? இந்த அளவுக்கு ஆயிருக்குதுன்'னா உண்மையிலேயே நா எவ்வளவு கெஞ்சியிருப்பே'னு யோசிச்சுப்பாரு... கழுதை... மானம் போவுதடி ஒரு மாசமா கேட்டுங்கடக்கிறான்... குட்றீனா இல்லாத தகராறுல்லாம் பண்றா... எம்மானத்த வுட, அவளுக்கு கம்மல் பெரிசா?..."

கடைசியில் மானம், தமிழ் மண்ணில் ஜாஸ்தி... பக்கத்து நாட்டு மன்னன் பெண் கொடுக்க மறுத்து விட்டானா... உடனே மானம்... நாட்டின் மானமே போனது மாதிரி போர், ஆயிரம் உயிர்கள் பலி...

'நான் எழுதிய தமிழ்ப் பாட்டில் குற்றமா?' நெற்றிக்கண்ணை திறக்குமளவுக்கு மானம்... கடவுளுக்கே..

நேரில் வந்து திருமணம் அழைப்பிதழ் வைக்கவில்லையா? உடனே மானம் போய் விடும்.

கேட்டதும் அம்பது ரூபாய் கைமாத்தாகத் தரவில்லையா? உடனே கௌரவக் குறைச்சல்.

இவ்வளவு மானமும், ரோஷமும் தேவைதானா? இல்லை, தேவைப்படும் போது மட்டும் தேவையா?

பத்து பதினைஞ்சு வருஷம், வேலைக்காகப் படிச்சு, பட்டம் வாங்கினா... வேலையில்லை. எவ்வளவு அலைந்தாலும் இல்லை. மந்திரி பிள்ளை, கூடவே படித்தவன் மக்கு... அவனுக்கு மட்டும் வேலைகிடைக்கிறது... எப்படி? அது புரிகிறது. எவ்வளவு பேர் மானம் போனதாய் நினைக்கிறார்கள்? கிடைக்க வேண்டியது கிடைக்காமல் போனால்... என்ன அர்த்தம்? உனக்கு சேர வேண்டியது... உனக்கு இல்லை. போடா என்கிறான்.

ரோஷம் பொத்துக் கொண்டு வர வேண்டிய நேரத்தில் வருவதில்லை. தனிமனித ரோஷம் வருகிறது. கூட்டாக ஒரு சமூகமே அவமானத்துக்கு ஆளாகும் போது வருவதில்லை.

இவ்வளவு நேரம் நான் பேசாமல் இருந்ததைப் பார்த்து, "நீயே சொல்லு... நியாயமா அவ பண்ணது?" என்றான்.

"புருஷன், பொண்டாட்டிக்குள் என்னய்யா பெரிய மானம்...?"

"நல்லாகீதுயா நீ சொல்ற நியாயம்... நீ போய் உம் பொண்டாட்டிய இட்டுக்குனு வாயேன் பார்க்கலாம்."

"நாயா வேணாண்னேன் அவதான் எதுக்கு வந்தே'னு கேக்றாளே?"

"அதுக்குதான் வந்தேன்'னு சொல்றதுதானே...? உனக்கு மாத்திரம் மானம் பெரிசு..."

சுருக்கென்று குத்தினான்.

"சரி... ஃபர்ஸ்ட் நீ உன் பொண்டாட்டிய கூட்டிகிட்டு வீட்டுக்குப் போ... அப்புறம் நான் போய் என் பொண்டாட்டிய கூட்டிகிட்டு வரேன்"என்று சொல்லி விட்டு ஆறுமுகத்தைப் பார்தேன்.

உண்மையிலேயே நான் இப்படி சொன்ன நேரத்தில் அவன் முகத்தில் ஒரு பிரகாசம் தோன்றி மறைந்ததை கவனித்தேன். பூரிப்பு, ஆச்சர்யம், மகிழ்ச்சி போன்ற உணர்வுகளெல்லாம் கலந்த 'பாவத்'தை அவனிடம் கண்டேன். நாங்கள் இணைவதில் இவனுக்கு இப்படி ஒரு நிம்மதியும், மகிழ்ச்சியும் இருக்க முடியுமா? என்றிருந்தது.

"சத்தியமாவா?"என்று என் எதிரில் அவனது வலது கையை

நீட்டினான்.

"சொல்லிட்டன் இல்ல?... அவ்வளதான்... நீ கிளம்பு..."என்றேன்.

"இதோ கிளம்பறேன்"என்றபடி ஆவேசமாய் எழுந்தான். லுங்கியை அவிழ்த்து உதறி இறுக்கிக் கட்டினான். தலையில் கட்டி வைத்திருந்த துண்டை அவிழ்த்து தோளில் போட்டுக் கொண்டான். என்னைத் திரும்பிப் பார்த்து விட்டு வேகமாக நடந்தான்.

என்னுடைய கல்லூரியில் செல்வகணபதி என்று பேராசிரியர், பாடம் நடத்துவது அவருக்கு சாக்லெட் சாப்பிடுவது மாதிரி - அப்படி நடத்துவார். குறுக்கும் நெடுக்குமாய் நடந்து கொண்டிருப்பார். இருக்கையில் உட்காருவதில்லை. எல்லா வகுப்பிலும் அப்படித்தான்.

"இந்த அறைக்குள்ள பாம்பு இருக்குன்னு தெரிஞ்சா இங்க யாராவது நிம்மதியா படுத்துத் தூங்க முடியுமாய்யா?" என்பார் திடீரென்று. ஏதோ அரட்டையில் இருந்த கடைசி 'பெஞ்சும்' கூட கலங்கிப் போகும்.

"என்ன எல்லோரும் பேசாம இருக்கீங்க..? சந்தானம் நீ சொல்லு... பாம்பு கூட படுத்துக்கிட்டு தூங்கறதுக்கு ரெடியா?"

"ப்ளாஸ்டிக் பாம்பா இருந்தா கூட முடியாது சார்..."

"ஆங்... மனசுக்குள்ள கோபத்தை வைத்துக் கொண்டு பழகறவங்ககிட்ட வாழுறது - பாம்பு கூட பத்துக்கொண்டு தூங்கறதுக்கு சமம்... வள்ளுவர் சொல்றார்..."

இப்படித்தான் நடத்துவார். நாங்களும் பரிட்சைக்காக படித்து வைப்போம். இப்பொழுது அதிகமாய் புரிந்தது. வலிக்க, வலிக்க புரிந்து கொள்ள முடிந்தது. ஒருவருக்கொருவர் பாம்பாய் இருப்பதை பாம்புடன் வாழ்வதை பூரணமாய் புரிய முடிந்தது.

இரண்டாயிரம் வருஷம்.. மை காட்.... இன்றைக்குமா அச்சாக பொருந்தும்? அவர் காலத்தில் ட்ரெயின் இல்லை, கரண்ட் இல்லை, டி.வி. இல்லை, கம்ப்யூட்டர் இல்லை, இவ்வளவு தூரம் வந்தாயிற்று. வள்ளுவர் இன்னமும் சொல்லிக் கொடுக்கிறார்.

6

கடலை சீசன் ஏறத்தாழ முடிந்து விட்டது.

சிமெண்ட் தரையில் கரித்துண்டால் கோடு கிழித்து இரண்டு இரண்டு பேராய் ஆடு புலி ஆட்டம் ஆடிக்கொண்டிருந்தார்கள்.

ஆறுமுகம் சொன்னபடி அவன் மனைவியை வீட்டுக்கு அழைத்துப் போய்விட்டான். என்னிடம் சவால் விட்ட ரோஷத்தில் மனைவியிடம் காட்டிய ரோஷம் போய்விட்டது. நான் எந்த ரோஷத்துக்கு என் மனைவியிடம் காட்டி வரும் ரோஷத்தை விட்டொழிப்பது?

“ஆட்டத்து நடுவுல கடன் கேட்டா எப்பிடிடா... ஆட்டம் சோபிக்காதுடா...”என்று சூதாட்டத்துக்கான பொன்மொழியை உதிர்த்துக் கொண்டிருந்தான் ஆறுமுகம்.

நகரத்துப் பேரிசைச்சலில் அவசரத்தில் அநாதையாய் விடப்பட்ட நிலவு போல நான் மிதந்து கொண்டிருந்தேன்.

அப்பாடா...

ரத்னவேலு சார் வந்து கொண்டிருந்தார். தூரத்தில் அவர் வருவதை பார்ப்பதற்கே ஆறுதலாக இருந்தது.

எதிரில் வந்து அமர்ந்ததும் அவரிடமிருந்து பிராந்தி நெடி வீசியது.

“சாரிப்பா... காலையிலேயே ‘சாப்பிட்டுட்டேன். ச்சும்...”என்று அலுத்துக் கொண்டார்.

“ஏன் சார் இப்படி?” என்றேன்.

மௌனமாக இருந்தார்.

“ஆம்பளைங்கதான் விட்டுக் கொடுத்துப் போகணும்னு சொன்னேன். எவ்வளவுதான் விட்டுக் குடுக்கறது சொல்லு?” என்றார் போன மாசம் பேசியதன் தொடர்ச்சியாக.

“உங்க வீட்லயும் பிரச்சினையா சார்?”

“அதான் சொன்னனே... இந்தியா தழுவிய பிரச்சினை. உலகம் தழுவிய பிரச்சினைனு சொல்லமாட்டேன். பல நாட்ல காபி சாப்பிட்ற மாதிரி டெய்லி டைவர்ஸ் பண்ணிகிட்டு இருக்கான். இந்தியாவுல மனஸ்தாபம் லெவலோட முடிஞ்சு போயிடுது. உங்கம்மாவும் அண்ணியும் சகிச்சிகிட்டு இருக்காங்க அல்லது அவுங்க போராட்டம் வெளிய தெரிய ஆரம்பிக்கலைனு சொன்னேன் இல்ல... அப்புறம் எங்க வீடு மட்டும் விதிவிலக்கா?”

சொல்லட்டும் என்று காத்திருந்தேன்.

“என் வீட்டுக்காரி அவ தம்பிக்கு ஒரு வேலைபார்த்து வைக்கச் சொல்லியிருந்தா. நானும் என் லெவலுக்கு... அவன் லெவலுக்கு ஏத்த வேலையா தேடிக்கிட்டுத்தான் இருந்தேன். ஒண்ணும் சரியா அமையலை. பேங்க் வேலை மாதிரி கிடைக்கணும்னு அவளுக்கு ஆசை.”

“சரி... என்ன படிச்சிருக்கான்?”

"எட்டாவதில் மூணுமுறை பெயிலாயிட்டான். அதுவும் கணக்கு பாடத்தில் பூஜ்ஜியம்..."

"...ம்...?"

"இந்த நேரத்தில் நம்ம ஸ்கூல்லயே டீச்சர் வேலைக்கு சேரணும்னு லாரி டிரைவர் மகாதேவன் பையன் கேட்டுகிட்டிருந்தான்."

"சேர்ந்துட்டான்னு கேள்விப்பட்டேனே?"

"அதான். அவன் என்ன வந்து பார்த்த நேரம், கரஸ்பாண்டன்ட் ஸ்கூலுக்கு வந்திருந்தார். பையன் டீச்சர் ட்ரெயினிங் முடிச்சு எல்லாத்திலயும் ஃபர்ஸ்ட் கிளாஸ்ல பாஸ் பண்ணியிருக்கிற விஷயத்தை எடுத்துச் சொன்னேன். அப்படியா... வரச் சொல்லுங்கன்னார்... பையன் இங்கிலீஸ்ல பொளந்து கட்றான். கரஸுக்குப் புடிச்சி போச்சு... ஜாயின் பண்ணிட்டான். முடிஞ்சுதா?"

எனக்கு சிரிப்பு ஆரம்பமாகிவிட்டது.

"அதான்... என் தம்பிக்கு ஒரு வேலை பாருய்யானா முடியாதுங்கிற எவனெவனுக்கோ வேலை பார்த்து வைக்கிறயே'னு எதிர்றா... மனுஷனுக்கு ஒரு நேரம் போல இருக்குதா? உன் தம்பி படிப்புக்கு அங்க 'கேட்' திறந்து விட்ற வாட்ச்மேன் வேலைகூட வாங்கித்தர முடியாதுனு சொல்லிட்டேன்."

"என்ன சாரி இதைக் கூடவா புரிஞ்சுக்க முடியாது?... வீண் தகராறு பண்றாங்க."

"ரெண்டு நாளா வீடு வீடா இல்ல. தலையை விரிச்சுப் போட்டுக்கிட்டு குடிமுழுகிப் போன மாதிரி படுத்துக்கிடக்கறா. நான் தான் சமைக்கிறேன். நான்தான் மாவாட்றேன். நான் தான் துணி துவைக்கிறேன்."

"ச்சும்."

"புதுசில்லப்பா... அவளை சந்தோஷமா வெச்சிருக்கணும்னு நானே இதையெல்லாம் அப்பப்ப செய்றதுதான். அவ கோவமா இருக்கும்போதும் அதையே செய்றேன். ஒரு பொம்பளை நினைச்சா குடும்பத்தை என்ன வேணா பண்ணலாம். அவங்களை பகைச்சுக்காம இருக்கறதுதான் நமக்கு சேஃப்."

பெண்கள் சக்தியின் வடிவம்.

தேன் கூட்டில் ராணி தேனிக்குதான் மதிப்பு. அது எங்கே குடியிருக்கிறதோ... அங்குதான் தேன் கூடு அமையும், அதை மட்டும் வேறோர் இடத்துக்கு எடுத்துச் சென்றால் மற்ற எல்லா வேலைக்கார தேனிக்களும் தானாக கூடவே வந்து விடும்.

பெண்களை ஓயாமல் சந்தோஷமாக வைத்திருக்க ஆண்கள்

கடமைப் பட்டிருக்கிறார்கள். பல நூறு ஆண்டுகளாய் அவர்களை அடிமைப்படுத்தி வைத்திருந்ததற்காக இந்தக் காலகட்டத்து ஆண்கள் ரொம்பத்தான் அவதிப்படுத்தப்படுகிறார்கள்.

“செக்ஸூம் சாப்பாடும் தான் மனுஷனுக்கு முதல் தேவை. இது ரெண்டும் பொம்பளை இல்லாம முடியுமாப்பா?” என்றார். ஆசிரியர் மாணவனிடம் பேசுகிற விஷயம் இது?

“இம்சை... ஆனா அவங்க இல்லாம என்னால இருக்கவே முடியாது... ஒரு உண்மை . செக்ஸையும் சாப்பாட்டையும் மீறி பொண்டாட்டி கிட்ட வேற ஏதோ ஆறுதல் இருக்கவேதான், மனுஷன் மறுபடி மறுபடி அவகிட்டமட்டும் சரணாகதி ஆயிட்றான்... அதை பொம்பளைங்க தெரிஞ்சோ தெரியாமலோ புரிஞ்சி வெச்சிருக்காங்க... நான் சொல்றது ஏதாவது புரியுதா..?” என்று சிரித்தார்.

எங்கிருந்தோ ஆறுமுகம் அலறி அடித்துக் கொண்டு ஓடி வந்தான். தடுக்கி விழாத குறையாக டேபிளைப் பிடித்துக் கொண்டு நின்றான்.

“...சுந்தரம்... உன் சம்சாரம் பூச்சி மருந்து குடிச்சிடுச்சாம்பா... ஆஸ்பத்திரில போட்டு வெச்சிருக்குதாம். உடனே கிளம்பு” என்றான்.

7

நர்சிங் ஹோம் வாசலில் மாமனார், மாமியார், அப்பா, அம்மா, அண்ணன் அண்ணி இன்னும் கொஞ்சம் சொந்தக்காரர்கள் என்று குழுமியிருந்தனர். குழம்பியும் இருந்தனர். அம்மணி தான் ஓவென்று தேம்பித் தேம்பி அழுது கொண்டிருந்தாள். கஸ்தூரி இப்போது உடம்பு தேவலாம் என்றார்கள்.

“என்னடா இதெல்லாம்..? உங்களுக்குள்ள என்ன பிரச்சினைனு பெரியவங்க கிட்ட சொல்றதில்லையா?” என்றார் அப்பா.

“மாப்பிள்ளை மேல தப்பு இல்லைங்க” -இது மாமனார்.

“அதில்லைங்க. தனியா இருக்கணும்னு பிரியப்பட்டா தனியா இருந்துட்டுப் போகட்டும். என்ன பக்கத்திலேயே இன்னொரு வீடு கட்டிக் குடுத்துட்டா போகுது. சொன்னாதானே தெரியும்“

தனிக் குடித்தனம் போற அளவுக்கு என்ன பிரச்சினை வந்து விட்டது என்று யாரும் யோசிக்கக் கூடத் தயாரில்லை. இவ்வளவு ஆன பிறகு ’அதுதான் சரி’ என்று முடிவெடுத்து விட்டார்கள்.

அண்ணி நிலைமை புரியாமல், என்னாலதான் இவ்வளவும்” என்றார்.

"கொஞ்சம் பேசாம இருங்க அண்ணி. கல்யாணத்துக்கு முன்னாடியே அவ தனியா இருக்கணும்னு முடிவு பண்ணிட்டா. நீங்க ஒரு சாக்கு கிடைச்சீங்க. உங்க மேல பழி விழுந்துடுச்சு. அவ ஆசைக்காக இப்ப குடும்பமே பிரிஞ்சாகணும். அவ்வளவுதான்" என்றேன்.

மாமனாரும் மாமியாரும் மௌனமாக இருந்தனர்.

கூட்டுக் குடும்பத்தின் பிரச்சினைகளை சகித்துக் கொண்டு சந்தோஷித்துக் கொண்டு போவதில் நவீன உலகத்துக்குப் பொறுமை இல்லை. இவர்களுக்கு உள்ளங்கையில் உலகத்தைச் சுருக்கிக் கொள்ள வேண்டும். வெளியில் ஓட்டலில் போய் சாப்பிட, தன் குழந்தைகளை மட்டும் நன்றாகப் படிக்கவைக்க, தங்கள் ரசனைக்கு ஏற்ப வாழ என்று இவர்களுக்கென்று ஒரு சாம்ராஜ்ஜியம் வேண்டும். குடும்பத்தில் ஒவ்வொரு பெண்ணும் 'சென்டர் பிகர்' ஆக இருக்க நினைக்கிறார்கள். சென்ற தலைமுறையில் இல்லாத புதிய பிரச்சினை இது.

இதைத்தான் எல்லா டி.வி. சீரியல்களும் மெகா காவியங்களாகப் படைத்துக் கொண்டிருக்கிறார்கள். மூன்றாம் உலக நாடுகள், பின்லேடன், கங்கை - காவேரி இணைப்பு, காஷ்மீர் பிரச்சினை. இவையெல்லாம் இவர்களுக்கு கால்தூசு பெறாத விஷயம். இவர்களுக்கென்று விஷேமாக தினம் ஒரு போராட்டம் இவர்கள் மனதுக்குள்.

"மாப்பிள்ளை உங்களுக்கு இஷ்டமில்லைனா, கஸ்தூரி வேணா எங்க வீட்லேயே இருக்கட்டும்... கொஞ்ச நாள் பொறுத்து நானே அவளை சமாதானம் செஞ்சு அனுப்பி வைக்கிறேன்" மாமியார் சமாதானமாகப் பேசினார்.

"அடடா... சும்மா இருங்க. தனியா வெச்சுட்டா எல்லாம் சரியா போய்டும்... டேய் நீ போய் கஸ்தூரிய பார்த்துட்டுவா" என்று முற்றுப்புள்ளி வைத்தார் அப்பா.

அண்ணன் மரத்தடியில் குத்துக்காலிட்டு அமர்ந்து குனிந்த தலை நிமிராமல் இருந்தான். தனிக்குடித்தனம் அவனை ரொம்பத்தான் குழப்பியிருக்கும். ஒரே இடத்தில் தனித்தனியாக ஒரு குடும்பம் வாழ்வது அவனைப் பொறுத்தவரை மிகப் பெரிய அவமானம். ஊரில் இனி தலைநிமிர்ந்து வாழ முடியுமா என்னும் அளவுக்கு அவன் பாதிக்கப்பட்டிருப்பான். அவனை எனக்கு நன்றாகத் தெரியும். தம்பியை கண்ணில் வைத்துப் போற்றுபவன். சென்னையில் ஹாஸ்டலில் தங்கிப் படித்துக் கொண்டிருக்கும் போது, வாரத்துக்கு ஒரு முறை வந்து அம்மா கொடுத்தனுப்பும் பலகாரங்களையும் செலவுக்குப் பணத்தையும் கொடுத்து விட்டுப் போவான். ஏதோ தம்பியை நட்டாற்றில் தவிக்க விட்டுவிட்டுப் போவது மாதிரி

பிரிந்து போவான்.

நான் கையாலாகாதவனாய் அங்கிருந்து அகன்று கஸ்தூரி இருந்த அறையை நோக்கி நகர்ந்தேன்.

அயர்ந்து தூங்கிக் கொண்டிருந்தாள் கஸ்தூரி.உதடுகள் எல்லாம் வெந்து போயிருந்தன.

பிடிவாதக்காரி... ஆனால் பாவமாக இருந்தது. இப்படித்தான் வாழுவேன் என்று வரட்டு வீம்பு பிடித்துக் கொண்டு தன்னையும் இம்சித்துக் கொண்டு சுற்றியிருப்பவர்களையும் இம்சிக்கிறாளே என்ற கோபமும் கொஞ்சம் கொஞ்சமாகத்தான் அவளை மாற்ற வேண்டும் என்ற ஏக்கமும் எழுந்தது.

நர்ஸ் ஒருத்தி அறைக்குள் நுழைந்து ட்ரிப்ஸ் ஒழுங்காக இருக்கிறதா என்று பார்த்துவிட்டு, என்னை ஒரு முறை ஏறிட்டாள்.

“நீங்கதான் சுந்தரமா?”

“ஆமா...”

“உங்களை டாக்டரம்மா பார்க்கணும்னு சொன்னாங்க.”

“...”

“லஞ்சுக்கு கிளம்பறதுக்கு முன்னாடி பார்த்துடுங்க“

நிறைய குழந்தைகள் படம் மாட்டிய வராண்டாவைக் கடந்து டாக்டருக்காக காத்திருந்தேன். ஒரு குழந்தை சொட்டு மருந்து சுவைத்த கசப்பில் கதறிக் கொண்டிருந்தது.

கணவன்கள் எல்லாம் சொல்லி வைத்தது மாதிரி குழந்தைகள் சுமக்கும் மனைவிகளுக்குத் தூக்குத்தூக்கியைப் போல பாசாங்கு செய்து கொண்டிருந்தனர்.

“நெக்ஸ்ட்” என்று அழைத்தது டாக்டரின் இனிமையான குரல்.

நான் உள்ளே சொல்றேன்.

அவசரப்பட்டு டாக்டர் இல்லையா என்று கேட்டுவிடத் துணிந்தேன். ரொம்ப அழகிய சின்ன டாக்டர்.

“நா கஸ்தூரியோட ஹஸ்பண்ட்” என்றேன்.

“ப்ளீஸ் ஸிடவுன்.“

ஏதோ நடிகையை ஞாபகப்படுத்தினார்கள். ’மீரா ஜாஸ்மினுக்கு’ சொந்தமா என்று கேட்க நினைத்தேன்.

“என்ன பண்றீங்க?” என்றார்.

“கடலை உடைக்கிற மில் இருக்கு. அதைப் பாத்துக்குறேன். விவசாயமும் இருக்கு.”

“வெரிகுட்... கஸ்தூரி ஃபேமிலியும் விவசாயம்தான் இல்ல?”

“ஆமா.”

“உங்களை ஏதாவது வேலைக்குப் போகச் சொல்றாங்களா?”

“ஆமா.”

“ஏன் உங்களுக்கு எங்கேயாவது வேலைக்குப் போகப் பிடிக்கலையா?”

“என்னோட அப்பா என்னை போஸ்ட் கிராஜுவேட் வரைக்கும் படிக்க வெச்சார். இன்னும் படிக்கிறதுனாலும் படிடான்னுதான் சொன்னார். பட் ஒன் கண்டீஷன்ல“

“என்னது?”

“எவ்வளவு வேணா படி. ஆனா வேலைக்கு மட்டும் போயிடக் கூடாதுன்னு சொல்லித்தான் படிக்க வெச்சார். விவசாயம் பார்க்கணும். இதை விட்டுட்டு ஏதாவது கம்பெனில சேர்றதா இருந்தா இப்ப படிச்சத வெச்சே சேர்ந்துக்கோன்னு பி.ஏ. படிக்கும் போதே சொல்லிட்டார்.”

“நல்லாருக்கே” என்று ஆச்சர்யப்பட்டார் (மீரா ஜாஸ்மின்) டாக்டர்.

“திடீர்னு எங்கயாவது வேலைக்குப் போகச் சொன்னா எப்படி?... எங்க மில்லுலயே 40 பேர் வேலை பாக்குறாங்க. விவசாயம் வேற... இதையெல்லாம் விட்டுட்டு நான் ஒரு சைக்கிள் டிஃபன் பாக்ஸ்ல சாப்பாடு கட்டிக்கிட்டு வேலைக்குப் போன எங்க வீட்ல எல்லாரும் ரத்தக் கண்ணீர் வடிப்பாங்க. டாக்டர்“

“...”

“கஸ்தூரி அதைத்தான் விரும்பறா. எங்க வீட்டைப் புரிஞ்சுக்கிறது ரொம்ப சிம்பிள், கஸ்தூரி ஏன் இப்படிப் பிடிவாதம் பிடிக்கிறா“னு தெரியலை.”

“புதுசா வந்த கஸ்தூரி, சடனா உங்க மொத்த வீட்டினரையும் திரும்பிப் பார்க்க வைக்க முயற்சி பண்றா. நமக்கு இங்க இம்பார்டன்ஸ் இல்லாமல் போயிடுமோன்னு பயப்பட்றா... பெண்களுக்கே உரிய சுவாரஸ்யமான குணங்கள் இருக்கு. நீங்க ஒரு மாதிரி நினைக்கறதை அவங்க அப்படியே ரிவர்ஸ்ல பார்ப்பாங்க. நீங்க இப்படி ஒருத்தரை ஒருத்தர் சார்ந்து இருக்கிறதே அவங்க 'அன் சேஃப்பா' இருந்திருக்கலாம்.”

“அது எப்படிங்க மேடம்?”

“இன்ட்யூஜ்வாலிட்டி இல்லைனு .நினைச்சிருக்கலாம். ஐ திங்க்

ஸோ... ஏன்னா மெடிக்கலா ரொம்ப ஆராய்ச்சி பண்ணினா ஆணும், பெண்ணும் தனித்தனி மிருகங்கள். டிஃபரண்ட் அனிமல்ஸ். ஆண்களுக்கு தாடி மீசை முளைக்குது. பெண்களுக்கு மெனோபாஸ்... உடலியல் ரீதியாகவும் உளவியல் ரீதியாகவும் இரண்டு தரப்பினருக்கும் முழுக்க முழுக்க வித்தியாசமான இரண்டு குணங்கள் இருக்கின்றன...”

“அதனால எனக்கு நல்லதா பட்ற ஒண்ணு அவங்களுக்குக் கெட்டதா படுமா மேடம்?”

“ஆப்-கோர்ஸ் சில சமயங்கள அப்படி ஆகிடும்.”

“...”

“யோசிச்சுப் பார்த்தா ஒவ்வொரு பெண்ணும் இந்த உரிமைகளை தன் கணவன்கிட்டதா எடுத்துக்கறா. அவ என்ன எரிச்சல் அடைஞ்சாலும் நீங்க தாங்கிக்கிட்டு அவளைப் பொறுத்துப் போகணும்னு நினைக்கிறா, நாகரிகம் வளர வளர இது இன்னும் அதிகமாகிக்கிட்டு இருக்கு. ஆண்கள் பெண்களுக்கு ஒரு பெட் அனிமல் போல இருக்கணும். அவங்கதான் உங்களைக் கொஞ்சணும். அவங்கதான் உங்களை அதட்டணும். அதே சமயத்தில் உங்களை உங்க அப்பா அதட்டினாலோ, உங்க அக்கா கொஞ்சிட்டாலோ கூட அவங்களுக்குப் பொறுத்துக்க முடியாது. இது பெண்களுக்குப் பெண்கள் சிற்சில விதியாசங்களோட இருக்கும். உளவியல் சமாசாரம். நான் உன்னையே நம்பி வந்துட்டேன். இனிமே நீதான் எனக்கு எல்லாமே’னு கொஞ்சம் மூர்க்கமாக தெரிவிக்கிறாங்க“

“நீங்களும் இப்படித்தானா டாக்டர்?” என்றேன்.

சிரித்தார். “நா ஓரளவுக்கு பரவால்ல. என்னோட வீட்டுக்காரர் எங்கயாவது என்னைப் பற்றி புலம்பிகிட்டிருக்கக் கூடும்.”

“என்ன மேடம் இது. இதுக்கு என்னதான் வழி?”

“பாசத்தைக் காட்டிதான் ஜெயிக்கணும். உன் கட்டளைப்படிதான் நான் செயல்பட்றேன்னு அவங்களை நம்ப வெச்சிடணும்... தட்ஸ் ஆல்..!““

“ராணி தேனீ கிட்ட, வேலைக்காரத் தேனீ போல...” அன்னைக்கு ரத்ன வேலு சார் சொன்னதை சொன்னதோடு சேர்த்துக் கூட்டி இரண்டால் வகுத்துக் கொண்டேன்.

“தாங்க் யூ மேடம், நான் பாத்துக்குறேன்” என்று எழுந்தேன்.

8

இரண்டு நாளில் எவ்வளவோ பரவாயில்லை. பாலோ, அரிசி கஞ்சியோ சாப்பிடுகிற அளவுக்கு தேறிவிட்டாள். எல்லோரிடமும் எதுவுமே நடக்காததுபோல் பேசினாள்.

ஊரார் என்ன நினைப்பார்கள் என்றெல்லாம் கவலைப்படாதவளாய், படிக்கிறதுக்கு ஏதாவது வீக்லீஸ் வாங்கிவர்றீங்களா?"என்று கடைக்குத் துரத்துகிறாள்... எல்லோரும் எவ்வளவு பயந்து போனோம் என்பதை அவள் உணரவேயில்லை.

ஏனென்றில்லாமல் மிகவும் கவலையை உணர்ந்தேன். அழ வேண்டும் போல் இருந்தது. திருமணமாகி எட்டு மாதத்தில் இப்படியெல்லாம் நடந்து விட்டதை வரிசையாய் நினைத்தேன்.

நர்சிங் - ஹோமைச் சுற்றியுள்ள விசாலத்தில் அடர்த்தியாய், பெரிதாய் இருந்த மகிழம்பூ மரத்தடியில் சாய்ந்து உட்கார்ந்து கொண்டேன்.

"ஹலோ."

கஸ்தூரி.

"ஏய்... நீ ஏன் எழுந்து வந்தே?"

"..."

சாப்பிடாமல் இருந்திருந்ததால், கண்ணெல்லாம் சற்றே உள்ளே போய் இருந்தது. உதடு தோலுரிந்து வதங்கியிருந்தது. பக்கத்தில் அமர்ந்து ஆழமாய் பார்த்தாள்.

எவ்வளவோ பேச வேண்டும் போல் இருந்தது. அறைக்குள் எப்போதும் பெரிய கும்பலாய் நின்று கொண்டு யாராவது ஒருவர் வருத்தப்படுவதும் ஆறுதல் சொல்வதுமாய் இருந்ததில் எதுவுமே பேச முடியாமல் போனது.

"எதுக்கு இப்படி பண்ணே கஸ்தூரி..?"

"நீயா வரமாட்டேன்'னு தோணுச்சி. அதுக்காகத்தான் இப்படி பண்ணேன்" தெள்ளத் தெளிவாய்ச் சொன்னாள்.

"ஏய்!" என்று அலறினேன்.

"நா சாகமாட்டேன்'னு தெரியும்... எங்க வீட்ல இத விட பவர் ஃபுல் பூச்சி மருந்தெல்லாம் கூட இருந்திச்சு... செலக்ட் பண்ணிதான் சாப்பிடேன்.."

"மை காட்... எதுக்கு?"

"நீ என்னைப் புரிஞ்சுக்கணும்."

"..."

"எப்பயாவது என்னைப் புரிஞ்சுக்கணும்'னு நினைச்சியா நீ?"

ஏதோ தீர்மானத்தோடுதான் அவள் பேசுவதற்கு வந்திருக்கிறாள். என்னையும் அறியாமல் ஆவலாய் நிமிர்ந்து உட்கார்ந்தேன்.

"கல்யாணம் பண்ணது எதுக்கு? உங்க வீட்ல வந்து சமைக்கறதுக்கும், துணி துவைக்கறதுக்குமா?... உனக்கு பகலெல்லாம் மில்லுல வேலை இருக்கும், தோட்டத்துல வேலை இருக்கும். நைட்டு மட்டும்தான் நா தேவை..."

மன்னிப்பு கேட்பது மாதிரி தலை குனிந்து கொண்டேன்.

"அது என் வீடு'னு எனக்கு எப்படி அக்கறை வரும்?"

"ஐம் சாரி..."

"சாரி எனக்கு வேணாம், உன்னைப் பத்தி எனக்கும், என்னைப் பத்தி உனக்கும் தெரிஞ்சாகணும்."

எப்படி... எங்கிருந்து ஆரம்பிப்பது போல் பார்த்தேன்.

"ஓ.கே. எப்படி'னு சொல்லு..." என்றேன்.

அவள் மேல் விழுந்த ஒரு மகிழம் பூவை எடுத்து அக்கறையாய் முகர்ந்து விட்டு, "ரொம்ப லேட்டா யோசிக்கிறோம். ஆனாலும் ஒரு வழியிருக்கு... நாம காதலிக்கணும்."

இந்த நிலையிலும் வறட்சியாய் சிரிக்க முடிந்தது. "சரி" என்றேன்.

"காதல்'னா என்ன?" என்றாள்!

சிறிய தேடலுக்குப் பின் "பரஸ்பரம் விட்டுக் கொடுத்தல்..." என ஒப்பித்தேன்.

"இல்லை."

சிக்கனமாய் மறுத்தாள். "பரஸ்பரம்'னா மீனிங் என்ன?"

"ஒருத்தருக்கு ஒருத்தர்..."

"அடிக்கிறேன்னு வெச்சிக்கோ... நா பேசாம விட்டுக் குடுக்கணும்... இல்ல? காதலும் 'கல்லானாலும் கணவன்' கதையா இருக்கே..."

"ச்சேச். சே..." என்று மறுத்தேன்.

"யார் தப்பு செய்றவங்களோ அவங்கதான் விட்டுக் குடுக்கணும். அத விட்டுட்டு பரஸ்பரம்னா என்ன அர்த்தம்..?" என்றாள் விளக்கமாய். "பரஸ்பரமாம் பரஸ்பரம்... ஏதோ கெமிஸ்ட்ரில வர்றாப்ல இருக்கு."

"..."

"நீ சொன்னது தியரி... ப்ராக்டிகலா எந்தெந்த விஷயத்துக்கு, யார், யார் விட்டுக்குடுக்கறது?... நாளைக்கே நீ வேற ஒரு பொண்ணை...

ஃபார் எக்சாம்பிள்... இந்த விஷயத்தில் யார் விட்டு குடுக்கிறது?... எப்படி விட்டுக் குடுக்கணும்...?"

"காதல் பத்தி கேட்டுட்டு... நீ பாட்டுக்கு கல்யாணத்துக்கப்புறம் நடக்கற விஷயத்தில் இருந்து 'எக்சாம்பிள்' சொல்றே..."

"எனக்கு வாழ்க்கை ஃபுல்லா காதலிக்கணும்..."

"ஓ.கே. ஓ.கே. நீயே சொல்லு."

"வாழ்க்கைனா என்ன?..."

"இது உன் முறை"என்று சிரித்தேன். உண்மையா இருக்கறது... எது தப்பு, எது சரி'னு நம்மால கண்டுபிடிக்க முடியும். அதை விட்டுட்டு, விட்டுக் குடுக்றேன்'னு தியாகம்'லாம் பண்ண வேண்டியதில்லை... அடிக்கடி தியாகம் பண்ணா வாழ்க்கையே வெறுத்துடும்..."

சிரித்தேன். பேசியதில் எவ்வளவோ சந்தோஷமாக இருந்தது. அவளை, அள்ளி, எடுத்து நிறுத்தினேன். மனசு, 'வாழவைத்த காதலுக்கு ஜே!' பாடியது. அவள் சொல்வதையெல்லாம் நிரந்தர தத்துவங்களாக ஏற்றுக் கொள்ள நான் தயாராக வில்லை. அட சாதாரணமாக ஏற்றுக் கொள்ளவும் கூட மனசில்லை. அவளை அவள் போக்கிலேயே வாழ விடுவதற்கு போதுமான தைரியம் எனக்கு ஏற்பட்டது. என் குறித்து அவளுக்கும் அது ஏற்பட வேண்டும்.

"கஸ்தூரி... கேன்டீன்'ல காபி சாப்பிட்டு போகலாமா?"என்றேன்.

"எனக்கு இன்னமும் தொண்டையெல்லாம் புண்ணா இருக்கு, கூல்ட்ரிங்ஸ் ஏதாவது இருக்குமா?"

"இருக்கும்... கூல்ட்ரிங்ஸே சாப்பிடுவோம்..."

"நோ. உங்களுக்கு காஃபி, எனக்கு கூல்ட்ரிங்க்.."

எனக்குக் கூல்ட்ரிங் குடிக்க மனமிருந்தும் அவளுடைய சந்தோஷத்துக்காக காபி குடிக்க முடிவு செய்தேன்.

அவள் ஜெயிக்கட்டும். வாழ்க்கை என்பது விட்டுக் கொடுத்தலா? இல்லை விட்டுப் பிடித்தலா?

விட்டுக் கொடுத்து, விட்டுப் பிடிக்கிற விநோதம்!

(முற்றும்)

குங்குமச் சிமிழ் 2002

பிரபஞ்சக் கைகுட்டை

“வான் விஞ்ஞானத்தில் தொடர்ந்து மூன்றாவது தலைமுறையாக ஆய்வு செய்து வரும் குடும்பத்தின் பிரதிநிதி என்பதற்காகவே உங்கள் பெயரை நோபல் பரிசுக்குழுவுக்குச் சிபாரிசு செய்யலாம்” என்று விக்டர் பால் சொன்னான்.

கிண்டல் செய்கிறானா? புகழ்ந்தானா? என்று சுதாரிப்பதற்குள் சுற்றியிருந்தவர்கள் பெருமிதமாகப் புகழ்ந்து கையில் இருந்த கோப்பைகளை உயர்த்தி “ரகுநாத்தின் ஆய்வு வெற்றி பெற” என்று சியர்ஸ் சொல்லிக் குடிக்க ஆரம்பித்து விட்டார்கள்.

விக்டர் பால் மரபியல் விஞ்ஞானத்தில் செயற்கை டி.என்.ஏ.வை இயற்கை டி.என்.ஏ.விடமிருந்து வேறுபடுத்தும் கூறுகளில் முக்கியமான ஆய்வுகள் செய்தவன். அதைக் கொஞ்சம் தீவிரப்படுத்தினால் ஒருவேளை இயற்கையாகவே செயற்கை மனிதனைத் தயாரிக்க முடியும். கொஞ்சம் மிச்சமிருக்கும் அந்த ஆராச்சியின் எல்லையை எட்டப் போகும் திமிர் விக்டரிடம் இருப்பதாக விஞ்ஞானிகள் பரவலாக அபிப்ராயப்பட்டார்கள்.

ரகுநாத்தின் ஆராய்ச்சி என்ன என்பதற்கு முன்னால் ரகுநாத்தைப் பற்றித் தெரிந்து கொள்வது நல்லது. அவருக்கு 54 வயது. திருமணம் பற்றியெல்லாம் தம் வாழ்வின் பெரும்பகுதி வரை கவனமற்று இருந்தார். நாற்பத்தி சொச்சம் வயதில் பிடிவாதமாகத் திருமணம் செய்து வைக்கப்பட்டார். அநியாயத்துக்கு ஒல்லி. விஞ்ஞானக் கூட்டங்களில் ஐன்ஸ்டைன் மாதிரி யாராவது வேகமாக அவரை நோக்கிப் புகைவிட்டால் ஒடிந்து போகச் சாத்தியம் உண்டு. ஆனால் ஒல்லிக்கும் அவரது வைராக்கியத்துக்கும் முடிச்சுப் போட முடியாது. சாப்பிடுகிற இரண்டு துண்டு ரொட்டி அந்த வைராக்கியத்துக்கே செலவாகிவிடும்.

தான் பணிபுரியும் இந்திய வானியல் துறையில் அவர் செய்து

கொண்டிருக்கும் ஆய்வு, அவர் தனிப்பட்ட முறையில் செய்து கொண்டிருக்கும் ஆய்வின் துணையம்சம்தான். ஆராய்ச்சியின் பெரும் பகுதியை மிகவும் ரகசியமாக வைத்திருப்பதற்குக் காரணமே அது பூரணமான பின்பே அறிவிக்கப்பட வேண்டும் என்பதற்காகவே.

ரகுநாத்தின் தாத்தா காலத்தில் இருந்தே வான் விஞ்ஞானத்தைத்தான் குறிக்கோள் போல பயின்றார்கள்.

ரகுநாத் ஐந்து வயதாக இருக்கும்போது நட்சத்திரங்களைக் காட்டி நிறைய தகவல்களைச் சொல்லியிருக்கிறார். நிலாவில் ஆயா வடை சுடும் கதையைக் கேட்க வேண்டிய வயதில் "உனக்கு ஆண்ட்ரமீடா பத்தி சொல்றேன் கேளுடா" என பேரனுக்குப் புரியவில்லை என்றாலும் ஆவேசமாகச் சொல்ல ஆரம்பித்துவிடுவார் ரகுநாத்தின் தாத்தா.

ரகுநாத்தின் அப்பா கிருஷ்ணகுமார் ஆன்ட்டிகிராவிட்டியில் குறிப்பிடத்தக்க ஆராய்ச்சிகள் செய்து ஆனால் சாதனை செய்ய முடியாமல் போனவர். வேற்றுக் கிரகம் அவருடைய லட்சியம். பிக் பாங் தியரியில் நிறையவாதங்கள் செய்து விஞ்ஞானக் கழகங்களிடம் அதிருப்தி சம்பாதித்தவர்.

"படித்து டாக்டராகப் போகிறாயா? வக்கீல் ஆகப் போகிறாயா?" என்று குழந்தைகளிடம் கேட்கப்படுகிற சம்பிரதாயமான கேள்விக்கு, "அஸ்ட்ரோ பிஸிகிஸ்ட்" என்று பதில் சொன்ன போது ரகுநாத்துக்கு வயது எட்டு.

ரகுநாத்தின் கனவுகள் ரகசியமானவே. ஆன்டிகிராவிட்டிக்கான கண்டுபிடிப்புகளோடு, பிளாக் ஹோல் சித்தாந்தத்தையும் இணைத்துவிட்டால் மனிதன் ஒளி வேகத்தில் பிரயாணிக்க முடியும் எத்தனை ஒளியாண்டு தூரத்தில் இருக்கும் நட்சத்திரத்தையும் சுலபத்தில் அடைந்துவிட முடியும் என்பது அவருடைய ஆராய்ச்சியின் அடிப்படை.

பதினெட்டாம் நூற்றாண்டின் பெர்பெச்சுவல் மோட்டார்ஸ் சித்தாந்தத்தோடு இவருடைய ஆய்வை ஒப்பிட்டு சில அறிவியல் சஞ்சிகைகள் கேலி செய்தபோதும் தன் ஆராய்ச்சியின் சில சிக்கலான கட்டங்களை அவர் தாண்டிவிட்டது பலருக்குத் தெரியாது.

உடல் திராணிக்கான இரண்டு மாத்திரைகளைக் கொண்டு வந்து வைத்துவிட்டு ரகுநாத்தின் மனைவி "ராஜிக்கு ரெண்டு நாளாக உடம்பு சரியில்லை. ராமநாதன்கிட்ட கூட்டிட்டுப் போனால், உங்கள் பையன் கெமிக்கல்ஸ்லதான் உயிர் வாழ்றான். கொஞ்சம்கூட சத்தே இல்லை' என்கிறார்" என வருத்தப்பட்டாள்.

"சிந்தடிக்கை ஆர்கனிக்கா மாத்தறதா சொல்றானே அவனைத்தான்

கேட்கணும்” என்று விக்டர் பாலைச் சமயம் பார்த்துப் பழி தீர்த்துவிட்டது மாதிரி பதில் சொன்னார் ரகுநாத்.

குழப்பமாக அங்கிருந்து புறப்பட்டு, “அறிவியல்லயே பேசறீங்க” என்றாள்.

அவள் சொல்ல வந்ததைப் புரிந்து கொள்ளும் அவகாசம் இல்லாமல் தன் குச்சி போன்ற கைகளினால் கணிப்பொறியின் தட்டச்சுக்கு நோகாமல் ஏதோ தட்ட ஆரம்பித்தார். “ரிச்சர்ட் ஃபெய்ன் மென் இருந்திருக்கணும் இப்ப. அவன்தான் லாயக்கு” என்றார்.

அவர் சொன்னதைக் கேட்க அவள் அங்கே இல்லை.

உதகையில் இப்படி ஒரு ஆய்வுக்கூடம் இருப்பது பலருக்கு} மன்னிக்க} யாருக்கும் தெரியாது. அது ரகுநாத் குடும்பத்தாரின் தனிப்பட்ட சொத்து. தலைமுறை தலைமுறையாக தோற்று வருவதாகக் கொண்டாலும் மெல்லிய வெற்றியின் சேகரிப்புக் கூடமாக அதைப் பராமரித்து வந்தார் ரகுநாத்.

“சும்மாதானே இருக்கே? செத்த வாயேன்” மாதிரிதான் பத்ரியை அங்கு அழைத்து வந்திருந்தார் ரகுநாத். வந்த இரண்டு நாள்களா ரகுநாத் பெரிய ஜெனரேட்டர் மாதிரியான வஸ்துவுடன் கம்ப்யூட்டர் இணைப்புகள் கொடுப்பதும் திடீரென்று ஞாபகம் வந்தவராகப் பேப்பரில் எதையோ கிறுக்குவதுமாக இருந்தார். இந்த இரண்டு நாள்களில் ஒரு பாக்கெட் பிஸ்கெட்டைக் கூட அவர் முழுதாகச் சாப்பிடவில்லை. அந்த வீட்டில் இருந்த ஒரே ஒரு வேலைக்காரப் பையன் [illegible] வந்து, பிஸ்கட் பாக்கெட்டைப் பிரித்து வைப்பது தண்ணீர் கொண்டு வந்து வைப்பது மாதிரியான காரியங்களை உடம்பு நோகாமல் முடித்துவிட்டுப் போனான்.

பத்ரி அவனை அழைத்து, “உனக்கும் பிஸ்கட்தானா?” என்றான்.

“நானே தனியா சமைச்சுக்கிறேங்க” “நல்லவேளையா’ என்பதை மறைபொருளாக உணர்த்தினான்.

பத்ரி, முந்தைய சந்தர்ப்பங்களில் அங்கே கொண்டு வரப்பட்டிருந்த பத்திரிகைகளை ஒரு அட்சரம் விடாமல் படித்து வெறுப்பாகிப் போய், “என் மாமா பையனுக்குத் திங்கக் கிழம கல்யாணம். போயிட்டு இன்னொரு சமயம் வர்றேனே” என்று நழுவப் பார்த்தான்.

ரகுநாத் பதறாமல், “இதோ முடிந்துவிட்டது” என்று அருகில் வந்து அமர்ந்தான்.

“இன்னும் சில நிமிடங்களில் நான் விண்வெளியில் பிரயாணிக்கப் போகிறேன். நான் இந்த அறைக்குள் சென்று கதவைச் சாத்திக்

கொண்டதும் நான் சொல்லிவிட்டுப் போகிற சில பொத்தான்களை இந்தக் கீ போர்டில் அழுத்தினால் போதும்" என்று பெரிய அளவு குளிர்பதனப் பெட்டி போல இருந்த அறையைக் காட்டினார்.

பத்ரி அதிர்ச்சியில் உறைந்துபோய், இந்த விளையாட்டுக்கு நான் வரவில்லை என மனதுக்குள் பின் வாங்கினான். "கல்யாணம் முடிஞ்சு.." என்று ஏதோ ஆரம்பித்து, "நல்லா யோசிச்சு முடிவு செய் ரகு" என்றான்.

"பத்ரி, நான் டைமிங் எல்லாம் செட் பண்ணிட்டேன். உடனே நான் சொல்வதைப் புரிந்து கொள்ள தயாராகு" ரகு ஒருவித தீர்மானத்தோடு சொன்னார்.

ரகு நோய்வாய்பட்ட கிழட்டு வில்லன் மாதிரி தோன்றினான் பத்ரிக்கு.

"இதோ இருக்கே இந்த அறைதான் ஆன்ட்டி கிராவிட்டி சேம்பர். அதுக்குள்ள நான் போனதும், இந்த கீ போர்ட்ல ஏ எழுத்தை அழுத்து. அறைக் கதவெல்லாம் சுத்தமா மூடியாச்சு. பயணத்துக்குத் தயாரா... ஆம்... இல்லைனு மானிட்டர்ல வாசகம் தெரியும். அப்போ நீ ஒய் என்ற எழுத்தை அழுத்தினா போதும். இதே மாதிரி அடிக்கடி ஆம், இல்லை வரும்போதெல்லாம் நீ ஒய் எழுத்தை அழுத்தினா போதும். அதற்கான புரோகிராம் எல்லாம் நான் பண்ணி வெச்சிருக்கேன். கொஞ்ச நேரத்தில நான் திரும்பி வந்துடுவேன். பயப்பட்றதுக்கு ஒண்ணுமேயில்லை..."

"ரகு, நல்லா யோசிச்சுக்க. வேணும்னா அந்த வேலைக்காரனை அனுப்பி சோதனை பண்ணு. நீயெதுக்கு?"

"சொன்னா நம்ப மாட்டே. அவன் போன வாரம் போய்ட்டு வந்தவன்தான். "எல்லா நட்சத்திரத்தையும் பாத்துட்டேன் சார். சூப்பர் சார். இன்னொரு ரவுண்டு போய்ட்டு வந்துடட்டுமா'ன்னு கேட்கிறான். அவனுக்கு அவ்வலவு ஆசை இருக்கும்போது எனக்கு எவ்வளவு ஆசையிருக்கும்? என் மேல அக்கறையிருந்தா நீ வேணா போய்ட்டு வா."

பத்ரி எச்சில் விழுங்கினான்.

"பயப்படாதே. அவனுக்கு ஒய் அழுத்தறதுக்குத் தெரிஞ்சிருந்தா உன் உபகாரம் எதிர்பார்த்திருக்க மாட்டேன். சரி பேச நேரமில்லை. நான் போய்ட்டு வரேன். தயார்தானே?" என்றார் ரகுநாத்.

"எந்தப் பக்கமா போவே?" எதற்கும் இருக்கட்டுமே என்று ஒரு கேள்வியைக் கேட்டு வைத்தான் பத்ரி.

"உன் ஒருவனுக்காவது கொஞ்சம் இதைத் தெரிந்து கொள்வதில் விருப்பமிருப்பதில் சந்தோஷம்."

“எல்லா பொருளுக்கும் எதிர் பொருள் இருப்பதாகக் கருதிக் கொண்டு பெ□தீகத்தில் சில யூகங்களை விவரிப்பதைக் கேள்விப்பட்டிருப்பாய். அதாவது “பொருள் அற்ற பொருள்’ கணிதத்தில் சொல்ல வேண்டுமானால் தலைகீழி. ஈர்ப்பு சக்தியின் தலைகீழியே உருவாக்க முடிந்துவிட்டால் எந்தப் பொருளையும் எடையற்றதாக்கிவிட முடியும் கூடவே நாம் ஒளிவேகத்தில் பிரயாணிக்கிற வசதியும் கை கூடினால் பிரபஞ்சம் கைக்குட்டை அளவுதான்.

ஒளிவேகத்தில் பிரயாணிக்கக் கூடுதல் சக்திக்காக ஒரு பிளாக் ஹோலை காந்த அலை வரைபடத்தின் மூலம் கண்டுபிடித்தேன். பிளாக் ஹோல் என்பது நட்சத்தின் ஒரு நிலை.. தெரியுமில்லையா பத்ரி?”

பத்ரிக்கு அப்போது அவன் பெயரே மறந்து போயிருந்தது.

ரகுநாத் கவலைப்படாமல், “ஒளி உமிழ் திறனை இழந்தபின் நட்சத்திரங்கள் இந்த நிலையை அடைகின்றன. அப்போது அதன் ஆகர்ஷணம் பல கோடி மடங்கு அதிகரித்துவிடும். தன் சுற்றுப்பட்டில் உள்ள நட்சத்திரங்களைக்கூட அவை ஈர்த்துத் தன்னோடு ஐக்கியப்படுத்திக் கொள்கின்றன. அத்தனையும் மிக அடர்த்தியான கோளமாக இருக்கும். அடர்த்தியென்றால் அப்படியொரு அடர்த்தி. ஒரு மயிரிழையளவு பிளாக் ஹோல் துகளை உன் மீது வைத்தால் நீ நசுங்கிப் போய்விடுவாய். அத்தனை அடர்த்தியாக இருக்கும். டாப்ளரின் இரண்டாம் அலைகள் பற்றிய விறியோ ஹாப்பிளின் நட்சத்திரங்கள் பற்றிய கருதுகோள்களையோ நீ அறிந்திருந்தால் என் ஆராய்ச்சியைப் பகிர்ந்து கொள்ள ஒரு வாய்ப்பாக இருந்திருக்கும்.

பரவாயில்லை அதெல்லாம் எதற்கு? ஒரு பிளாக் ஹோலைக் கண்டுபிடித்தேன். நான் கண்ட பிளாக் ஹோலின் விசேஷம் என்னவென்றால் அந்த பிளாக் ஹோலில் ஒரு மெகா துவாரம் இருப்பதுதான். எ பிளாக் ஹோல் வித் ஹோல் ஹா..ஹா.. அந்தத் துவாரத்தை நோக்கிப் பிரயாணிக்க முடிந்தால்?

நினைத்துப் பார்க்கவே பிரமிப்பாக இருக்கிறது. விருட்டென்று பாய்ந்து அந்த வேகத்தில் இந்தப் பிரபஞ்சத்தை வலம் வந்துவிடலாம்... சரி நேரமாகிவிட்டது. ஜெனரேட்டர் தயார் என்று சமிக்ஞை செய்கிறது பார்.”

ரகுநாத் அந்த அறையை நோக்கி நகர்ந்தார்.

பத்ரி தொடர்ந்து ஒய் என்ற எழுத்தை அழுத்திக் கொண்டிருந்தான்.

சில நிமிடங்களுக்குப் பிறகு ரகுநாத் அந்தக் குளிர்ப்பதன

அறையில் இருந்து வெளியே வந்தார். அவர் முகத்தில் பிரமாதமான மகிழ்ச்சி ரேகைகள்.

தன் உதவியாளனிடம், "பத்ரியைச் சமாளிக்கிறதுக்குள்ள போதும் போதும் என்று ஆகிவிட்டது. உண்மையில் அவன் உட்கார்ந்து இருந்ததுதான் ஆன்ட்டிகிராவிட்டி சேம்பர். அவனைத்தான் இப்ப விண்வெளிக்கு அனுப்பியிருக்கேன். பத்ரி என்றாவது ஒரு நாள் திரும்பி வருவான். அன்றுதான் என் ஆராய்ச்சியின் மகிமை தெரியும். விக்டர்பால் அப்போது முகத்தை எங்கே வைத்துக் கொள்கிறான் பார்ப்போம்" என்றார்.

பத்ரி இருந்த அறையை உதவியாளன் எட்டிப் பார்த்தான். அது யாருமற்று மௌனமாக இருந்தது. சொல்லப்போனால் அது அவனுக்கு அதிர்ச்சியாகக் கூட இல்லை.

உதவியாளன் தன் அறைக்குப் போய் சாக் பீஸ் எடுத்து ஏற்கெனவே இருந்த ஐந்து கோடுகளுக்குப் பக்கத்தில் ஆறாவதாக ஒரு கோடு போட்டான்.

தினமணி கதிர் - 1997

வீடு

முன் குறிப்பு: இதை நீங்கள் கதை என்று நினைத்துவிட்டால் என் இதயம் வெடித்துவிடும்.

– ஒரு பரிதாபத்துக்குரிய நிருபன்

நான் அப்போது தினமானியில் நிருபர் வேலை பார்த்துக் கொண்டிருந்தேன். காலை ஒன்பது மணி. ஒரே ஒரு அட்டண்டர் மட்டும்தான் வந்திருந்தார். எனக்கு காலை எழு மணிக்கு அப்படியொரு அஸன்மென்ட். உலக அழகி ஜெனிபர் தமிழ் சினிமாவில் நடிக்கும் படத்தின் பூஜை. "என்க்கு டமில் புட்கும்ட என்று அவர் திருவாய் மலர்ந்ததை முதல் பக்கத்தில் கட்டம் கட்டிப் போட வேண்டியிருக்கும் என்ற யோசனையில் அவர் சொன்ன வரியை [illegible] நோட்ஸ் எடுத்துக் கொண்டு வந்திருந்தேன். (என்க்கு டமில் புட்கும்).

அலுவலகம் வந்த இரண்டாவது நிமிடத்தில் வேலை முடிந்துவிட்டது.

சென்னை ஏப்.18.

உலக அழகி ஜெனிபர் "என்க்கு டமில் புட்க்கும்' என்று கூறினார். அவர் நடிக்கும் "நானும் பெண்தான்' படத்தின் ஆரம்ப விழா சென்னையில் செவ்வாய்க்கிழமை நடைபெற்றது.

பிரபல இயக்குநர் பரமேஷ்வர் இப் படத்தை இயக்குகிறார் இதில் ஜெனிபர் தமிழ்ல் சொந்தக் குரலில் பேசி நடிக்கப் போவதாகத் தெரிவித்தார். தொடர்ந்து அவர் "என்க்கு டமில் புட்க்கும்' என்று கூறினார்.

அவ்வளவுதான் செய்தி. ஏப்.18 தானே என்றும் செவ்வாய்க்கிழமை தானே என்றும் ஒருமுறை சரி பார்த்துக் கொண்டேன்.

டெலி பிரிண்டர் சத்தம் டகடகடகடர்ர் அட்டண்டர் பி.டி.ஐ.

செய்திகளைச் சன்னமாகக் கிழித்து அடுக்கிக் கொண்டிருந்தார்.

அப்போதுதான் அந்த போன் வந்தது.

சோம்பலாக எடுத்து "ஹலோ."

"தமிழ்மகன்தானே?"

"ஆமா... நீங்க?"

"பெற்றோர் இட்ட பெயரா?"

"நானே சூட்டிக்..." சே "நீங்க யாரு?"

"நான் யாருன்னு சொன்னால் நீங்க விளையாட்டா எடுத்துக்கக் கூடாது."

"நான் யாரா இருந்தாலும் விளையாட்டா எடுத்துக்க மாட்டேன். நீங்க யாரு?"

"என் பெயர் திருவள்ளுவன்."

"சரி."

அடுத்து அவர் சொன்ன வரிகளில்தான் நாம் விளையாட்டாக எடுத்துக் கொள்ளும் விஷயம் இருந்தது.

"திருக்குறள் எழுதினேனே, அந்தத் திருவள்ளுவன். தெய்வப்புலவர் செந்நாப் போதர், பொய்யா மொழிப் புலவர் என்றெல்லாம் சொல்கிறீர்களே அந்தத் திருவள்ளுவன்."

"காலங்கார்த்தால!"

"நீங்கள் நம்பவில்லையா?" என்றது மறுமுனை குரல்.

"சாமி.. ஆளைவிடுங்க" பக்கத்தில் படபடத்துக் கொண்டிருந்த காலண்டரில் திருவள்ளுவர் ஆண்டு 2060 என்று போட்டிருந்தது.

"வள்ளுவரா இருந்தா இரண்டாயிரத்து அறுபது வயசாயிருக்கணும், இப்ப உங்களுக்கு. ஏங்க இப்படிக் காலைல?"

"இரண்டாயிரத்து அறுபது இல்ல தம்பி. அதுக்கும் மேல. போனவாரம் புக் பாய்ண்ட்ல திருவள்ளுவர் இருந்திருந்தால்'னு ஒரு கட்டுரை வாசிச்சீங்களே... அதுக்கப்புறம்தான் உங்களை ஃபாலோ பண்ண ஆரம்பிச்சேன்"

புக்பாயிண்ட், ஃபாலோ போன்ற உச்சரிப்புகளைக் கவனித்தேன். திருவள்ளுவருக்கு ஆங்கிலம் தெரியுமா?

"புக் பாயிண்ட், ஃபாலோ எல்லாம் பேசிப் பழகிவிட்டது தம்பி" என்றார் என் நினைவுகளுக்குச் சவுக்கடி போல.

"நீங்க யார் ஸார்? எங்கிருந்து பேசறீங்க?"

“உங்கள் முதல் கேள்விக்கு நான் ஏற்கெனவே பதில் சொல்லிவிட்டேன். இரண்டாவது கேள்விக்குப் பதில்: இப்பவும் (அழுத்தமாக) மயிலாப்பூர்ல இருந்துதான் பேசறேன்.”

இந்த மாதிரி ஆசாமிகளை அவர்கள் வழியிலேயே போய் அடிப்பதுதான் சரி.

“சரி நான் என்ன பண்ணனும் திருவள்ளுவர்?”

“நான் பிறந்த ஆண்டைத் தவறாகச் சொல்கிறார்கள். இருந்துவிட்டுப் போகட்டும். என் குறளுக்குத் தப்புத் தப்பாக வியாக்யானம் சொல்கிறார்கள்; நடுவே “திரிக்குறள்’, “திருக்குறள்’வில்லங்கம் வேறு. இதுவும் பரவாயில்லை. ஏதோ காலமாற்றத்துக்குப் பொருத்தமான உதாரணம் சொல்கிறார்கள் என்றுவிட்டுவிடலாம். இடைச் செருகலாக நிறைய குறள்களைச்சேர்த்துவிட்டார்கள். என் வாழ்நாளில் இதைத் திருத்திவிட்டுப் போகணும். அதுதான் என் ஆசை. நீங்கள்தான் உதவ வேண்டும்.”

“யாருமே நம்ப மாட்டாங்களே.. நீங்கதான் திருவள்ளுவர் என்பதற்கு என்ன எவிடன்ஸ்... சாரி.. சே... ஆதாரம்?”

“எவிடன்ஸ்னாவே புரியும் தம்பி. நிறைய ஆதாரம் இருக்கிறது. நேரில் வந்தால் காட்டுவேன்.”

“எங்க தங்கி இருக்கீங்க?”

அட்டண்டர் செல்வராஜ் வந்து “சார் இன்னொர் லைன்ல போன் வந்திருக்கு. எடிட்டோரியல் பேஜ்ல பல்கலை மானியம் பயன்தருமா? கட்டுரை போட்டம்ல, அதபத்தி பேசணுமாம்” என்றார்.

“அப்புறம் பேசச் சொல்லுங்கப்பா... நீங்க சொல்லுங்க. உங்க அட்ரஸ்?”

“என் நண்பன் பூங்குன்றன் சொன்னது மாதிரி “யாதும் ஊரே யாவரும் கேளிர்’ நீங்கள் என் அறைக்கு வரவேண்டாம். பழைய புத்தகக் கடைபோல இருக்கும். ட்ரைவ் இன் உட்லண்ட்ஸ் ஹோட்டலுக்கு வருகிறீர்களா? ஒரு கோப்பை தேநீர் பருகியது போலவும் இருக்கும். அடையாளம் கதர் வேட்டி, கதர் சட்டை”

நான் ஒரு மாதிரி குழப்பமாகக் கிளம்பினேன். போட்டோகிராபரை வரச் சொல்லலாமா... “திருவள்ளுவரா ஹ..ஹ.. ஹா ” என்று சிரிப்பானோ என்று தயக்கமாக இருந்தது. திருக்குறளிலும் வள்ளுவரிலும் எனக்கு இருக்கும் தாகம் அவனுக்கு இருக்குமா?

நான் கிளம்பும் போது பிரேமாவும் காயத்ரியும் எதிரில் வந்தார்கள். ஹாஸ்டல்வாசிகள். ஹாஸ்டலில் பொங்கல் சாப்பிட்டு முடித்ததும்

தினமானி. "என்ன ஸார் வந்ததும் கிளம்பிட்டீங்க?"

"போய்ட்டு வந்து சொல்றேன்."

ட்ரைவ்- இன் ஹோட்டலில் கதர்வேட்டி, சட்டையுடன் ஒரே ஒருவர்தான் தென்பட்டார். மா நிறம். ரப்பர் செருப்பு போட்டிருந்தார். கக்கத்தில் ஒரு மஞ்சள் பை. சிலைகளில் இருப்பது போல குடுமியோ, அந்த நீளத்துக்குத் தாடியோ, அகன்ற நந்தி முகமனைய மார்போ இல்லை. வயசு? கணிக்க முடியவில்லை. ஐம்பதில் இருந்து எண்பதுக்குள் ஒரு வயது.

என்னைப் பார்த்ததும் புன்முறுவல்.

"தேநீர்?" என்றார்.

தயாராக டோக்கன் வாங்கி வைத்திருந்தார்.

"உங்க நேரத்தை அதிகம் எடுத்துக்க மாட்டேன்."

"பராவால்ல சொல்லுங்க."

"இடைச் செறுகல் திருக்குறள் பற்றியெல்லாம்கூட அப்புறம் பேசுவோம். வாசுகி போனப்புறம் "வீடு' (வீடு பேறு) என்ற அதிகாரத்தை எழுத ஆரம்பித்தேன். இங்கில்லை. இமயத்துக்குப் போய்ட்டேன். எழுதி முடித்து இறங்கி வருவதற்கு நாளாகிவிட்டது. அதற்குள் நான் இறந்துவிட்டதாக முடிவு செய்துவிட்டார்கள் "

"அடடா..."

"திரும்பி வந்தபோது களப்பிரர் காலம். சொல்வதற்கு ஏற்ற சூழ்நிலை இல்லை. கிழித்துக் கொளுத்திப் போட்டுவிடுவார்களோ என்ற பயம். அப்படியேவிட்டுட்டேன். நேரம் வரட்டும் என்று பிற்கால சோழர்கள் காலத்தில் ராஜராஜ சோழனைப் பார்த்து சொல்லலாம் என்று நினைத்தேன். அவர் சிவ பக்தர். என்னை சமணர் என்று ஒதுக்கும் வாய்ப்பு இருந்தது. அப்புறம் வந்தவர்களும் பொதுவாக சமணர் என்றால் கழுவேற்றுவது, சுண்ணாம்புக் காலவாயில் போடுவது என "சமய'ப் பிரச்னையில் தீவிரமாக இருந்தனர்."

"நடுவில் யார் கிட்டயும் சொல்ல முடியலையா?"

"இன்னொரு காரணம். என்கிட்ட இருக்கும் ஓர் அபூர்வ மூலிகை. இமயத்தில் கண்டெடுத்தேன். அதைச் சாப்பிட்டால் நூறு ஆண்டுகள் வெறும் காற்றைப் புசித்து காற்றில் கரைந்து காற்றாகவே வாழலாம். மீண்டும் உருவம் வரும். தேவைப்பட்டால் வாழலாம். இல்லை காற்றோடு காற்றாக..."

"அப்படியா?"

"மீண்டும் வந்த போது விஜயநகர பேரரசு. தமிழகம் முழுவதும் தெலுங்கு ஆட்சி. அப்புறம் வந்தபோது நவாபுகள்! ஒன்றும் பலிக்கவில்லை. மீண்டும் வந்து பார்க்கிறேன். பிரிட்டீஷ் காரர்கள். இர்வின் பிரபு காலத்தில் வந்தேன். அதோடு இப்போதுதான் வருகிறேன். காந்தியைக்கூட சுட்டுவிட்டார்கள் என்று கூறுகிறார்கள்" என்று வருத்தப்பட்டார்.

"எல்லாம் சரிங்க. இப்ப நீங்கதான் திருவள்ளுவர் என்பதற்கு...?"

"எவிடன்ஸ்..?"

"ஆமா!"

"இருக்கிறது தம்பி. நான் எழுதின வீடு அதிகாரம் அப்படியே இருக்கிறது. கார்பன் டெஸ்ட் எடுத்துப் பார்த்தீர்கள் என்றால் இரண்டாயிரம் வயசு தெரியும்."

மஞ்சள் பையில் இருந்த ஓலைச் சுவடியை எடுத்துப் பிரித்தார். பழுத்துக் காய்ந்து போயிருந்தது சுவடி. பழைய தமிழ் எழுத்துக்கள். எனக்கு ஒன்றும் புரியவில்லை. அக்கம் பக்கத்தில் இருக்கும் எல்லோரையும் கூவி அழைத்து 1331- வது குறளைப் படித்துக் காட்ட வேண்டும் என்று பரபரப்பாக இருந்தது.

எழுத்துக்களின் தலைக்கு மேல் புள்ளி வைக்கிற வழக்கம் அப்போது இல்லை.எழுத்துக்களின் வடிவங்களைப் பார்த்தபோதே இது ஆயிரம் ஆண்டுகளுக்கு முந்திய சமாச்சாரம் என்று தெரிந்தது.

ஐயோ... என்ன ஒரு ஸ்கூப் செய்தி... கட்டம் கட்டிப் போட வேண்டியது ஜெனிபர் தமில் பேசும் செய்தி அல்ல.. திருவள்ளுவர் பற்றியது.

"சார்.. ஸாரி... ஐயா. வாங்க தினமானிக்குப் போகலாம்" என்றேன். திருவள்ளுவரை ஸ்கூட்டரில் ஏற்றிச் சென்ற பெருமை எனக்குக் கிட்டட்டும்.

"இல்லை தம்பி. அவசரப் படாதே. இந்த முதல் குறள் ஏட்டை உன்னிடம் தருகிறேன். இதைப் பரிசோதித்து, காலம் கண்டு உங்கள் பத்திரிகையில் பிரசுரியுங்கள். அதிகாரிகளும் மக்களும் ஏற்றுக் கொண்டால் நானே உங்கள் அலுவலகம் வருகிறேன்."

ஒரே ஓர் ஓலையை மட்டும் தனியாக எடுத்தார்.

"இதில் என்ன எழுதியிருக்கிறீர்கள்?"

"இம்மையும் மறுமையும் வேண்டாவாம் யாக்கைக்குத்
தம்மையே உணர்வார் தலை."

"ஆஹா..."

குறித்துக் கொண்டேன்.

"நாளை தினமானியில் இதுகுறித்து செய்தி வெளியானால் உலகம் என்னை ஏற்றுக் கொண்டது என்று கொள்வேன். இல்லையேல் இந்த மூலிகை உண்டு. அடுத்த நூற்றாண்டில் என்னைப் புரிந்து கொள்வோரைத் தேடுவேன்."

"அடுத்த நூற்றாண்டு அவசியமே இல்லை. இதோ இன்றே இந்த உலகத்துக்குப் புரிய வைக்கிறேன். "யாமறிந்த புலவரிலே வள்ளுவன் போல்...' நாளைக்கு நியூஸ் பார்த்ததும் வந்துடுங்க ஐயா."

"நியூஸ் வரவில்லை என்றால் காற்றிலே கரைந்து போவேன்."

இதைவிட வேறு என்ன செய்தி வேண்டும். சுவடியைப் பத்திரமாக வைத்துக் கொண்டேன்.

ஸ்கூட்டரை எடுத்துக் கொண்டு பறந்தேன். நாளை உலகமே என்னைக் கொண்டாடப் போகிறது. என்னைச் சுற்றி வெப்பம். இல்லை.. ஏதோ கதிர் வீசிக் கொண்டிருந்ததை உணர்ந்தேன்.

ஆசிரியர் அறையைத் திறந்து "ஸார்" என்றேன் ஆர்வம் பொங்க.

"என்னப்பா?"

எங்கிருந்து ஆரம்பிப்பது என்று புரியவில்லை.

மேல் பாக்கெட்... ஐயோ... சுவடியைக் காணவில்லை. வந்த வேகத்தில் வழியில் எங்கோ விழுந்திருக்க வேண்டும். என்ன கொடுமை!

"என்னப்பா பேயறைஞ்ச மாதிரி நிக்கிறே?"

"இல்ல சார் ஒரு நியூஸ்..." இப்படிச் சுவடியைத் தொலைத்ததைச் சொன்னால் கண்டபடி திட்டுவார்.

"என்ன நியூஸ்?"

"உலக அழகி ஜெனிபர் "என்க்கு டமில் புட்கும்னு..."

ஆனந்த விகடன் - 2004

கடவுள் தொகை

“கடவுள் இருக்கிறாராப்பா?” என்றான் மகன்.

பொதுவாக இந்த வயசில் இப்படியான எண்ணம் தோன்றும் என்று நினைக்கிறேன். பத்தாம் வகுப்பு படிக்கும் நேரத்தில்தான் எனக்கும் அப்படியான சந்தேகம் எழுந்தது.

பால் போடாமல் போய்விட்ட பால்காரனிடம் சண்டை போட்டுவிட்டு அப்படியே இன்றைக்கான பாலை வாங்கிக் கொண்டு வருமாறு சொல்லிக் கொண்டிருக்கும் மனைவியின் எரிச்சல் இந்தக் கடவுள் சர்ச்சையால் மேலும் அதிகமாகும் என்று தோன்றியது. பையன் கேட்ட கேள்விக்கும் நான் அதற்கு பதில் அளிப்பதற்குத் தயாராவதையும் அவள் கவனித்துவிட்டாள். அந்த கவனிப்பில் “ஆரம்பிச்சிட்டீங்களா?” என்ற முறைப்பும் இருந்தது.

“பால் வாங்கிட்டு வரலாம் வர்றீயா?” - பையனை அழைத்துக் கொண்டு வெளியே வந்தேன்.

“கடவுள் இப்ப என்னப்பா செய்வாரு?” என்றான் ஆர்வமாக.

“நிச்சயமா பால் வாங்கிட்டு வர போய்க்கிட்டு இருக்க மாட்டாரு” சிரித்தான்.

“எப்ப கேட்டாலும் கடவுள் பத்தி சரியாகவே சொல்ல மாட்டேங்கிறியேப்பா... அவர் காபி சாப்பிடுவாரா?” குரலில் அலுப்பு தெரிந்தது.

“எனக்கும் சரியா தெரியலைப்பா... காபி சாப்பிடுவாரா? வெண் பொங்கல் சாப்பிடுவாரா? பிட்சா சாப்பிடுவாரான்னுலாம் கேட்கக் கூடாது. சாமியை நீ உன்னை மாதிரி ஸ்கூல் போய்ட்டு வர்றவர்னு நினைச்சியா? அவரை நம்ம ஸ்கேல்ல அளக்கக் கூடாது... புரியுதா? அது நம்ம கற்பனைகளுக்கு அப்பாற்பட்டது”

“எல்லாரும் கும்பிட்றாங்களே?.. ”

“நீயும் கும்பிடேம்பா.”

“எதுக்கு கும்பிடணும்?”

“நல்லா படிப்பு வரணும்னு கும்பிடு.”

“அப்ப படிக்க வேண்டியதில்லையா?”

பால்காரனிடம் விவரத்தைச் சொல்லி பால் பாக்கெட் வாங்கிக் கொண்டு திரும்ப ஆரம்பித்தோம்.

“ஒண்ணுமே சொல்ல மாட்டேங்கிறியேப்பா.”

“என்னடா?”

“சாமி கும்பிட்டா பாஸ் ஆகிட முடியுமா? படிக்க வேண்டியதில்லையா?”

“நம்ம முயற்சியும் இருக்கணும். கடவுள் நம்பிக்கையும் இருக்கணும்”

“சாமி கும்பிடாமயே நல்லா படிச்சா பாஸாக முடியாதா?”

“பெசாம வாடா... இதப்பத்தியெல்லாம் ஆராய்ச்சி பண்றதுக்கு இன்னும் அனுபவம் வேணும்.”

பையன் போட்ட அதட்டல் காரணமாகவோ, பதிலில் சற்றே சமாதானமாகியோ அமைதியாக வந்தான். அடுத்து அவன் ஏதோ யோசித்து கேள்வி ஆரம்பிக்கும் போது நல்லவேளையாக வீடு வந்துவிட்டது.

“அப்பாவும் புள்ளையும் இப்படி அன்ன நடை போட்டுகிட்டு வந்தா நேரமாகுதில்ல” என்று மனைவிகாட்டிய வெறுப்பில் அவனும் அல்ஜீப்ரா படிக்கப் போய்விட்டான். ஏதோ அவள் போடுகிற இப்படியான அதட்டிலில்தான் குடும்பமே நடப்பதாக எனக்கு நம்பிக்கை வந்துவிட்டது. இல்லாவிட்டால் நானும் குழம்பி, குடும்பத்தையும் குழப்பி விடுவேனோ என்று பயம் வந்துவிட்டது எனக்கு.

எதிலும் தீர்மானமான அபிப்ராயம் ஏற்படுவதில்லை. எது நல்லது என்பதில் ஏகப்பட்ட குழப்பம். இருக்கிறதா இல்லையா குழப்பம். வேண்டுமா வேண்டாமா என்பதில் குழப்பம். அதிகமா கம்மியா என்பதில் குழப்பம்.

போன வாரம் இருந்திருந்து சட்டை எடுக்கப் போய் எந்த நிறம் எடுப்பது என்பதில் ஏகப்பட்ட குழப்பம்.

வெளிர் நீல சட்டை விரும்புபவர்கள் உண்மையை நேசிப்பவர்களாக இருப்பார்கள் என்று படித்திருந்ததால் நான் அந்த நிறத்தில் எடுத்துக் கொள்ளலாம் என்று ஆசைப்பட்டேன். மனைவியோ “அழுக்குத் தாளாது வீட்டில மஞ்சள் கலர்ல தண்ணி

வருது... ஒரு தடவை துவைத்ததும் இந்தக் கலரே இருக்காது. பெசாம நம்ம தண்ணி ஏத்தா மாதிரி செம்மண் கலர்ல எடுத்துக்கங்க" என்றாள்.

அவள் சொல்வதில் நியாயம் இருந்தது. அதிலும் வெளிர் நீலத்தில் செம்மண் நிறமும் கலந்து என்னை வேறொரு குணவானாகக் காட்டுவதையும் தவிர்க்கலாம். செம்மண் நிறம் என்பது ஏறத்தாழ நரேந்திர மோடியை ஞாபகப்படுத்த, "இன்னும் கொஞ்சம் டார்க்கா இருந்தா நல்லது" என்றேன்.

அவன் சிவப்பு நிறத்தை எடுத்துப் போட்டான். அது கம்யூனிஸ்ட் அடையாளமாக இருந்தது. இது பரவாயில்லை. மார்க்ஸ், ஏங்கெல்ஸ், லெனின் தோரணையில் அதை நான் என் மீது போர்த்திப் பார்த்த போது, "இதையா எடுத்துக்கப் போறீங்க?" என்ற மனைவியின் கேள்வியில் எதிர்ப்பு வெளிப்பட்டது.

"ஏதோ ஒண்ணு..." எந்தவித நோக்கமும் இல்லாமல்தான் இதை நான் தேர்வு செய்தேன் என்பதைப் போல் அலட்சியமாகச் சொன்னேன்.

"ஏதோ ஒண்ணுனு சொல்லாதீங்க... காசு என்ன மரத்திலா காய்க்குது?... ஆள் பாதி... ஆடை பாதி. ட்ரஸ்ஸ்தான் முக்கியம். உங்க நிறத்துக்கு ஏத்ததா எடுத்துக்கங்க" ஆடைவிஷயத்தில் நாம் இவ்வளவு அலட்சியமாக இருக்கக் கூடாது என்று நானே ஒரு கணம் வருத்தப்பட்டேன். அவளுடைய பேச்சில் பொதிந்திருந்த அக்கறைதான் அதற்குக் காரணம்.

கடைக்காரன் வேறொரு உத்தி சொன்னான். "பேண்டுக்கு மேட்சா எடுத்துக்கங்க சார்..."

இருவரும் ஒருவரை ஒருவர் பார்த்துக் கொண்டோம். ஏனென்றால் நாங்கள் எடுக்கப் போனது ஒரே ஒரு சட்டை மட்டுமே. வெறும் சர்ட் மட்டும் எடுப்பது நாகரீகமற்ற செயலோ? இப்போது இந்தச் சூழ்நிலையை எப்படி சமாளிப்பது. தரமான துணியாக இல்லை என்று சாக்கு போக்கு சொல்லி வெளியேறி விடலாமா? இல்லை போனால் போகிறது என்று ஒரு பேண்டையும் எடுத்துவிடலாமா? உண்மையில் நம்மிடம் உள்ள பேண்டுகள் எல்லாம் கேசவன் கல்யாணத்துக்கு முந்தையவை. கடைசியாக கேசவன் கல்யாணத்துத்தில்தான் சம்பந்தி சீர் என்று எனக்கும் ஒரு பேண்ட் சர்ட் எடுத்துத் தந்தார்கள். கேசவனுக்குக் கல்யாணமாகி என்ன ஐந்து வருஷம் இருக்குமா? அதற்கு மேலேயே இருக்கலாம். அவனோட பையனே இப்ப மூணாவது படிக்கிறானே... அஞ்சு வயசுல ஒண்ணாவது சேர்ந்திருந்தாக்கா இப்ப... எட்டு வயசு... இப்பல்லாம் நாலு வயசிலயே ஒண்ணாவது போட்டுட்றாங்க.

என்னோட கணக்கு வாத்தியாருக்கு சர்க்கஸ் புலினு பேரு. எப்பப் பார்த்தாலும் ஆ..ஆ...ஆ...வ்வ்வ் கொட்டாவி விடுவாரு. சர்க்கஸ்ல புலி வாயைத் திறந்து காட்டச் சொல்லி ரிங் மாஸ்டர் குத்தும் போது அப்படித்தான் திறக்கும். பாவம் புலிகள். முண்டந்துறைல ஒரு தரம்...

“பார்த்துக்கிட்டே இருந்தா எப்படி? ஏதாவது ஒரு கலர் எடுங்க.”

நான் சட்டென்று பச்சை நிறத்தில் பெரிய பெரிய கட்டமாகப் போட்ட சட்டையைத் தேர்ந்தெடுத்தேன்.

“இது என்ன லுங்கி மாதிரி”

நமக்கு சட்டை எடுக்கக்கூடத் தெரியவில்லையே என்ற வருத்தமும் மனைவி என்னை மிகவும் ஆட்சி செய்வதாக ஏற்பட்ட எரிச்சலும் சேர்ந்து கொண்டது. இத்தகைய உணர்வுகளால் நான் மேலும் அமைதியாகிவிட்டேன்.

“இதப் போட்டுக்கங்க” கருப்புச் சட்டையில் கிளிப்பச்சை நிறத்தில் பூப் போட்ட சட்டையை எடுத்துத் தீர்மானமாக என் முன் நீட்டினாள். அது மாதிரி சட்டையை நான் என் வாழ்நாளில் போட்டதே இல்லை. நமக்குப் பழக்கமே இல்லாத சட்டைப் பொருந்துமா என்று தெரியவில்லை. இப்படித் திடீர் என்று வித்தியாசப்படுத்திக் காட்டினால் நன்றாகத்தான் இருக்கும் என்றும் தோன்றியது.

இவ்வளவு கதையும் எதற்காகச் சொல்கிறேன் என்றால் எனக்கு எதிலுமே தீர்மானமான முடிவுகள் இருந்ததில்லை., கடவுள் உட்பட.

சட்டையைத் தேர்ந்தெடுப்பதிலாவது ஏதோ ஒரு சட்டையைத் தேர்ந்தெடுத்தே தீர வேண்டிய நிர்பந்தம் இருக்கிறது. கடவுள் விஷயத்தில் அவர் இல்லாமலேயே இருப்பதிலும் சங்கடம் எதுவும் இல்லாததால் சட்டையைவிட மேலும் ஒரு வாய்ப்பு அதிகரித்துவிட்டது.

மனித நாகரீகத்தில் மனிதர்களைவிட அதிகமான கடவுள் தொகை இருந்திருப்பதாகப் படிக்கிறோம். ஒவ்வொரு நூற்றாண்டிலும் விதம்விதமான கடவுள்கள். ஒவ்வொரு பிராந்தியத்தில் ஒவ்வொரு கடவுள். கொஞ்சமாவது மனிதன் மனசாட்சிக்குப் பயப்படுகிறான் என்றால் அது கடவுள் என்ற சித்தாந்தம் இருப்பதால்தான் என்றார் என் நண்பர். அப்படியானால் அப்படி ஒரு சித்தாந்தம் இருப்பது நல்லதுதான் என்று நான் முடிவெடுத்திருந்த நேரத்தில்தான் இந்தியாவில் எங்கு பார்த்தாலும் எங்கள் கடவுளே சிறந்தவர் என்பதை நிரூபிக்கும் பொருட்டு குண்டு வெடிப்புகளும் ரயில் எரிப்புகளும் நடந்தது. கடவுள் சித்தாந்தம் இருப்பதால்தான் வன்முறைகள் நடப்பதாக நான் நண்பரிடம் வாதிட்டேன்.

"இது பரவாயில்லை. மதம் மட்டும் மக்களை இப்படி ஆவேசமாகக் கட்டி வைக்கவில்லையென்றால் பொம்பளைக்காகவும் பொருளுக்காகவும் அடிச்சுக்கிட்டு மனித இனமே அழிஞ்சு போயிருக்கும். பரவால்ல சார்.. ஒரு பாபர் மசூதி... இரட்டை கோபுரம்னு சின்னச் சின்ன விஷயத்தோடு முடிஞ்சிடுது ..." என்றார். சரி கடவுள் சித்தாந்தமும் ஒரு பக்கம் இருந்துட்டுதான் போகட்டுமே நமக்கென்ன என்று விட்டுவிட்டேன்.

இப்போது மகன் ஆரம்பிக்கிறான்.

இரவு படுக்க வந்த பிறகு "கடவுள் தூங்குவாரா? அவருக்கும் கனவு வருமா? அப்துல் கலாம் கனவு காண சொல்றாரே... கடவுளும் காணுவாரா?"

"மனிதர்கள் மாதிரியே கடவுளைப் பொருத்திப் பார்க்கக் கூடாதுனு சொன்னேனா இல்லையா"

"பின்னே?"

"அவருக்கு உருவமில்லை, பெயரும் இல்லை. அவர்னு சொல்றதே இல்லை. அதாவது அவர் என்பதே இல்லை. ஆணல்லன், பெண்ணல்லன் அல்லாது அலியுமல்லன்னு பாடி வெச்சிருக்காங்க"

"பார்க்க முடியுமா?"

"கண்டவர் விண்டிலர்.. விண்டவர் கண்டிலர்... பார்த்தவர்கள் சொல்வதில்லை... பார்த்ததாகச் சொல்றவங்க பார்த்ததே இல்லை"

"அதனாலதான் நீ பார்த்ததா சொல்ல மாட்டறீயா?"

"......"

இந்த முறையும் மனைவிதான் என்னைக் காப்பாற்றினாள். "ஏய்... பெசாம தூங்குங்க... குழந்தைங்க குழந்தைங்களா பேசணும். முன்னேர் சரியா போனா பின்னாடி வர்ற ஏரும் சரியா வரும்"

அதன் பிறகு யாரும் பேசிக் கொள்ளவில்லை. ஆனால் தூங்கிவிட்டோம் என்று சொல்வதற்கில்லை. மகன் வெகு நேரம் புரண்டு கொண்டிருந்தான். குழந்தையை நாம் சரியாக வளர்க்கத் தெரியவில்லையோ என்று கவலையாக இருந்தது.

அவன் குட்டி சாமியாராகவோ, குட்டி நக்ஸலைட்டாகவோ ஆவது பொருத்தமில்லாததாக இருந்தது.

பத்தாவதில் நல்ல மார்க் எடுத்தால்தான் ப்ளஸ் ஒன் சேர்த்துக் கொள்வேன் என்று பள்ளியின் தாளாளர் சர்க்குலர் அனுப்பியிருந்தார்.

தினமும் பிள்ளையார் பூஜை செய்யச் சொல்லி, திருப்பாவை முப்பதும் ஒப்பிக்கச் சொல்லலாமா? மகன் மீது கடவுளைத்

திணிப்பது சரியா? சின்னக் குழந்தையை இப்படி இம்சைக்கு ஆளாக்கிவிட்டோமே... மற்ற குழந்தைகள் மாதிரி கிரிக்கெட் பேட் கேட்டு அடம்பிடித்தால் எவ்வளவு நன்றாக இருக்கும் என்று நானும் புரண்டு கொண்டிருந்தேன்.

காலையில்தான் அமைதியாகத் தூங்கிக் கொண்டிருந்ததாக நினைத்த என் மனைவிதான் இரவெல்லாம் ஆடாமல் அசையாமல் மனதுக்குள்ளாகவே புரண்டு கொண்டிருந்தது புரிந்தது.

"என்ன நினைச்சுகிட்டிருக்கீங்க மனசுல... இதென்ன வீடா மடமா?... ராத்திரியெல்லாம் குழந்தைகிட்ட என்ன பேசறீங்க... பைத்தியக்காரனாக்கிடுவீங்க போலருக்கே... நாளையிலிருந்து நீங்கதான் குழாய்ல போய் தண்ணி புடிச்சுகிட்டு வரணும். ரேஷன் கடைக்குப் போகணும்... கரெண்ட் பில் கட்டணும்... காய்கறி வாங்கியார்றது... கேபிள் டி.வி. சரியா தெரியலைனா போய் சொல்லிட்டு வர்றது... ஒட்டரை அடிக்கிறது எல்லாம் நீங்க ரெண்டு பேரும்தான் செய்யணும்... சும்மா இருந்து இருந்து கொழுப்பேறிப் போச்சி ரெண்டு பேருக்கும். கடவுள் ஆராய்ச்சி பண்றீங்களா? கடவுள் ஆராய்ச்சி..." ... பொரிந்து தள்ளினாள்.

நான் கிணற்றில் இருந்து தண்ணீர் சேந்துகிற வேலையைச் செய்தேன். அவன் பிஸிக்ஸ் புத்தகத்தைப் பிரித்து வைத்துக் கொண்டு உட்கார்ந்திருந்தான். பள்ளிக் கிளம்பியவனின் நெற்றியில் விபூதி வைத்து "கண்டதையும் நினைச்சு மனசைக் குழப்பிக்காதடா... நல்லா படி" என்று தலைவாரிவிட்டாள்,

நான் அவன் பேனாவில் இங்க் இருப்பது தெரியாமல் மேலும் இங்க் ஊற்றி... தரையைத் துடைக்கத் துணியைத் தேடினேன்.

"நான் துடைச்சுக்கிறேன் விடுங்க... இந்த மாதிரி விதண்டா வாதம் பேசிக்கிட்டிருந்தா நான் எங்க போவேன்" என்றாள்.

அவனைப் பள்ளிக்கு அழைத்துச் சென்றேன். சைக்கிளில் இருந்து இறக்கிவிட்டுவிட்டு "நல்லா படிப்பா" என்றேன். என் குரலே எனக்கு வேறு மாதிரி கேட்டது. அவன் என்னை ஏற இறங்க பார்த்தான்.

"சரிப்பா."

"இப்போதைக்குக் கடவுள் இருக்கார்னு வெச்சுக்கோ. அதுக்கு மேல கேட்காதே... யோசிக்காதே."

பரிதாபமாகப் பார்த்தான்.

"நல்ல மார்க் எடுத்தாத்தான். நல்ல வேலை கிடைக்கும். நீ சம்பாரிச்சாத்தான் வீட்டு மேல வாங்கின கடனை அடைக்க முடியும். அம்மாவுக்கு அந்தக் கஷ்டம்தான்."

"சரிப்பா" என்று பள்ளிக்குள் நுழைந்தான். குழந்தையின் கழுத்தில் நுகத்தடி சுமத்திய வலி.

தெருமுனை முருகனுக்குச் சந்தனாபிஷேகம் நடந்து கொண்டிருந்தது. எனக்குக் கண்ணீர் வந்தது. சுலபத்தில் அடக்க முடியவில்லை.

உயிர் எழுத்து 2008

எதிர்மென் அரக்கன்

அவசரமாக அழைத்தார் அதிகாரி. குரலில் சுவாரஸ்யம் தெரிந்தது. "ஜெயகாந்தனும் ஜெயமோகனும் சேர்ந்து ஒரு கதை எழுதியிருக்கிறார்கள். இப்போதுதான் கேள்விப்பட்டேன். எப்படியாவது அந்தக் கதையைக் கண்டுபிடித்துத் தருவது உன் பொறுப்பு" என்றார்.

அவர் இப்படிச் சொல்வதற்கு முன்பே, வேறொரு ஆசாமி தந்த தகவல் மூலம் இந்த இருவரும் சேர்ந்தெழுதிய கதையை த் தேட ஆரம்பித்து முடியாமல் விட்டுவிட்டேன். அப்படி ஒரு கதை இருந்தால் அதிகாரியிடம் சொல்லலாம்; இல்லையென்றால் அப்படியே அமுக்கிவிடலாம் என்றுதான் ரகசியமாக தேடிப்பார்த்தேன். மீண்டும் எனக்கே அந்தத் தலைவலி. சுமார் ஒரு நூற்றாண்டுக்கு முன்பு வாழ்ந்த அவர்கள்பற்றிய எல்லாச் செய்திகளையும் புரட்டிப் பார்த்துவிட்டேன். இல்லை, அப்படி ஒரு கதை இல்லவே இல்லை.

அந்தக் காலத்தில் கம்ப்யூட்டர் உதவியோடு எல்லாவற்றையும் சுலபமாகக் கண்டுபிடித்துவிடுவார்கள். எது சுலபமோ அதுவே கஷ்டத்தையும் கொடுத்துவிட்டது. இப்போதோ ஒவ்வொரு புத்தகமாகத் தேட வேண்டியிருக்கிறது. இருந்த சஞ்சிகைகள், நூல்கள், ஆவணங்கள், பஸ் டிக்கெட்டுகள் எல்லாமே முக்கியம். காகித வடிவில் எது தென்பட்டாலும் பொக்கிஷம். எல்லாவற்றிலும் தேடியாகிவிட்டது. இருவரும் சேர்ந்து எழுதிய கதையும் இல்லை; குறிப்பும் இல்லை.

அலைவரிசை மார்க்கமாக "அவர்கள்" செலுத்திய "எதிர்மென் அரக்கன்' என்னும் வைரஸ் மென் பொருள் கத்தியின்றி, ரத்தமின்றி உலக ராஜ்ஜியங்கள் எல்லாவற்றையும் ஒரே நாளில் சாய்த்துவிட்டது. இரட்டை கோபுரம் தாக்கப்பட்டதைப் போல வேறு ஏதோ வெடிவிபத்தை எதிர்பார்த்துக் கொண்டிருந்தவர்களுக்கு இது பேரிடி.

அமெரிக்கா மட்டுமின்றி உலகில் வல்லரசுளென வாலாட்டிக் கொண்டிருந்த ஜப்பான், சீனா, 2020-யில் வல்லரது கனவு கண்டு கொண்டிருந்த இந்தியா எல்லாமே புஸ்...

இப்படி இடர்வருமென யாருமே எதிர் பார்க்கவில்லை. திடும் என பிரபஞ்சமே இருண்டுவிட்டது. மதவாத அடிப்படைவாதிகளுக்குக் கணிப்பொறி மீதும் இணையத்தின் மீதும் இப்படியொரு கோபம் இருக்கும் என யாரும் கவனம் கொள்ள வாய்ப்பே இல்லாமல் போய்விட்டது.

“மைக்ரோ சிப்கள் தந்த மதிப்பில் பேப்பர்களுக்கான மரங்கள் வெட்டப்படுவது மாபெரும் குற்றம் என்று இயக்கம் ஆரம்பித்தார்கள். புதிதாகப் புத்தகங்களே உருவாக்கக் கூடாது என்று சர்வேச அளவில் தடைபோட்டார்கள். இப்போது என்ன ஆயிற்று? -குப்பை என்று மைக்ரோ சிப்புகளையும் டிஸ்க்குகளையும் உலகம் முழுதும்திட்டிக் கொண்டிருக்கிறார்கள்... எதிலும் அவசர முடிவு... அதை நடைமுறைப்படுத்துவதில் அத்தனை தீவிரம்... பொறுமையே இல்லை” என்று பொதுவாக எல்லா விஞ்ஞான வளர்ச்சி குறித்தும் கவலை தெரிவித்தார், உடன் பணியாற்றும் முத்துவேலர்.

அவருடையில் வேதனையில் ஆழமான நியாயமிருக்கிறது.

“சென்ற செப்டம்பரில் “தினமானி”யில் ஒரு கட்டுரை வெளியானது. கத்திரிக்காயைப் பற்றி... உலகிலேயே பிரயோஜனமில்லாத ஒரு காய்கறி உண்டென்றால், அது கத்திரிக்காயாகத்தான் இருக்கும் என்று விளாவரியாக எழுதியிருக்கிறார்கள். இதோ இந்த ஆகஸ்ட்டில் கத்திரிக்காய் ஒன்றுதான் கேன்ஸருக்கான ஒரே மருந்து. அதைத் தொடர்ந்து உட் கொண்டவர்களுக்கு கேன்ஸர் வருவதில்லை என்கிறார்கள். இத்தனைக்கும் இரண்டையும் எழுதியது ஒருவரே” என்று அலுத்துக் கொண்டார்.

“பாவம் கத்திரிக்காய்.அதற்கு என்ன தெரியும்?” என்றபடி “இந்த விஷயத்துக்கு ஜெய விஷயத்துக்கு ‘ஒரு பிரிகாரம் சொல்லுங்கள்” என்றேன்.

நண்பர் சற்றே சோர்ந்தபடி யோசித்துவிட்டு திடீரென்று பிரகாசித்தார். “புலித்தேவரிடம் பார்த்திருக்கிறேன். ஜெயகாந்தன் படைப்புகள் முழுத் தொகுதி, ஜெயமோகன் படைத்தவை முழுத் தொகுதி... இரண்டுமே அவரிடம் இருப்பதைப் பார்த்திருக்கிறேன்.”

இரவே குரோம்பேட்டையில் இருக்கும் புலித்தேவரின் வீட்டுக்கு மின் புயல் மூலம் கிளம்பினோம். உதவும் மனநிலையில்தான் இருந்தார் அவர். ஆனால் புத்தகங்களை எடுத்துச் செல்லக் கூடாது. அங்கேயே பார்த்துவிட்டு தந்துவிட வேண்டும். என்ற

கண்டிப்புடன்தான் அந்த உதவி. கம்ப்யூட்டர் அழிவுக்குப் பின் இலக்கிய ஆய்வாளர்கள் அவரைத் தொல்லைப்படுத்த ஆரம்பித்திருப்பது தெரிந்தது. நானும் முத்துவேலரும் ஆளுக்கொரு நூலை ஆராய்ந்தோம்.

இரண்டு பேரில் யாருடைய நூலிலாவது இந்த இருவரும் சேர்ந்து எழுதிய கதை தொகுக்கப்படாமலா போயிருக்கும்?... எங்கள் கண்கள் ஆர்வ மிகுதியால் பக்கங்களை அள்ளிக் குடித்தன. ஆயிரக்கணக்கான பக்கங்களை அங்குலம் விடாமல் அளந்துவிட்டன கண்கள். இல்லை... இல்லவே இல்லை.

"நாட்டுடமை ஆக்கப்பட்ட பின்பு பதிப்பித்த நூல்களில் லாப நோக்கமும் கலந்துவிடுவதால் பல கதைகளை சுருக்கியும் வெட்டியும் அல்லது முழுவதுமாக நீக்கியும் விடுகிறார்கள். நாட்டுடமைக்கு முந்தைய இவர்களின்நூல்களைத் தேடினால் ஒரு வேளை கிடைக்கலாம்" என்று வழி சொன்னார் புலித்தேவர்.

நள்ளிரவு இருவரும் சென்னை திரும்பும்போது சூப்பர் மார்க்கெட் ஆகிவிட்ட மீனம்பாக்கம் நிலையத்தைப் பார்த்தோம்.

"மீனம் பாக்கம் எவன் பெயரிட்டானோ? கடைசியில் மீன் மார்க்கெட்டாகவே மாறிவிட்டது. விமானநிலையத்தை வேலூருக்கு மாற்றியபின் இந்தப் பகுதியே பொலிவிழந்து போய்வட்டது இல்லையா?" என்றார் நண்பர். இந்தப் பகுதியைக் கடக்கும் ஒவ்வொரு முறையும் அவர் சொல்வதாகத் தோன்றியது.

என்றாவது மீண்டும் கம்ப்யூட்டர் உபயோகத்துக்கு வந்துவிடும் என்ற கனவும் பகல் கனவாகிவிட்டது.

பில்கேட்ஸுக்குப் பிறகு கம்ப்யூட்டர் சாம்ராஜ்ஜியத்தின் மன்னராக விளங்கிய ஜேம்ஸ் வில்லியம்ஸ், கம்ப்யூட்டரை சரி செய்வதற்கு பதில் கல்லுடைப்பதற்குக் கற்றுக் கொள்ளலாம்' என்று அலுப்புடன் பேட்டி கொடுத்தார் போன வாரம்.

மீண்டும் மருத்துவம், கணக்கியல், பத்திரிகை துறை, தகவல் தொழில் நுட்பம் அனைத்துமே ஒரு நூற்றாண்டு காலம் பின் தங்கிவிட்டது.

நான் அச்சுத்துறையியல் பணியில்தான் வேலைபார்த்து வருகிறேன். பல்கலைக் கழகத்தின் ஒரு பிரிவாக இது செயல்படுகிறது. மொழிகுறித்த ஆய்வுக் கட்டுரைகள் பதிப்பிப்பது எங்கள் துறையின் வேலை. பழைய ஈய அச்சுக் கோப்பு முறையில் புத்தகங்களை அச்சிட்டு வருகிறோம்.

மீண்டும் அழைத்தார் அதிகாரி. "முடிந்ததா?" என்றார். நான் என்னத்தைச் சொல்ல?

அக் காலத்தில் வந்த சினிமா விமர்சனம் ஒன்றின் முடிவில் “கமலஹாசன்- ரஜினிகாந்த் சேர்ந்து நடித்த படம் நீ... ஜெயகாந்தன் -ஜெயமோகன் சேர்ந்து எழுதிய கதை நீ” என்ற பாடல் பிரமாதம்’ என்று எழுதிய இருந்த வரிதான் என் அதிகாரிக்குக் கிடைத்த ஆதாரம். வேறு எதில் இந்த வரி இடம் பெற்றிருந்தாலும் அலட்சியப்படுத்திவிடலாம். தினமானியில் வந்திருப்பதால் அது தவிர்க்கமுடியாத ஆய்வுப் பொருளாக இருக்கிறது என்றார் அதிகாரி.

“அவர்கள் இருவரும் சேர்ந்து எதுவும் எழுதியதாகத் தெரியவில்லை. ரஜினிகாந்த், கமல்ஹாசன் சேர்ந்து நடித்தார்களா என்று தெரியவில்லை. இரட்டிப்பு சிறப்பு கொண்டவன் (ள்) என்று புகழ்வதற்காக அந்த நாளில் ஒரே துறையில் பிரபலமாக இருந்த இருவரையும் சேர்த்து இப்படி புகழ் எழுதியிருக்கலாம். அந்த நாட்களில் ஒரு பெண்ணை இப்படியெல்லாம் கற்பனையாகப் புகழ்ந்து வர்ணிப்பது புழக்கத்தில் இருந்தது” என்று முற்றுப் புள்ளி வைத்தேன்.

மூன்றாம் நாள் ரஜினிகாந்த்- கமல்ஹாசன் இணைந்து நடித்த படங்களின் பட்டியல் மட்டுமின்றி அவர்கள் இருவரும் தோன்றும் “என்னடி மீனாட்சி நீ சொன்னது என்னாச்சு?” என்ற பாடல் காட்சியைக் கொண்டு வந்து திரையிட்டுக் காண்பித்தார்.

அதன் பிறகு ஜெயகாந்தனும் ஜெயமோகனும் சேர்ந்து கதை எழுதியிருக்க வாய்ப்பில்லை என்று சொல்ல முடியாமல் போனது எனக்கு. அதிகாரியோ இருவரும் சேர்ந்து கதை எழுதியிருப்பதற்கான வாய்ப்புகள் அதிகம் இருப்பதற்கான ஆதாரங்களை அடுக்கிக் கொண்டே போனார். அந்த நாட்களில் இரண்டு புகழ்மிக்க எழுத்தாளர்கள் ஒரு வித்தியாசத்துக்காகச் சேர்ந்து எழுதும் வழக்கம் இருந்தது என்றார். “புஷ்பா தங்கதுரை என்பவரும் இந்துமதி என்பவரும் ஒரு தொடர்கதையை எழுதியிருக்கிறார்கள். அதற்கும் முந்தைய கால கட்டத்தில் இளங்கோவடிகள் எழுதிய “சிலப்பதிகாரம்’ என்ற காப்பியத்தைத் தொடர்ந்து அதன் தொடர்காப்பியமான “மணிமேகலை’யை சீத்தலைசாத்தனார் எழுதினார்’ என்றார். இரண்டாயிரம் ஆண்டுகளுக்கு மேலாகத் தமிழர்களிடம் இப்படியொரு பழக்கம் இருந்தது என்பதைக் குறித்து நீண்ட ஆய்வுக் கட்டுரை ஒன்றை எழுதுமாறும் என்னை நிர்பந்தித்தார். எனக்கு வேலையே அதுதான். கிடைக்கும் இலக்கிய ஆதாரங்களின் அடிப்படையில் கட்டுரை எழுதுவது, அல்லது ஆதாரங்களைத் தேடி அலைவது இதுதான் என் வேலை.

கம்யூட்டர் நிரந்தரமானதென நம்பி ஏராளமான தாள் ஆதாரங்களை அலட்சியப்படுத்தியிருந்தனர். உலகமே இ} புத்தகங்கள் படிக்கும் நிலைக்கு மாறிப் போயிருந்ததால்

புத்தகம் வைத்திருப்பவரை ஆதிமனிதன் போல பாவித்தனர். புலித்தேவரின் புத்தகப் பித்தைக் கிண்டலடித்து இ} புத்தகங்களின் நிறைய கட்டுரைகள் வெ ளியாகின. "மின்கொன்றை'இதழில் அவருடைய பரம்பரையையே கொச்சைப்படுத்தி எழுதியிருந்தார் ஜெயசாந்தன். இப்போதோ அந்த ஆதி மனிதர்தான் அதிமுக்கிய மனிதராகிவிட்டார்.

மின்கொன்றையையோ சாந்தனையோ குறை சொல்லி என்ன பயன்? நடுவர்க்கத்தினருக்கு அரசு வழங்கும் "இல்'களில் குறுந்தகடுகளுக்கே இடம் இருப்பதில்லை. இதில் புத்தகத்தை எங்கே வைப்பது?

கண்கெட்ட பிறகு சூரிய நமஸ்காரம். ஒழித்துப் போட்ட நூல்களில் இருந்த வாழ்க்கையைத் தேடுகிறார்கள். வழக்கம்போல ஐரோப்பிய நாடுகளில்தான் இதுபோன்ற மீள் நவீனத்துவ இலக்கியம் ஆரம்பமாகியது. "டிராகுலா'வை எழுதிய பிராம் ஸ்டாகருக்கும் ஆஸ்கர் ஒயில்டுக்கும் ஒரே பெண்ணைக் காதலிப்பது தொடர்பான ஏதோ பிரச்சினை இருந்ததாக ஒருவரிச் செய்தி கிடைத்தது. அதைப்பிடித்துக் கொண்டு ஆஸ்கார் ஒயில்ட் தம் காதலியை அபகரித்துவிடுவாரோ என்ற கவலையில்தான் அவரை டிராகுலா போன்ற கதாபாத்திரத்தில் பிராம் ஸ்டாகர் சித்திரித்தார் என்றும் ஆஸ்கார் ஒயில்டும் ஒரு டிராகுலா வகையைச் சேர்ந்தவரா என்றும் ஆய்வுகள் செய்து வருகிறார்கள்.

கணிப்பொறியுகம்இப்படி திடுதிப்பென முடிவுக்குவந்துவிட்டதால் இலக்கியம் சம்பந்தமான எல்லாமே எங்களுக்கு ஆதாரமாகின. நேற்று முக்கரும்பு அருகே (திருவல்லிக்கேணி பின்னாலில் "ட்ரிபில் கேன்' ஆகி, அதை இப்படி தமிழ்ப்படுத்திவிட்டார்கள்.) ஒருவர் நடைபாதையில் எஸ்ராவின் பவுண்டு வால்யூம் என்னிடம் இருக்கிறது என்று பேசிக் கொண்டு போனார். எனக்கு எஸ்ராபவுண்டும் எஸ்.ராமகிருஷ்ணனு(எஸ்.ரா.)ம் ஞாபகத்துக்கு வந்தார்கள். சடாரென மின்னல் வெட்டியது.

"உபபாண்டவம்' எழுதியது ஏஸ்ரா பவுண்டா, எஸ். ராமகிருஷ்ணனா? என்றெல்லாம் இல் அடையும் வரை குழப்பம் நீடித்தது எனக்கு. நல்லவேளை என் அதிகாரி அருகில் இல்லை. இருந்திருந்தால் நிச்சயம் அது ஓர் ஆய்வுக்கட்டுரை ஆகியிருக்கும்.

சண்டே இன்டியன் - 2008

சோறியம்

விஷுவல் டெலிஃபோன் சிணுங்கியது. பத்மனாபன் ரிமோட்டை அழுத்திவிட்டுக் காத்திருந்தான்.

திரையில் கிர்ணிப் பழ முகத்துடன் ரிச்சர்ட் ஸ்டோன்.

"காலை வணக்கம் பத்மனாபன்.. உனது புத்திசாலித்தனத்துக்கு ஒரு பரீட்சை வைக்கப் போகிறேன்" என்றான்.

"காத்திருக்கிறேன்" என்றான் பத்மனாபன்.

"இன்னும் ஒரு மாதத்துக்குள் தஞ்சாவூர் பெரிய கோவில் தரைமட்டம் ஆக வேண்டும்."

ஆடிப் போனான் பத்மனாபன். எதற்காக என்று கேட்கக் கூடாது. ஏன்? எதற்கு என்று கேள்வி கேட்காமல் இருப்பதற்குத்தான் பத்மநாபனுக்கு மாதந்தோறும் அவ்வளவு ரூபாய் சம்பளமாகத் தரப்பட்டு வருகிறது. எள்ளென்றால் எள்ளாக இருக்க வேண்டும். எண்ணெய்யாக மாறினாலும் தவறுதான்.

கடந்த மூன்று ஆண்டுகளாக அமெரிக்க உளவுத்துறையின் கைக்கூலியாக இருந்த அனுபவத்தின் அடிப்படையில் அவர்கள் என்ன ஆணையிட்டாலும் 'ஏன்?' என்று கேட்காமலேயே ஒரு சில விஷயங்களை பத்மனாபனால் யூகித்துவிட முடியும்.

ஆனால்.. தஞ்சைப் பெரிய கோயில்?

"முதல்முறையாகக் குழம்புகிறாய்" என்றான் ஸ்டோன்.

"குழப்பமில்லை.. புரிந்து கொள்ள முடியவில்லை"

"தஞ்சைக் கோயிலைத் தரைமட்டம் ஆக்க வேண்டும் என்று கூறியது புரியவில்லை?"

"எதற்காக என்பது?"

"ஒப்பந்தத்தை மீறுகிறாய்."

"மன்னிக்க வேண்டும்."

"பரவாயில்லை, முடித்துவிடுவீர்கள் இல்லையா?"

"முடிக்கிறேன்."

"ஞாபகம் இருக்கட்டும்... ஒரு மாதத்தில்.'"

"இந்த அவகாசம் போதும். இந்தியர்களைக் கோயில் விஷயங்களில் ஏமாற்றுவது சுலபம். உதாரணம் அயோத்தியா பிரச்சினை."

"நல்லது. முடித்துவிடு."

திரை இருண்டது.

குருக்கள் லேசாகச் செருமிக் கொண்டு பேசத் தொடங்கினார்.

"நீங்க சொல்றதெல்லாம் நிஜம்தான். இந்தக் கோயிலும் விருத்தியாகல, இங்கே வந்துட்டுப் போனவாளும் விருத்தியாகல. இதைக் கட்டின சோழர் காலத்திலேர்ந்து அப்படியேதான் இருக்கு. சோழர்கள் ஆட்சி இழந்ததே இதனாலதானோ என்னவோ? யார் கண்டா? எங்க பாட்டனார் காலத்தில் எம்.ஜி.ஆர்.னு ஒருத்தர் முதல்வரா இருந்தார். இங்க வந்துட்டுப் போனப்பறம்தான் சிக்ல படுத்தார். கருணாநிதினு ஒருத்தரும் அப்படித்தான். ராஜராஜன் விருது வாங்கிட்டு அப்படியே ஆட்சிய விட்டுப் போய்ட்டார். அத்தோட அந்த விருதும் போச்சு. அந்தக் கதையெல்லாம் எதுக்கு? போன வருஷத்திலே என்ன ஆச்சு? ஜெர்மன்ல இருந்து நாலு பேரு கோபுரத்தை ஆராய்ச்சி பண்றேன்னு வந்தா. உச்சிலேர்ந்து விழுந்து மண்டை நொறுங்கி செத்தா. பாபம் பிடிச்ச கோயில்னு நல்லா தெரியறது. நானும் நீங்களும் நினைச்சு என்ன பண்ண முடியும் சொல்லுங்கோ?"

"ரொம்ப நல்லா சொன்னீங்க. பாவம் பிடித்த கோயில்.. இதையே தலைப்பா வெச்சிடலாம்" என்றார் பாரத் அப்சர்வர் பத்திரிகையின் தலைமை நிருபர்.

"பேஷா வையுங்கோ.. ஆனா என் பேர் வேண்டாம். ஒரு குருக்கள் சொன்னார்னு சொல்லுங்கோ போதும்."

தலைமை நிருபருடன் வந்த புகைப்படக் கலைஞர் முழு கோபுரத்தை கேமிராவுக்குள் அடக்க முயற்சி செய்து கொண்டிருந்தார்.

"இடித்துவிட்டு வேறு இடத்தில் வேண்டுமானால் கட்டிவிடலாம். மக்கள் ஆதரவு இல்லாமல் எந்தக் கலைப் பொக்கிஷத்தையும் நம்மால் பாதுகாக்க முடியாது. நம்மிடம் உள்ள விஞ்ஞானக் கருவிகள் மூலமாக அந்தக் கோயிலின் ஒரு தூணுக்குக்கூட பாதிப்பு ஏற்படுத்தாமல் பெயர்த்தெடுத்து வேறொரு இடத்தில் கோயிலை

நிர்மாணிக்க முடியும்" என்ற நாடாளுமன்ற உறுப்பினர் விஷ்ணு சர்மாவின் பேச்சுக்கு எதிர்ப்பு தெரிவித்துப் பேசியவர்கள் மிகவும் சொற்பம்.

"ஒரு மூட நம்பிக்கையைக் காரணம் காட்டி வரலாற்றுச் சான்று ஒன்றைத் தரைமட்டம் ஆக்குறதை நாங்கள் எதிர்க்கிறோம்" என்று பெரியார் கட்சி கண்டித்தது. வெகுசன பத்திரிகைகள் கிண்டலடித்தன.

"பெரியார் கட்சி ஆத்திகத்தில் அடியெடுத்து வைக்கிறது..."

சொல்லி வைத்தாற் போல எல்லாப் பத்திரிகைகளிலும் பெரிய கோவில் பற்றிக் கட்டுரைகள், விவாதங்கள்.

பொதுமக்கள் பிரதிநிதிகள் குழு ஒன்று அமைக்கப்பட்டது. 12 பேர் கொண்ட குழுவில் கோவிலைத் தகர்க்கலாமா என்று கருத்துக் கணிப்பு எடுக்கப்பட்டது.

பெரிய சாதனைகள் பல செய்துவிட்டு வயதாக முடங்கப் படுத்துக்கிடக்கும் பெரியவர் மாதிரி இருந்தது அந்தக் கோவில். முடிவெடுத்த வினாடியில் வேண்டாம் என்று புறம் தள்ளிவிட முடியாத சங்கடம் இருக்கத்தான் செய்தது. பிரம்மாண்டமான கோயில், கட்டிடக் கலைக்குச் சவால்விடும் கோபுரம். கோயிலைச் சுற்றி அகன்ற மதில். அதன் மேல் நந்தி, சிவலிங்கம்... எதற்காக இத்தனை நுணுக்கமாக ஓர் அரசன் கோவில் கட்டினான்; அதற்கு ஏன் மக்கள் வரவேற்பில்லாமல் போனது? மாடுகளும், ஆடுகளும் காக்கைக் குருவிகளும் அணிலும் ஓணானும் வௌவாலும் குடியிருக்கவா இத்தனை பெரிய கோவில்?

ஆனாலும் என்ன குழுவில் வந்தவர்களில் கோவிலை இடக்க வேண்டாம் என்று சொன்னவர்கள் மூன்று பேர்தான்.

"கடவுள் என்று ஒன்று உண்டோ இல்லையோ... கட்டிடக் கலைக்காகவாவது இது பாதுகாக்கப்பட வேண்டும். தோஷம் உள்ள கோவில் என்பது வேடிக்கையாக இருக்கிறது" என்றனர் அந்த மூவரும்.

"எவ்வளவோ உயிர்களையும் ராஜ்ஜியங்களையும் பலி வாங்கிய கோவிலை வேடிக்கையாக நினைக்கவில்லை" என்றனர் மற்றவர்கள்.

"நாங்கள் வேடிக்கை என்றது பலியானவர்களை அல்ல; அது தோஷம் உள்ள கோயிலாக இருந்தால் நீங்கள் வேறொரு இடத்தில் உள்ள கோயிலுக்குப் போங்கள். சரித்திரக் கால மனித உழைப்பைப் பாழ்படுத்துவதை நாங்கள் ஏற்றுக் கொள்ளவில்லை."

பிரதிநிதிகள் குழு இவ்வாறு விவாதித்துக் கொண்டிருந்தது.

விஞ்ஞானப் பத்திரிகை ஒன்று ஐ.ஐ.டி.யின் இயற்பியல் துறை தலைமைப் பேராசிரியரைப் பேட்டி கண்டு வெளியிட்டது.

"ராஜராஜ சோழன் கோயிலுக்குச் சென்று வந்த பலர் ஏதாவதொரு இழப்பைச் சந்திப்பதாகச் சொல்வது மூடநம்பிக்கையா? ஏதாவது விஞ்ஞானம் இருக்கிறதா?"

"இயற்பியல் எல்லா இயற்கை நிகழ்வுக்கும் காரணம் தேடுகிறது. ஆப்பிள் தலையில் விழுந்தாலும் பூமியில் விண்கள் வந்து விழுந்தாலும் பனி உருகினாலும் எல்லாவற்றையும் காரண காரியமாகப் பார்க்கிறது. பிரபஞ்சத்தின் எல்லாச் செயல்களுக்கும் விஞ்ஞானபூர்வமாக விளக்கம் இருந்தே தீர வேண்டும். அந்தக் கோவிலைப் பர்றி யோசிக்கும் போது, அங்கிருக்கும் காந்தவிசைச் செறிவு மனிதனைப் பாதிக்கக் கூடியதாக இருக்கலாம்."

"கதிர்வீச்சும் காந்தவிசையும் மனிதனின் உடலைப் பாதிக்கலாம். பதவி இறக்கம் செய்யுமா?"

"ஒவ்வொரு மனிதனுக்கும் அவன் பிறந்த நேரத்தை ஒட்டி ஜோடியாக் நட்சத்திர ஆளுமை இருப்பதைச் சொல்லவில்லையா? அது போல இருக்கலாம்."

"அதாவது ராசி?"

"பழமைவாதிகள் ராசி என்கிறார்கள். நாங்கள் கதிர்வீச்சு என்கிறோம். இவ்வளவுதான் வித்தியாசம்."

"இன்னும் ஐந்து நாள்கள்தான் இருக்கின்றன பத்மனாபன்" ரிச்சர்ட் ஸ்டோன் நினைவுபடுத்தலில் கிண்டல் அதிகம் தொனித்தது.

"முடித்துவிடுவேன்."

"வீராப்பு பேசாதே..."

"எங்கள் உதவி எது வேண்டுமானாலும் கேள். உடனடியாக அனுப்பி வைக்கிறேன்."

"எதுவும் வேண்டாம்."

"நம்புகிறேன்."

இந்தியா முழுவதுமே ராஜராஜ சோழன் கோவிலைச் சபிக்கும்படி ஆகிவிட்டது.

"பெரிய கோவிலைச் சுற்றிப் பார்த்துவிட்டு வந்த மத்திய அமைச்சர் மாரடைப்பால் மரணம்..'

மத்திய மந்திரி முன்னாள் நடிகர் என்பதால் கலவரம் அதிகமாக இருந்தது. ரசிகர்கள் கோவிலில் நுழைந்து இடித்துத் தகர்க்க ஆரம்பித்தனர். போலீஸ், ராணுவம் என்று கோவில் முழுக்கக்

கண்ணீர் புகையாக இருந்த நேரத்தில்... கோவில் கோபுரம் தானாகவே சரிந்து விழ ஆரம்பித்தது.

"வெல்டன் பத்மனாபன். எப்படி இரண்டே நாளில்?..."

"மத்திய மந்திரிக்கு மாரடைப்பு வரவழைத்தேன். கோவிலில் நடந்த கலவரத்தில் உயர்ந்தபட்ச ஒலியலைகளைச் செலுத்திக் கோபுரத்தை வீழ்த்தினேன்"

"வெரிகுட். என்ன பரிசு வேண்டுமோ கேள்..."

"நிச்சயமாக?"

"நிச்சயம்."

"இப்போதாவது சொல்லுங்கள். எதற்காக இவ்வளவும்?"

"சொல்லிவிடுகிறேன். அந்தக் கோவில் இருக்கும் பிரதேசத்தின் கீழே நூறு மீட்டர் ஆழத்தில் ஒரு தனிமம் இருக்கிறது. மெண்டலீஃப் தனிம அட்டவணையின் புதிய குழந்தை இது. ஜப்பானியர்களை வீழ்த்த நாங்கள் அதை முதலில் பெற்றாக வேண்டும். அதற்காகத்தான் இவ்வளவு அவசரப்பட்டுவிட்டோம்."

"அந்தத் தனிமத்துக்கு என்ன சிறப்பம்சம்?"

"கதிர்வீச்சுத் தன்மை கொண்ட தனிமம் இது. யுரோனியம் மாதிரி. அந்தத் தனிமம் அந்தக் கோயிலுக்கு அடியில் செயற்கைக் கோள்கள் சத்தியம் செய்கின்றன"

பத்மனாபன் "இன்ட்ரஸ்டிங்" என்றான்.

"அதற்கு என்ன பெயர் வைக்கலாம் என்று ஒரு க்ளூ கொடுக்கிறாயா?... ஏனென்றால் இது முழுக்க முழுக்க உன்னால் கிடைத்த வெற்றி..."

பத்மனாபன் சோழா என்று வைக்கலாமா என்று யோசித்தான்.... சோழநாடு சோறுடைத்து... என்று சம்பந்தமில்லாமல் ஞாபகம் வந்தது... சோறு.. "சோறியம்" என்றேன்.

ஸ்டோன், "சோறியம்.. நைஸ் நேம்" என்றான்.

அசுரன் மாத இதழ், 1991.

மொத்தத்தில் சுமாரான வாரம்

ஞாயிற்றுக்கிழமை

சுகமும், துக்கமும் மாதிரி குழாயில் தண்ணீர் வராத நாள், தண்ணீர் வருகிற நாள் ஆகிவிட்டது. தண்ணீர் வராத நாள்தான் சுகம். நிம்மதியாய்த் தூங்க முடிகிற நாள். அவசரஅவசரமாய் எட்டு மணிக்கெல்லாம் தூங்க முயன்று, அறைகுறையாய் நடு இரவில் விழித்து, ஏழு குடித்தனங்களுக்குள் போட்டியிட்டுப் பம்ப்பைப் பிடிக்க வேண்டிய அவசியமற்ற நாள்.

அதன்படி இன்று துக்கநாள்.

அதிகம் தூங்கிவிட்டோமோ எனப் பயந்து எழுந்து பக்கத்தில் படுத்திருந்தவளை உசுப்பிவிட்டு, விளக்கைப் போட்டதில், சமீபத்தில் பனிரெண்டு மணியாகியிருந்தது. கடிகாரத்தின் பக்கத்திலே காலண்டர். பனிரெண்டுதான் ஆகிவிட்டதே என நினைத்து, கையோடு கையாய் நேற்றைய நாளை "விசுக்' கென அலட்சியமாய் கிழித்...அட! சிவப்பு நிறத்தில் ஞாயிற்றுக்கிழமை மாயத்துளிராய் மகிழ்ச்சி. முதலிலேயே தெரியாமல் போனதே என்று இருந்தாலும், இப்படி எதிர்பாராத அதிர்ச்சியாய் அமைந்து போனதால் மகிழ்ச்சியோடு மகிழ்ச்சி. முதலிலேயே தெரிந்திருந்தால் மட்டும் என்ன செய்திருப்பான் என்று தெரியவில்லை.

"பம்ப்'பை அடிக்கிற சத்தம் இன்னமும் கேட்கவில்லை. இன்று நாம்தான் முதலில் அடிக்கப் போகிறோம் என்ற பேராசையோடு தயாரானான் கணேசன்.

மாலதி உசுப்பிவிட்டும் எழுந்திருக்காமல் இருந்தாள்.

"மாலு..."

"...ம்?" என்றாள்.

"சீக்கிரம்."

“போய் “லைன்’ போடுங்க வரேன்” கனவுபோல் பேசிக்கொண்டிருந்தாள்.

“லைன்’ லாம் தேவை இல்ல... இன்னைக்கி நாமதான் “பர்ஸ்ட்’ ... இன்னும் யாரும் எழுந்துக்கல.”

“டயம் இன்ன இப்ப?...” என்று கடிகாரத்தின் பக்கம் தலையைத் திருப்பி கண்களைத் திறந்தாள்.

“பன்னெண்டுதான் ஆச்சி... அப்புறம் அட்சிக்கிலாம் படுங்க” என்று போர்வையை இழுத்துப் போர்த்தியவள் போர்வையை அவசரமாய் தூர வீசினாள். போர்வையில் ஈரம்.

குழந்தை சில்லென்ற பரப்பில் தூங்கிக் கொண்டிருந்தான். எழுந்து அவனை வேறொரு இடத்தில் சுடச்சுடப் படுக்க வைத்துவிட்டு, “மூத்திரம் பேஞ்சிட்டு இருக்கானே... தூக்கி வேற இடத்தில் படுக்க வெச்சா என்ன?” என்று முறைத்தான்.

“நா கவனிக்கலையே.”

“கவனிக்க மாட்டீங்க.... அப்புறம் சளி புடிச்சா அவஸ்தைப் பட்றது யாரு...?”

“சரி...சரி ஜனங்க எழுந்துட்டா ரிஸ்க்.”

புடவையை முழுவதுமாய் இடுப்பிலிருந்து எடுத்து மறுபடி கொசுவ ஆரம்பித்தாள். பார்த்துக் கொண்டு நின்றிருந்தவனை, “நீங்க போய் அடிங்க, வரேன்” என்றாள்.

இரண்டு நாளைக்குமாகச் சேர்த்து இருபத்தைந்து குடங்களாவது அடிக்க வேண்டியிருந்தது. வெள்ளிக்கிழமை, அமாவாசை என்று விசேஷங்கள் வந்துவிட்டால், இரவோடு இரவாய் வீட்டைக் கழுவி, அண்டா, ‘பைலர்’ என்று எடுத்துப் போட்டு துலக்க அதிகமாய் ஐந்து குடம்.

மூன்று குடம் அடிப்பதற்குள் மோகன்தாஸூம் அதற்கடுத்து லட்சுமிபதியும் வந்து ‘லைன்’ போட்டுவிட்டு, “யார் ஆட்சிக்கு வந்தாலும் நம்ம, நிலம மாறப்போறதில்ல” என்று நடு இரவில் அரசியல் பேசினார்கள்.

“எங்க சார்... இருவரும் எம்ஜார் ஸ்டைல்ல அரசி குடுக்றேன், முட்டை குடுக்றேன்னு ஆரம்பிச்சிட்டாரே?” என்றார் லட்சுமிபதி.

“கிருஷ்ணா ப்ராஜக்ட் விஷயமா, என்டியார் கிட்ட பேசியிருக்காரே... என்னமோ கிருஷ்ணா’ வாட்டர் வந்துட்டா பிரச்னை வுட்டுது...”

மோகன்தாஸ் ஆந்திரா பக்கமாகப் பிரச்னையைத் திருப்பினார்.

"தண்ணி பூண்டிக்கி வந்து, ரெட்ஹில்ஸ்ல லிங்க் பண்ணுவாங்க இல்ல சார்?..." என்று கணேசன் தெரிந்த விஷயத்தையே சும்மானாலும் கேட்டு வைத்தான்.

"யெஸ்...யெஸ்... பூண்டில இருந்து "ரெட்ஹில்'ஸுக்கு ஆல்ரெடி கனெக்ஷன் இருக்குது... பட்' மோகன்தாஸ் அரசியல் விஷயங்கள் பேசும்போது இப்படியாகத் துண்டு, துண்டாய் ஆங்கிலம் பேசுவார். அப்போதுதான் தேர்ந்த அரசியல் நிபுணர் மாதிரி இருக்கும் என்று அவர் முடிவுடன் இருந்தார்.

கீதாவின் அம்மா ஒரு குடத்தைக் கொண்டு வந்து லைனில் போட்டுவிட்டுப் படுக்கப் போனார்.

கணேசனுக்கு மூச்சு முட்டி, வேர்த்துப் போய் மயக்கம் வருகிற கட்டத்தில் மாலதி, "இந்தக் குடத்தோடு அவ்ளதான்" என்றாள்.

"நீங்க உஷாரா எழுந்து சீக்கிரமா முடிச்சிட்டிங்க..." என்று மோகன்தாஸ் அன்பாகப் பொறாமைப் பட்டார்.

அடுத்து மோகன்தாஸ் தம்பதியர் தண்ணீர் பணியில் ஈடுபட, மகேஷ் அம்மா குடவரிசையில் குடத்தைக் கொண்டு வந்து வைத்தாள்.

கணேசனும், மாலதியும் முழுவதுமாக விழித்துவிட்டிருந்தாலும், மறுபடி தூங்குகிற மாயையை ஏற்படுத்திக் கொண்டு, பம்பின் தாளலயத்தில் தூங்க முயன்றார்கள்.

வாசல் எப்போதும் காலையில் பரபரப்பாக இருக்கும். வலது புறம் வரிசையாய் மூன்று குடித்தனங்களும் இடது புறம் வரிசையாய் நான்கு குடித்தனங்களும் போக, இடையில் இருந்த நீளமான வெளி, வாசல் என்றழைக்கப்பட்டது. அதன் கடைசியில் வலது, இடது புற வீடுகளின் இடைப் பகுதியில் பாத்ரூமும் அதன் பக்கத்தில் துணி வைக்க, பாத்திரம் துலக்க என்று கொஞ்சம் இருக்கும்.

வாசலில் நெரிசலாய் இருந்தது.

யாராவது ஒருவர் போய்க் கொண்டும், வந்து கொண்டும் இருப்பார்கள். குளித்துவிட்டுப் போகிறவர்கள், குளிக்கப் போகிறவர்கள், துணி காயப் போடுகிறவர்கள், பாத்திரம் கழுவுகிறவர்கள், முன் பக்கம் மீட்டர் 'பாக்ஸ்' பக்கத்தில் சைக்கிளை நிறுத்துகிற இடத்தில் - கொஞ்சம் மண்ணெண்ணை எடுத்துப் போய் வைத்துக் கொண்டு சைக்கிளைத் துடைக்கிறவர்கள், அல்லது அதன் எதிரே கக்கூஸுக்கு "பக்கெட்'டை எடுத்துக் கொண்டு ஓடுகிறவர்கள் இப்படியாக இருக்கும் காலைப் பொழுது. சகலரும் எத்தனை மணிக்குத் தூங்க ஆரம்பித்திருந்தாலும் அல்லது தூங்கவில்லை என்றாலும் காலை என்பது இப்படித்தான் இருக்கும்.

பெண்களில் யாருக்கேனும் ஜவ்வரிசி வத்தல், முறுக்கு வத்தல் போடுகிற ஆசை ஏற்பட்டு விட்டால், அவ்வாசை உடனடியாய் அனைவருக்கும் பரவி, அடுத்தடுத்த நாட்களில் வாசலெல்லாம் வேட்டியாய், வேட்டியெல்லாம் வத்தலாய் பிழியப்படும். ஒரு வாரம், பத்து நாள் ஒரு கூத்துப் போல முடியும்.

வெய்யில் காலம் வந்து இவ்வளவு நாளாகியும் யாரும் அது பற்றி யோசிக்காததை ஒரு முறை லட்சுமிபதியும், கணேசனும் ரகசியமாய்ப் பேசிக் கொண்டார்கள்.

"என்னங்க ராஜேஷ் அம்மா... முடிஞ்சிட்ச்சா?" என்று மாலதியைக் கேட்டுவிட்டு பக்கெட்டில் புடவையை அலசுகிறேன் பேர்வழி என்று மூர்க்கமாய், முக்கிமுக்கி எடுத்தாள் வசந்தியம்மா. - அதாவது வசந்தியோட அம்மா.

"ஒரு வேலையும் முடியலைங்க..." என்று பச்சையாய் புளுகிவிட்டு, "மார்க்கெட் போகும்போது கொஞ்சம் கூப்புடுங்க..." என்றாள் மாலதி.

வசந்தி அம்மா ஒருவித சீரியலோடு "டி.வி.ல. திரைமலர் போயிடுமே..." என்றாள்.

"திரைமலர் முடிஞ்சதும் போலாங்க."

"இன்னிக்கின்னா படம்?"

"சாயங்காலமா?" என்று யோசித்து, "நல்லதங்காள்" என்றாள் மாலதி.

"அட, இல்லங்க வேற இன்னமோ சொன்னாங்க... பாடும் பறவைகளோ, பறவைகள் பல விதமோ... என்னமோ ஒண்ணு. பறவைனு வரும்."

"அதெல்லாம் புது படம்... இப்ப போடமாட்டாங்க" என்று மாலதி உறுதியாய் மறுத்தாள்.

வசந்தியம்மா கொஞ்சம் சத்தமாய் "ஏங்க... முரளியம்மா..." என்றழைக்க வீட்டு சொந்தக்காரியான அவள் தலையை மட்டும் வெளியே நீட்டி, "என்னதுங்க" என்று கேட்டாள்.

"டி.வி.ல இன்னைக்கு இன்னா படம்?"

"மத்யானப்படமா? சாயங்காலப் படமா?"

"இன்னிக்கு ரெண்டு படமா?" என்று வாசலே வியக்க, வேலைக்குப் போகிறவள் என்ற காரணத்தால் அவ்வளவாக வாசலில் வந்து அரட்டை அடிக்காத கீதா கூட உள்ளே இருந்து வெளிப்பட்டாள்.

"மத்யானம் சில நேரங்களில் சில மனிதர்கள், சாயங்காலம்

ஏதோ சிவாஜி படம்..." முரளியம்மாவின் வீட்டில்தான் டி.வி. இருந்ததால் எல்லோரும் தேவ வாக்காய் நம்பினார்கள்.

கீதா, லட்சுமிபதியைப் பார்த்து, "சில நேரங்களில் சில மனிதர்கள்" ஜெயகாந்தன் எழுதின ஸ்டோரிதானே சார்?" என்று வாசல் ஜனங்களிலிருந்து வித்தியாசமாய் டி.வி. மீது ஆர்வம் கொண்டாள்.

அவ்வளவெல்லாம் தெரிந்திராத லட்சுமிபதி, "ஸ்ரீகாந்த் நடிச்சது..." என்று சொல்லிவிட்டு பாத்ரூமில் புகுந்தார்.

டீ.வி. விஷயங்களால் உற்சாகம் புரண்டதால் எல்லோரும் ஜாலியான மன நிலையில் இருக்க, திரைமலர் வேறு நெருங்க, "ஒரு வேலையும் முடியலை" என்று சலித்துக் கொண்டாள் வசந்தியம்மா.

மாலதி, "வசந்தி என்ன பண்ணுது?" என்றாள்.

"எங்கன்னே தெரியலை... ஃப்ரண்ட் வூட்டுக்குப் போயிட்டு வரேன்னு போனாள். அவளை ஆறாவதோடு நிறுத்தில்லாம்னு பாக்றேன்...."

"அட படிக்கட்டும்... பத்தாவது வரைக்கும் படிக்க வைங்க" என்று எல்லை வைத்தாள் மாலதி.

"ஒரு வேலைக்கும் பிரயோஜனம் இல்லீங்க?"

"படிக்கறதுக்குப் போயிருப்பா..."

"வேலைனாதான் படிப்பு ஞாபகம் வரும்... டி.வி. வைக்கட்டும்... எங்க இருந்தாலும் வராளா; இல்லையா? பாருங்களேன்"

"திரைமலர் எட்டுக்குத்தான...? எட்டாயிருக்குமே" என்றபடி மாலதி உள்ளே போய் கடிகாரத்தைப் பார்த்து விட்டு வர, அதற்குள் முரளியம்மா வாசலுக்கு வந்து, "திரைமலர் போட்டாச்சு... ரஜினிது" என்று சொல்லி விட்டு ஓட்டமாய் உள்ளே போனாள்.

வாசல் ஆவேசமாய் முரளி வீட்டில் நுழைந்தது.

"டி.வி.னா ஏன் இப்பிடி ஓட்றீங்க?" என்று கேட்டபடி, டவலை முதுகின் மேல் விரித்துக் கொண்டு டி.வி. பார்க்கப் போனான் கணேசன்.

திங்கட்கிழமை

'உங்கள் விருப்ப'த்தில் இரண்டாவது பாட்டும் போட்டு விட்ட நேரம். 8.40 -க்கு லேடீஸ்- ஸ்பெஷல் உண்டு. அதைப் பிடித்தாக வேண்டும். அது அவ்வளவு சொகுசானது என்றல்ல. இரண்டு வருடமாய் இப்படி ஒரு பழக்கம் ஏற்பட்டாகிவிட்டது. கீதாவுக்கு.

அடுத்து வருகிற பொது பஸ்களில் ஏறினால், ஆடவர்களின் அழுத்தமும், அடர்த்தியும் அதிகமாக இருக்கும். முதுகில் வந்து ஒருவன் மூச்சு விட்டுக் கொண்டிருப்பதாலோ, அவசர, 'பிரேக்'கின் போது, அளவுக்கதிகமாய் ஒருவன் மேலே சாய்வதாலோ, காலைச் சீண்டுவதாலோ, ஏற்படுகின்ற எரிச்சலை, கோபமாய் ஒரு முறை திரும்பிப் பார்ப்பதன் மூலம் சரி செய்ய முடியும்.

இருந்தாலும் லேடீஸ் - ஸ்பெஷலை விட்டுவிட்டதாகத் தெரிந்தாலே ஏதோ அசம்பாவிதம் நடந்துவிட்டது மாதிரி கீதாவுக்கு வேர்க்க ஆரம்பித்துவிடும். கால்மணி, அரை மணி லேட்டாகப் போனாலும் கோபிக்காத 'ப்ரைவேட்' நிறுவனம்தான். சைக்காலஜிக்காக அன்றைய பொழுது அவஸ்தையானதாய் மனம் முடிவு கட்டிவிடும்.

கல்யாணம் பற்றிப் பேசிக் கொண்டிருந்த நேரத்தில் அப்பா இறந்துவிட, அவர் வேலை செய்த, 'புரஜெக்டர் ஆபரேட்டர்' வேலைக்காக தியேட்டர் ஓனர் மூவாயிரம் கொடுத்தான். இவ்வளவு பெரிய தொகையைப் பார்க்க அப்பாவுக்குக் கொடுத்து வைக்கவில்லை.

கம்மலை மீட்டது போக மீதியிருந்த பணத்தில் இரண்டு மாத வாழ்க்கையை ஓட்ட முடிந்தது.

உடன் படித்த தோழியின் மூலம் ஏகப்பட்ட அலைச்சலுக்குப் பின் கிடைத்த 'ஸ்டோர் கீப்பர்' வேலையால் அப்பா ஸ்தானத்தை அடைந்தாள். "பொம்பளை' அப்பா.

கீதாவோடு வேலை செய்த பெண்களில் ஒருத்தி கணவன் ஸ்தானத்தில் இருந்தாள். கணவனுக்கு சீட்டாடிக் களைத்துப் போனால், குடித்துவிட்டு உதைப்பது என்பது போன்ற வேலைகள் இருந்தன.

நல்லவேளையாய் லேடீஸ் ஸ்பெஷலைப் பிடித்து, டிக்கெட் எடுக்கும் நேரத்திற்குள் சித்தி விநாயகர் கோவிலை பஸ் கடக்கவே, "ஒரு ஆர்ட்ஸ் காலேஜ்" என்று சொல்லிக்கொண்டே கன்னத்திலும் போட்டுக் கொண்டாள்.

திங்கட்கிழமையின் அவசரம் தவிர்க்க முடியாதது. ஒரு நாள் விடுமுறையை அனுபவித்ததாலோ என்னவோ திங்கட்கிழமை காலையில் - அது மதியம் வரை கூட நீடிக்காது - ஒருவித துரிதம் நிலவும். எல்லோரும் இது எங்கே? அது எங்கே? என்று குதிப்பார்கள். டைப் அடிப்பார்கள். போட்டுப் பார்த்துவிட்டு தப்பு கண்டுபிடிப்பார்கள்.

கீதாவுக்கு அப்படியில்லை மந்தமான "ஸ்டோர்கீப்பர்' வேலை.

எவ்வளவு பேப்பர்கள், எத்தனை "இங்க் பாட்டில்கள், எத்தனை பென்சில், கார்ப்ன் பேப்பர், ஸ்டேப்ளர் பின், டைப்ரைட்டிங் ரிப்பன் கொடுக்கப்பட்டது என்பதைக் கணக்கு வைக்க வேண்டும். எது எது தீர்ந்தது போய்விட்டதென்று தெரிவிக்க வேண்டும். வந்தவற்றைக் கணக்குப் பார்க்க வேண்டும்... வாரப் பத்திரிகை படித்துக் கொண்டே செய்கிற வேலைகள்.

இண்டர்காமை அழுத்தி சுஜாவை அணுகினாள். "நாலு நாளாச்சு இன்னும் இந்த வாரம் குமுதம் எனக்கு வரலை" என்று தெரிவித்தாள் கீதா.

"வந்ததும் வராததும் என்ன குமுதம்? மானேஜர் பொண்டாட்டிக்கிட்ட சண்டை போல இருக்குது. கத்துது கிழம்... ஒரு மணி நேரம் கழிச்சு வரேன்" வைத்துவிட்டாள்.

பதினொன்றே காலுக்கு வந்தாள் சுஜா.

"கவர்மெண்ட் வேலையா பாத்துக்கிட்டு போயிடணும்டி" என்றாள்.

"என்னாச்சு இன்னைக்கு?"

"கொஞ்சம்கூட மரியாதையே இல்லாம பேசினார்."

"யாரு."

"மானேஜர்."

"என்னவாம்?"

"அதான் சொன்னனே... பொண்டாட்டி சண்டதான்."

"இந்த வயசுல என்னவா இருக்கும்?" என்று சிரித்தாள் கீதா.

"திட்டினாரா?"

"எதுக்குன்னு இல்லாம எல்லாத்துக்கும் கத்தல்.... கேசுவலா நடக்கற விஷயத்தையெல்லாம் பெரிசு பண்ணி, ஆபீஸ் நேரத்தில எதுக்கு சிரிக்கிறீங்கன்னு கேக்குது... பியூன் சின்னசாமி பீடி பிடிச்சதுக்கு போட்டு கன்னத்துல அறைஞ்சிருக்கு...."

"அதுக்கு என்ன ப்ராப்ளமோ...வுடு."

சுஜா, எதிரில் இருந்த வார இதழை லேசாய் புரட்டி, "நதியும் கரையும் படிச்சிட்டியா?" என்று தொடர்கதைப் பற்றி விசாரித்தாள்.

"இன்னும் இல்ல."

"ராஸ்கல்... கடைசில என்ன பண்ணாந் தெரியுமா?... கல்யாணத்துக்கு அம்மாகிட்ட பர்மிஷன் கேட்டுட்டு வரேன்னு ஊருக்குப் போனான் இல்ல..?"

"ஆமா..."

"அவங்க அம்மாவுக்குப் பயந்து அத்தை பொண்ணையே கட்டிக்றேன்னு சொல்லிவிட்டான்..."

"அடப் பாவமே..."

"அம்மாகிட்ட பர்மிஷன் கேட்டுட்டு காதலிச்சிருக்கணும்... நைன்டி நைன் பர்சண்ட் இப்படித்தான் இருக்கானுங்க. காதல்னாவே பயமா இருக்கு... நீ யாரையாவது "லவ்' பண்றியா?" என்றாள் அறைந்தாற்போல்.

"ச்சேச்சே..."

"அதானே காதலிக்கறதுக்கு நமக்கு ஏது நேரம்?... உன் தம்பிய மெக்கானிக் ஷெட்ல விட்டயே எப்படி இருக்கான்?..."

"சரியா போமாட்றான்... அடிக்கடி லீவ். ரெண்டு ரூபா கெடைச்சா சினிமா. ரஜினி ரசிகர் மன்றத்துக்கு போஸ்டர் ஒட்டறது. எப்படி ஆவான்னு தெரிலை"

"எங்க அண்ணன் சம்பாதிக்கிற பணம், அவன் "சைட்' அடிக்கறதுக்கே பத்தல. முந்நூர் ரூபால ஷு வாங்கி இருக்கான். வாடகை எப்படிக் குடுக்கறதுனு நா தவிக்றேன்..."

"ச்சூ... எம்ப்ளாய்மென்ட்ல ரிஜிஸ்டர் பண்ணிட்டியா?"

"எனக்கு வேலைக்குப் போற ஐடியாவே இல்ல... எங்கப்பா "எக்ஸ்பயர்ட்' ஆனதும்தான் பண்ணேன்."

"ஆள் தெரிஞ்சா பதிவு பண்ண மூணா நாள்கூட "ஆர்டர் வருது. நமக்குப் பத்து வருஷமானாலும் வராது" என்று எழுந்தாள் சுஜா,

"கொஞ்ச நேரம் இருடி... ரொம்ப வெறுப்பா இருக்கு..."

"வேணாம்பா, கிழவனுக்கு நா பதில் சொல்ல முடியாது. "லஞ்ச்'ல பார்ப்போம்..." மறைந்து போனாள் சுஜா.

கீதா இண்டர்காமில் ஆபரேட்டரிடம் ஒரு நம்பரைச் சொல்லிக் காத்திருந்தாள்.

"ஹலோ..."

"ஹலோ... எம் எல் டி லிமிட்டெட்?"

"யெஸ்."

"குட் யூ கால் மிஸ்டர் பாஸ்கர்?"

"பிளீஸ் லைன்ல இருங்க" இருந்தாள்.

"ஹலோ பாஸ்கர் இயர்."

“நான் கீதா.”

“ஹௌ டூ யூ டூ?”

“ஒரு வாரமாச்சு பாத்து” என்றாள்.

“மார்க்கெட்டிங்ல போட்டுட்டாங்க... எப்ப எந்த ஊருக்குப் போக வேண்டியிருக்கும், தெரிலை... ‘இன்பார்ம்’ பண்றதுக்குக் கூட டயம் இல்ல... சாரி.”

“உங்கம்மாவுக்கு நம்ம விஷயம் சொல்லிட்டிங்களா?”

“என்ன திடீர்னு எங்கம்மா...? அவுங்க உயிரோட இல்ல.”

“ஐம் சாரி... ஏன் முதல்லயே சொல்லல?”

“பழய விஷயம். நானே எங்கம்மாவ பாத்ததில்ல.”

“அப்பா?”

“அரோக்கோணத்தல இருக்கார்” கீதா ஏதோ கேட்க நினைத்தாள்.

“சரி. ஈவனிங் பாப்பமா?” என்றாள்

“ஓ.கே.”

பாஸ்கர் ரிஸீவரை வைக்கும் சத்தம் கேட்டதும், ரிஸீவரை மெல்ல வைத்தாள் கீதா.

செவ்வாய்க்கிழமை

“நா அக்கா வீட்டு வரைக்கும் போயிட்டு வந்திர்றேன் பாமாயிலும் சர்க்கரையும் வாங்கி வெக்கிறியா?” என்று கேட்டுவிட்டு -மகேஷ் அதற்குச் சம்மதம் தெரிவித்து விட்டது போல்- ஐம்பது ரூபாய் எண்ணிக் கொடுத்தாள் பங்கஜம்.

“எனக்கொரு வேலை இருக்குதுமா” என்றாள்.

“ரேஷன் வாங்கறதுக்கு இன்னிக்கிதான் கடைசி நாளு. உன் வேலைய நாளைக்கி வெச்சிக்கோ... சீக்கிரமா போய் லைன்ல நில்லு. அப்புறம் ஆயிடும்” என்று சொல்லிவிட்டு ஒயர் பையில், அக்கா வீட்டுக்குக் கொண்டு போக வேண்டிய சில சமாச்சாரங்களை எடுத்து அடுக்கிக் கொண்டிருந்தாள்.

“வேலை விஷயமா போறேம்மா... இன்னிக்கி போனாத்தான்...”

“ரேஷன் வாங்கிட்டுப் போய்வா...”

“ஏழு மணிக்கி அங்க இருக்கணும்.”

“சரி... போய்ட்டு வந்து வாங்கு...”

“வர்றதுக்கு எவ்ளோ நேரமாகும்னு தெரில.”

“லேட் ஆகிற மாதிரி இருந்தா. நாளைக்கி வர்றேங்கனு தன்மையா சொல்லிட்டு வா, நானும் இன்னிக்கி வர்றேன்னு சொல்லிட்டு வந்துட்டேன்... எல்லோரும் திருவேற்காடு கோயிலுக்குப் போறோம். எல்லாரும் காத்துக்குனு இருப்பாங்க.”

“அம்மா.”

“என்னடா.”

“அங்க செவ்வாய்க்கிழமை, செவ்வாய்க்கிழமைதான் ஆள் எடுப்பாங்க.. நா போகணும்.”

“அப்பன்னா அடுத்த வாரம் போ. இல்லாட்டி வேற யாரையாவது ஏற்பாடு பண்ணு. டெய்லி சுத்தரியே கண்டவன் கூட.... இந்த வேலைசெய்யச் சொல்வான் பார்க்கலாம்?” என்று கோபம் ஆனார்கள்.

மகேஷ் பேண்டை எடுத்து ஆவேசமாய் நுழைந்தான். சட்டை போட்டான். “ட்ரங்க்” பெட்டி திறந்து “ப்ள்ஸ்டூ” படித்த அடையாளக் காகிதங்களின் பிரதிகளை எடுத்துக் கொண்டான். ஒரு நோட்டில் வைத்துக் கொண்டு, “நா வரேன்” என்றான்.

பங்கஜம் “வீட்டுக்கு ஒரு பைசாவுக்கும் பிரயோஜனமில்லை” என்று விளக்கிக் கொண்டிருந்ததைப் பாதி கேட்டான், மீதியை யூகித்துக் கொண்டே வெளியே போனான்.

அது வாகனங்களுக்கான உதிரிப் பாகங்கள் செய்யும் நிறுவனம். இருநூறு, முன்னூறு பேர் வேலைக்கு இருந்தார்கள். தொண்ணூறு சதவீதம் பேர் தற்காலிக வேலையாளர்கள். சி.எல். மூன்று மாதத்திற்கொருமுறை நிறுத்தி விடுவார்கள். பாதிப்பேர் துன்பம் தாளமுடியாமல் ராஜினாமா செய்வார்கள். சிறிது அஜாக்கிரதையாக இருந்தால் உயிரையே பாதிக்கும் வேலைகள். எப்படியும் வாரத்திற்கொரு முறை ஆளெடுத்தாக வேண்டும். குறைந்து போனவர்களைக் கூட்டுகிற நாள் செவ்வாய், எல்லாம் தெரிந்து கொண்டுதான் மகேஷ் வந்திருந்தான். மகேஷ் எண்ணிவிட்டான். இவனோடு சேர்த்து மொத்தம் பதினேழுவர். நிறைய பேர் லூங்கியில் இருந்தார்கள்.

பேசிக் கொண்டிருந்த விதமும் இவனுக்குத் தோதாய் இல்லை. யாருடனும் பேசவில்லை. அவர்கள் பேசுவதைக் கேட்டுக்கொண்டிருந்தான்.

“மச்சி கெடைக்குமா?”

“பாக்கலாம். போனவாரம் பாஞ்சிபேர் எடுத்தாங்களாம்.”

"பாஞ்சி பேரா?... எத்தினி பேர் வந்தாங்க?"

"இன்னா ஒரு முப்பது பேர் இருக்கும்... இன்னிக்கிப் பரவால்லயே... அன்னைக்கி நீ வந்திருந்தே...எள்சிட்டிருப்பே."

"ஏன்?"

"குமார கேட்டுப்பாரு, ஒரு மணி நேரம். செமையா எள்சிட்டான்."

மகேஷுக்கு நிம்மதி. ஐந்தே பேரை எடுத்தாலும் நமக்கு வேலை உண்டு என்று தீர்மானமானான்.

அங்கு வந்திருந்தவர்களில் "டீசென்ட்' விஷயத்தில் முதல் மார்க் போட்டுக் கொண்டான். நோட் புக்கின் பக்கங்களைக் கட்டை விரலால் "சார் சார்' என்று நீவினான். ப்ள்ஸ் டூ படித்த சான்றிதழின் நகலை நம்பிக்கையோடு பார்த்தான்.

மோகன்தாஸ் சாரோட முயற்சியால் தொகுதியின் மாணவர் அணி அமைப்பாளரைப் பிடித்து, மாவட்ட அணிச் செயலாளர் வரைக்கும் போனான் மகேஷ்.

"இப்படி மொட்டையா வந்து வேலை வேணும்னு கேட்டா எப்பிடி?"

"...."

"எம்ப்ளாய்மெண்ட்ல பதிவு பண்ணியிருக்கியா?"

"எண்பத்ரெண்ல பண்ணன் சார்."

"அங்க எவனையாவது பிடிச்சி "இண்டவியூ கார்ட்' வாங்கினு வா... அப்புறம் பாக்லாம்" என்று சொல்லிவிட்டான். மறுபடி கட்சி பிரமுகர் தயவில் எம்ப்ளாய்மெண்டில் ஆளைப்பிடித்து விசாரித்ததில், முன்னூறு ரூபாய்க்குக் குறைந்து பண்ணுவதில்லை என்று பிடியாய் இருந்தான்.

இதற்கு மேல் மோகன்தாஸ் என்ன செய்வார்?

முன்னூறு ரூபாய் இருந்தால், எம்ப்ளாய்மெண்டில் இருந்து கார்ட் வரவழைக்கலாம். இப்போதிருக்கும் அரசியல் பிரமுகர்களின் அறிமுகத்தால் வேலைக்குச் சேர்ந்துவிடலாம். மகேஷை நம்பி முன்னூறு ரூபாய் தருகிற அளவுக்கு வீடு இல்லை. இந்த நேரத்தில்தான் கோபி சொன்னான். இப்படி ஒரு கேஷுவல் லேபர் ஐடியாவை.

வாட்ச்மேன் கேட்டைத் திறந்து எல்லோரையும் உள்ளே வந்து நிற்கச் சொன்னான். நிற்கச் சொன்ன இடத்தில் மண்ணெல்லாம் கறுப்பாய் - இரும்புச் சத்து நிறைந்து இருந்தது. கறுப்பு நிறத்தில் காக்கி உடையில் இருந்த ஒருவன் கடந்து போனான்.

மேனேஜர் பளீரென்ற வெள்ளை சஃபாரியில் வந்தார்.

"எத்தனை பேர்?"

செக்யூரிட்டி, பதினேழு பேர் சார்" என்றான்.

"ம்...பன்னென்டு பேர் போதும்... அஞ்சுபேர் அதிகம் இல்ல.." என்று கணக்குப் போட்டார்.

"நீ இப்பிடி வா... ம் நீ...நீ... நீயும் வா...." என்று ஒவ்வொருவராய் அழைத்தார். தனியே வரச் சொன்னவர்களை வீட்டிற்கு அனுப்பவா, வேலைக்குச் சேர்க்கவா என்பது புரியவில்லை.

மகேஷ் சற்றே முன்னே வந்து "சார்" என்றான். மேனேஜர் கூர்ந்தார்.

பவ்வியமாய் அருகில் போய், நோட் புக்கைப் பிரித்து, 'சர்டிபிகேட்' டை நீட்டினான். மேனேஜர் வாங்கி கவனமாகப் பார்த்தார்.

அனைவரும் மகேஷையே பார்த்துக் கொண்டிருந்தார்கள். மகேஷுக்குச் சற்றே பூரிப்பாய் இருந்தது. எல்லோரையும் அலட்சியமாய் விரலால் வரச் சொல்லிக் கொண்டிருந்த மேனேஜருக்குப் பக்கத்தில்தான் ஒரு கௌரவமான நிலையில் நின்று கொண்டிருப்பதாய் உணர்ந்தான்.

"மேனேஜர் சான்றிதழைக் திருப்பிக் கொடுத்தார்."

"இந்த மாதரி வேற யாராவது சர்டிபிகேட்லாம் கொண்டாந்திருக்கீங்களா?... அப்படி இருந்தா அவங்கள்லாம் கையைத் தூக்குங்க..." என்றார்.

யாரும் தூக்கவில்லை.

மெதுவாய் மகேஷ் பக்கம் திரும்பி, "சரிப்பா... உருப்படியா வேற வேலை ஏதாவது பார் போ..." என்றார்.

"சார்...?"

"இந்த வேலைக்குப் படிப்பு அவசியம் கெடையாது அதுக்குச் சொல்றேன்..."

"வேல வேலக்கி ட்ரை பண்றேன் சார்... அதுக்கு தான்..."

மேனேஜர் கவனிக்கவில்லை. ஒரு நான்கு பேரைத் தனியே அழைத்து வெளியேற்றினார்.

"இத பாருங்க... இங்கயே சேர்ந்து பர்மனன்ட் ஆய்ட்லாம்னுலாம் கனவு காணாதீங்க... மூணு மாசத்துக்கப்புறம் வீட்டுக்கு அனுப்பிச்சிருவோம். அப்புறம், எல்லாச் சிப்டும் வந்தாகணும். இல்லாட்டி எடுத்துருவோம். முதல் வாரம் சம்பளம் தரமாட்டம்...

கடைசில தான் தருவோம். ரெண்டாவது வாரத்ல இருந்து ஆடாமாடிக்கா சம்பளம் வரும். ஒரு நாளைக்கி பன்னெண்டு ரூபா... ஓ.டி.செய்தா பத்து ரூபா"

மகேஷ் மேனேஜருக்குப் பின்னால் நின்றிருந்தான்.

"நாலு, நாலு பேரா நில்லுங்க" என்றார் எதிரில் இருந்த பன்னிருவரை.

நின்றார்கள்.

"இவங்க 'ஏ' சிப்ட். இது 'பி' இது 'சி'.." என்று செக்யூரிட்டியைப் பார்த்துச் சொன்னார். "பேரெல்லாம் எழுதிக்கய்யா" என்றார்.

மேனேஜர் திரும்பியதும், "சார்" என்றான் மகேஷ்.

"நீ இன்னும் போலையா?" என்றார்.

"வேற ஒரு வேலைக்கு ட்ரை பண்றன் சார்... அதனாலதான்..."

"வெரிகுட்..." என்று சொல்லிவிட்டு வேகமாகப் போய்விட்டார்.

மகேஷ் அவர் போவதையே பார்த்துக்கொண்டு சிறிது நேரம் புரியாமல் நின்றிருந்தான்.

வாட்ச்மேன் காத்திருந்து பார்த்துவிட்டு "வாய்யா வெளிய" என்றான் கேட்டைத் திருந்து வைத்தபடி.

புதன்கிழமை

மற்ற விரலையெல்லாம் மடக்கிக் கொண்டு கட்டை விரலை மட்டும் வாயருகே நீட்டி, "கிடைக்குமா?" என்றார் பழனிச்சாமி.

வாசு நாயகருக்குப் புரிந்தாலும் ஊர்ஜிதமாகத் தெரிந்து கொள்வதற்காக, ""கள்ளா? சாராயமா?" என்றார்.

"சாராயம்தான்" என்றார் அப்படியும் அப்படியும் பார்த்துக் கொண்டு.

"அந்தப் பழக்கம் உண்டா?"

"ஆட்டோ ஓட்றவங்களுக்கு அது இல்லாம முடியாதே" என்றார் தீர்மானமாக.

"இங்க ஏகப்பட்ட பேர் காச்றாங்க."

"காய்ச்சர்தா? ஆந்திரா சரக்கு கிடைக்காதா?"

"இத்தாண்ட எந்தச் சரக்கும் ஒண்ணும் பண்ண முடியாது... ஒருவாட்டி சாப்டு பாரேன்" வாசு நாயகர் தெம்பாக நடந்தார்.

தமிழ்மகன் | 161

வானம் பார்த்த பூமி. சுற்றிலும் அடையாளத்துக்கும் பச்சை இல்லாத வயல்கள். நான்கு மணி வெய்யிலும்கூட இவ்வளவு சூடாக இருந்தது. பழனிச்சாமி குத்தகைப் பணம் வாங்குவதற்காக வருடத்துக்கு ஒருமுறை வருவார். வருடத்தில் இரண்டாவது முறையாக வந்ததன் காரணம் அந்த ஒரு பயணத்தையும் நிறுத்திவிடுவதற்காகத்தான். அவசரமாய் நிலத்தை விற்றுவிட்டு சொந்தமாக ஆட்டோ வாங்கிக் கொள்வதாகத் திட்டம்.

வருஷத்துக்கு நான்கு மூட்டை நெல் என்ற கணக்கில் நிலத்தை வாசு நாயகரிடம் குத்தைக்கு விட்டிருந்தார் பழனிச்சாமி. மூட்டைக்கு இன்ன ரேட் என்று பழனிச்சாமி வந்ததும் எண்ணி வைத்துவிடுவார் வாசு நாயகர். நேர்மை, நாணயம் இவற்றையெல்லாம் அவர் நம்பி வந்தார்.

"கொஞ்ச நாள் கழிச்சு வித்தா கொஞ்சம் வெல ஏறும்" அபிப்ராயம் சொன்னார் வாசு.

"எங்க ஏறுது? எங்கப்பன் காலத்துல இருந்த மாதிரிதான் இருக்குது"

"உம்.." என நின்று மறுத்துவிட்டு, மேற்கொண்டு நடந்தார். ""உங்கப்பா காலத்துல ஒரு செண்ட் ஏழு ரூபா... இப்ப என்ன வெல தெரியுமா?"

"எவ்ளோ?"

"எர் நூர் ரூபா."

"ஒரு செண்ட்டா?"

"ஆமா.." என்றார் ரகசியம்போல்.

பழனிச்சாமி இவ்வளவு எதிர்பார்க்கவில்லை. ஒரு ஏக்கரும் பத்து செண்டும்... நூற்றிப்பத்து செண்ட்டுகள்... இருபத்தி ரெண்டாயிரம். சேட்டிடம் இருபதாயிரம். கொஞ்சம் நகை விற்கலாம். சொந்தமாக ஆட்டோ வாங்க போதும்...

"வருஷத்துக்கு நாலுமூட்டை... ஆட்டோ வாங்கினா கேரண்டியா டெய்லி நூர் ரூபா நிக்கும் கைல."

"வாஸ்தவம்தான். ஆனா நிலத்துக்கு மதிப்பு ஏறிக்னே இருக்குதே? ஆட்டோ அப்படி ஏறுமா?"

"இப்ப பொழைக்கறது எப்படி? வெல ஏர்றத பாத்துக்னு இருந்தா வயிர் ரொம்பிடுமா?"

பழனிச்சாமி இப்படிக் கேட்டுவிடவே வாசு நாயகர் மேற்கொண்டு பதில் சொல்வதற்குக் கொஞ்சம் யோசித்தார்.

"விக்கறதால எனக்கொன்னும் இல்ல... வேணும்னா

நாளைக்கேகூட ஏற்பாடு பண்றேன். ரோட்டுமேல இருக்கிற நிலம். இப்பவே கம்பெனிகாரனுங்க வந்து கேட்டுட்டுப் போறானுங்க. ஐநூர் ரூபா வெல வித்தாதான் குடுக்கறதுனு ஊரே ஸ்ட்ராங்கா இருக்குது. உங்ககிட்ட இப்ப இருநூர் ரூபாய்க்கு வாங்கி அடுத்த வருஷம் ஐநூர் ரூபாக்கு வித்தா நாளைக்கு ஏண்டா சொல்லலன்னு கேட்றகூடாது. அதுக்குத்தான் சொல்லிட்டேன் ''

பழனிச்சாமி யோசித்தார்.

"கேரண்டியா அடுத்த வருஷம் ஐநூறு விக்கும்னா காத்துக்குனு இருக்கலாம்."

"விக்கும்."

மோசமான முள்வேலிகளைக் கடந்து ஏறி நின்று ""ஆட்டோ எவ்ளோ?" என்றார்.

"அம்பதாயிரம் வெச்சா அருமையான வண்டி."

"இப்ப வித்தா அவ்ளோ வராதே?"

"அஞ்சு பைசா வட்டிக்கி சேட்டு கிட்ட கேட்ருக்கேன்."

"வட்டிக்கிலாம் வாங்கி என்னாத்த பண்ணுவே? வேணாம்.. வேணாம். கொஞ்சம் பொறுத்து விக்கலாம். நல்ல வெலவந்தா நானே சொல்றேன்"

பழனிச்சாமி பேசவில்லை. அப்போது ஆட்டோ விலையும் ஏறிவிடுமா? என்ற யோசனை.

ஏரிக்கரையின் பனைமர வரிசையில் ஒருவன் வெளிப்பட்டான்.

"ரெண்டு பேருக்கும் குட்றா" என்றார் வாசு அவனைப்பார்த்து.

புதரில் முப்பத்தைந்து லிட்டர் கேனில் இருந்து ஒரு தகர டப்பாவில் ஊற்றி ஆளுக்கொரு டம்ளர் நீட்டினான்.

பழனிச்சாமி, "எவ்ளோ?" என்று பாக்கெட்டில் கையைவிட்டவாறு கேட்டார்.

"ரெண்டு பேருக்கும் சேத்து எட் ரூபா."

"உறையே மூன் ரூபாதான்" என்றார் பழனி.

"சாப்டீங்களே.. இது எப்பிடி? ஒறை எப்படி?"

"நீயே காச்சுவியா?"

"காச்சுவேன். அதுக்கெல்லாம் கொஞ்சம் துட்டு வேணும். வாங்கியாந்து விக்றேன்."

"காச்சறதுனா எப்பிடி?" ஆர்வமாக விசாரித்தார் பழனி.

“வேணாம் சார். அதெல்லாம் சொன்னா வெறுத்துடுவீங்க”

“அட சொல்லுப்பா... இனிமேபட்டு நா எங்க வெறுக்கறது?”

கொஞ்சம் தயங்கி “இன்னா ரெண்டு மூட்டை வெல்லம். அழுகல் பழம் ஒரு புட்டுக்கூடை. அப்புறம் பாமா பாஸ் அரை மூட்டை” என்று சொல்லிக் கொண்டு போனான்.

“அடப்பாவி பயிருக்கு வாங்கி போட்ற மாதிரி இருக்குதே” என்றார் வாசு.

“பழனி, பாமா பாஸுனா என்ன?”

“பயிறுக்குப் போட்ற மருந்து. பாஸ்பேட்டு..”

“சொல்லாதப்பா... போலிஸ் பிரச்னைலாம் எப்பிடி?”

“காச்சும்போது வந்தா அம்பதோ நூறோ வாங்கினு பூடுவான்.”

“புடிக்கமாட்டானா?”

“அதெப்படி புடிச்சுடுவான்? அவனை வெட்டி அடுப்புல போட்ற மாட்டாங்களா?”

பழனிச்சாமி சிரித்தார்.

“ஒருவாட்டி உள்ள தள்ளி இடி இடினு இடிச்சாத்தான்டா புத்திவரும்” என்றார் வாசு பெருமிதமாகச் சிரித்துக் கொண்டே.

“துன்றதுக்கு எதனா இருக்குதா?” என்று விசாரித்தார் பழனி.

“இருக்குது. உங்களுக்கு அதெல்லாம் வேணாம்” என அவனே நல்லெண்ணம் கருதி தவிர்த்தான். தூரத்தில் கூர்ந்து பார்த்துவிட்டு “உங்க வாய் முகூர்த்தம் பலிச்சுடுச்சு. இன்னிக்கு இன்னா கிழம?” என்றான் வாசுவை.

“புதன்கிழம.”

“இன்னிக்கி எதுக்கு வரான் போல்சு?”

“போலீசா? எதா வர்றான்?” என்றார் பழனி.

“வர்ற சனிக்கிழமதான் மாமூல். இன்னிக்கும் வர்றாம்பாரு...”

“சரி நாங்க வர்றோம்” என்று இருவரும் நடந்தார்கள். “எங்க போலீஸ் காணமே?” என்றார் பழனி.

“நம்ம கண்ணுக்கெல்லாம் தெரியாது. இதே லைன்ல இருக்கவனுக்குத்தான் அதெல்லாம் தெரியும்.”

ஆட்டோ ஓட்டும் போதுதான் எஃப்.சி. பண்ணிட்டியா, டாக்ஸ் கட்டிட்டியானு உயிரெடுப்பானுங்க. இங்கே கூடவா? என்று நினைத்துக் கொண்டே நடந்தார்.

“போலீஸ் மேலயே மரியாதை போய்ட்து” என்றார் பழனி.

“இன்னா பண்றது ஏதோ இல்லாத கொறைதான் அவனுக்குத் தேவையான்து கெடச்சிட்டா ஏன் இப்டி பண்றான்? திருடங்கூட எதுக்காகத் திருட்றான்?” என்று கடைசியில் ஒரு கேள்வியைக் கேட்டார், போலீஸைத் திருடனுக்கு ஒப்பிடும் பிரக்ஞை இல்லாமலேயே.

வியாழக்கிழமை

சரியாக நான்கு மணி சுமாருக்கு முதல் தேதி அதன் முழு அர்த்தத்தையும் அடைந்தது. சம்பளம் கைக்குக் கிடைத்த மறுவினாடி ஒவ்வொருவருமே மேஜை அறையைத் திறந்து வைத்து அதனுள் இரண்டு கைகளையும் வைத்துக் கொண்டு சற்றே மறைவாய் - பணத்தை எண்ணினார்கள்.

ரயில்வே துறையின் அந்த எளிய அறையில் லட்சுமிபதியோடு சேர்த்து ஆறுபேர் இருந்தார்கள். வரிசைக்கு மூன்றாய் இரண்டு வரிசை மேஜைகள். இவர்கள் வரைக்கும் ஒரு பிளைவுட் தடுப்பு. ஆறுபேருமே அப்படித்தான் எண்ணினார்கள். எண்ணிக் கொண்டே ஒருவரை ஒருவர் பார்க்க நேர்ந்ததால் சிரித்துக் கொண்டார்கள்.

பிடித்ததெல்லாம் போக லட்சுமிபதியின் பே ஸ்லிப்பில் போட்டிருந்த தொகை ஆயிரத்து முன்னூற்று இருபத்தொன்று. இது அப்படியே முழுசாக வந்து சேர வேண்டும் என்ற மனைவியின் கண்டீஷனை மீறியே ஆகவேண்டிய நிர்ப்பந்தத்தில் இருந்தார் அவர்.

காலையில் ஆபிஸுக்கு வந்ததும் சங்கீதராவ் நூறு ரூபாய் கைமாற்றாய் கேட்டிருந்தார். எத்தனையோ முறை கொடுத்து உதவியிருக்கிறார். முடியாது என்று சொல்ல முடியவில்லை. அதுவும் பொண்டாட்டி ஆஸ்பத்திரியில் இருப்பதாலும் உறவினர் வந்துவிட்டதாலும் சமாளிக்க முடியாமல் கேட்டிருந்தார். சொசைட்டியில் லோன் போட்டிருப்பதால் பத்து தேதிக்குள் கிடைத்துவிடும் திருப்பித் தருகிறேன் என்று வேறு சொன்னார்.

மனைவி சொல்லை மீறி நூறு ரூபாய் தாளைத் தனியே எடுத்து மேல் பாக்கெட்டில் வைத்தார். மீதியை பாண்ட் பாக்கெட்டில் வைத்தார்.

இப்படி ஒவ்வொருவரும் முதல் தேதி பணத்தை இந்தப் பாக்கெட்டும் அந்தப் பாக்கெட்டும் மாற்றி வைப்பதும்கூட முதல் தேதியின் சகஜம்.

சரியான நேரத்தில் நுழைந்தார்கள் கூட்டமாக ஐந்து பேர். கையில் நீண்ட லிஸ்ட்.

லட்சுமிபதி "என்னது?" என்றார்.

"நம்ம அக்கௌண்ட் சேக்ஸன் எழுமலை பொண்ணுக்கு இந்த மாசம் கல்யாணம் இல்ல..." என்று நினைவுபடுத்தினார் ஒருவர்.

இது வழக்கம். அலுவலக ஊழியர் வீட்டில் திருமணம் என்றால் அதற்கு எல்லோருமாகச் சேர்ந்து பணம் போட்டு ஒரு பிரஸர் குக்கரோ} பெரும்பாலும் அதுதான்} அல்லது டேபிள் ஃபேனோ வாங்கி "அன்பளிப்பு ரயில்வே ஊழியர்கள்' என்று பெயர் போட்டுக் கொடுப்பது நெடு நாளைய நடைமுறை.

லபக் முதல் தேதியில் பிடித்துவிட்டார்கள்.

லட்சுமிபதி பத்து ரூபாயை பேண்டிலிருந்து எடுத்துக் கொடுத்து "எம் பேரை டிக் பண்ணிடுங்கப்பா" என்றார்.

இப்படி யாராவது ஒருவர் கல்யாணம் செய்வதும் ரிடையர்ட் ஆவதும் அதற்கான பணம் சேகரிப்பதும் முதலீடு செய்வது மாதிரி அனைவரும் பணம் கொடுப்பதும் சராசரியாய் எல்லா மாதமும் நிகழும்.

பஸ் ஸ்டாப்பில் நின்ற போது "கட்ச்சி டிக்கெட் சார். சீக்கிரம் சார்" என்று சீட்டாடுபவன் மாதிரி விசிறியாக லாட்டரி சீட்டை நீட்டினான் ஒருவன்.

லட்சுமிபதியின் கட்டுப்பாடெல்லாம் குலைந்தது. காலையிலேயே பேப்பரில் இந்த வாரம் எப்படி? இருக்கும் என்று தனுசு ராசியில் போட்டிருந்ததை மனப்பாடமாய் படித்திருந்தார்.

கணவன் மனை உறவு அன்புடையதாக இருக்கும் என்பதற்கும் கீழ் "மொத்தத்தில் சுமாரன வாரம் அதிர்ஷ்ட எண் 1' என்று போட்டிருந்தான்.

லாட்டரி சீட்டை ஆர்வமாகப் பார்த்தார். எல்லாச் சீட்டிலும் முதல் இலக்கம் ஒன்று. முதல் பரிசும் ஒரு லட்சம் இன்று தேதியும் ஒன்று. எல்லாமே கூடி வந்தது.

"எத்தினி டிக்கெட் இருக்கும்?"

"எட்டு சார். கண்டிப்பா அடிக்கும் சார்."

"என்னைக்கு குலுக்கல்?"

"இன்னைக்கு நாளைக்கு ரிசல்ட். நாளைக்கு நெறைஞ்ச வெள்ளி. லட்ச ரூபா உங்களுக்குத்தான் சார்."

இப்படிப்பட்ட நல்ல டிக்கெட்டை அவன் வைத்துக் கொள்ளாமல் நமக்கேன் கொடுக்கிறான் என்றெல்லாம் லட்சுமிபதியால் யோசிக்க

முடியவில்லை.

வாங்கிக் கொண்டார்.

'ஒண்ணாந்தேதி சம்பளத்தைச் சாமி படத்தாண்ட வச்சிட்டு செலவு பண்ணணும்னு எத்தினா வாட்டி சொல்லி அனுப்பிச்சேன்?' என்று மனதில் திட்டினாள் மனைவி.

'ஒரு லட்சம் வேண்டாம். அம்பதாயிரம் இருந்தா போதும் பொண்ணு கல்யாணத்தை முடிச்சிடலாம். நாளைவரை காத்திருக்கணும்.'

"போன வாரம்கூட மெட்ராஸ்தான் ஒருத்தன் லக்கா அடிச்சுக்குனு போனான்.' பரிசுத் தொகையில் கல்யாணத்தை முடித்துவிட்டால் ரிடையர்ட் ஆகிற பணத்தில் வீட்டைக் கட்டி விடலாம் என்று திட்டம் தீட்டினார்.

பணம் எடுத்தே எடுத்தாகிவிட்டது. ஒட்டலுக்குப் போய் ஒரு தோசையும் காப்பியும் சாப்பிடலாம் என்று நினைத்து கீதா கஃபேவில் நுழைந்து ஃபேன் சுற்றுகிற இடமாகப் பார்த்து அமர்ந்தார்.

வீட்டு வாடகை, மளிகை, ரேஷன், பஸ் பாஸ், பால் அட்டை போன்ற ஆயுள் தண்டனைகள் போக ஜுரம், சளி, விருந்தினர் வருகை, கோவில், பயணம் போன்ற லாக்-அப் விஷயங்கள் சர்வர் வருவதற்குள் தோராயமாக ஒரு கணக்குப் போட்டு மிரண்டார்.

சர்வர் "என்ன சார் வேணும்" என்றான்.

லட்சுமிபதி கல்யாண வயதில் இருக்கிற பெண்ணையும் பையனையும் உத்தேசித்து "ஒரு காப்பி மட்டும் கொடுப்பா" என்றார் நிதானமாய்.

வெள்ளிக்கிழமை

"அப்பா பேப்பர் கேட்டார்" என்றாள் லட்சுமிபதியின் மகளான மகேஸ்வரி.

"படிச்சிட்டு முரளிக்கிட்ட குடுத்தனுப்பறேன்" என்று சொல்லிவிட்டு தினகரனின் நான்காவது பக்கத்திலிருந்து ஐந்தாவது பக்கத்தைத் திருப்பினார் மோகன்தாஸ்.

தினகரனின் ஆரம்ப நாள் முதல் விடாப்பிடியாகப் படித்து வருபவர் மோகன்தாஸ். எக்காரணம் கொண்டும் வேறு பத்திரிகை வாங்கியதில்லை. எம்.ஜி.ஆர். பதவியேற்ற செய்தியை எல்லாப் பத்திரிகையிலும் போட்டாலும் தினகரன் பார்த்த பின்பே நம்பினார்.

பத்தாவது ப்ளஸ் டூ போன்ற தேர்வு முடிவுகளும் அப்படியே.

கலைஞர் பேச்சென்றால் பரீட்சைக்குப் படிப்பது போல படிப்பார். தினமும் இலவசத்தில் லட்சுமிபதியும் - ஜனதா ஆதரவாளராக இருந்தும்கூட - படிப்பார். என்.ஜி.வோ- வைப் பற்றிச் செய்தி வந்தால் மட்டும் கணேசன் வாங்கிச் சென்று படிப்பார். மற்றபடி மதிய நேரத்தில் பெண்கள் டி. வி. நிகழ்ச்சிகள் பற்றி அலசிவிட்டு சமையல் குறிப்பு படிப்பார்கள்.

மோகன்தாஸ் வீட்டில் சாமிபடங்களைவிட அண்ணா, பெரியார் என்று தலைவர்கள் படங்கள் அதிகம். மனைவிக்கு தெய்வ வழிபாடென்றால் இவருக்குத் தலைவர் வழிபாடு.

"எப்பிடினா ஒழி" என்று சட்டென்று எழுந்து வேட்டியை உதறிக் கட்டிக் கொண்டு சட்டையை எடுத்துப் போட்டுக் கொண்டார் மோகன்தாஸ்.

"நான் ஒழிஞ்சாத்தான் உங்களுக்கு நிம்மதி. ஒழிஞ்சி போறேன். நாளும் கிழமையுமா சாபம் குடுத்திட்டீங்களே.. எனக்கு வோணும்" நிமிடத்தில் கண்ணீர் கொப்பளித்தது.

"எல்லாம் பாப்பானுங்க பண்ண வேலை. தமிழனை அழிச்சதே அவனுங்கதான்" முணகிக் கொண்டே வெளியே போனார் மோகன்தாஸ்.

லட்சுமி மூக்கை சிந்திக் கொண்டு கத்திரிக்காயைப் போட்டு சாம்பாரும் மோரும் மட்டும் செய்து வைத்துவிட்டு யாருடனும் பேசாமல் கோபமாய்ப் படுத்துக் கிடந்தாள்.

பதினோரு மணி சுமாருக்கு பழனிச்சாமியின் மனைவி நாகபூஷணம் உள்ளே வந்து. "என்னாங்க வெளியே தலை காட்ல இன்னிக்கி?" என்றாள்.

லட்சுமி படுத்துக் கொண்டே "ஒண்ணுல்லங்க" கண்களைத் துடைத்துக் கொண்ட போதே சுவாரஸ்யம் ஏதோ இருக்கிறதுபோல மேற்கொண்டு அக்கறையாக விசாரிக்க ஆரம்பித்தாள்.

கேட்பதற்கு இப்படியாராவது வரமாட்டார்களா என்று ஏங்கிக் கொண்டிருந்த லட்சுமி தன் கணவர் நல்ல நாளும் போதுமாக இப்படிச் சாபம் கொடுத்த கதையைச் சொன்னாள்.

"அட, நீங்க ஏன் இதையெல்லாம் பெரிசு பண்ணிக்கிறீங்க? சினிமாவுக்கு வர்றீங்களா போவலாம்?" என்றாள்.

"யார் யார் போறீங்க?"

"நானும் ராஜேஷ் அம்மாவும். நீங்களும் வாங்களேன். வூட்லயே இருந்தா இன்னும் கஷ்டமாத்தான் இருக்கும்"

"நா வர்ல. போயிட்டு வாங்க."

168 | மீன்மலர்

அதற்குள் மாலதி வந்து "மகாலட்சுமில புதுப்படம் போட்ருக்கான்... பிரபுது" என்றாள்.

லட்சும் "இன்னா படம்?" என்றாள்.

"கலியுகம்."

"காத்தால படமா?"

"டயமாய்டுச்சிங்க. சீக்ரம்."

"நா சும்மா கேட்டேன். நீங்க போய்ட்டு வாங்க" தன் வருத்தத்தைச் சட்டென விட்டுவிடமுடியாத தயக்கம் இருந்தது.

"அட கிளம்புங்க, டயமாச்சின்றேன்..." மாலதி மறுபடி உசுப்ப, எழுந்து உட்கார்ந்து 'டிக்கெட்' கெடைக்காதுங்க.. இப்பவே பதினொன்னு ஆய்ட்ச்சி" என்றாள் லட்சுமி.

"வாங்கில்லாம் வாங்க."

மறுநிமிடத்தில் மூவரும் தயார். போகும்போது கீதாவின் அம்மா எதிர்ப்பட, ""சினிமாவுக்கு வர்றீங்களா?" என்றனர் போகிற போக்கில். நிச்சயம் வரமாட்டார்கள் என்ற தைரியம். இவர்களைவிட கீதா அம்மா வயதில் மூத்தவர். வசந்தியின் அம்மாவுக்கும் நாகபூஷணத்துக்கும் முறைவாசல் விஷயத்தில் சண்டை என்பதால் வசந்தி அம்மாவைக் கூப்பிடவே இல்லை. அதே போலத்தான் ராஜேஷ் அம்மாவுக்கும் மகேஷ் அம்மாவுக்கும்.

அவர்கள் தனி செட்டாகப் போவார்கள்; அநேகமாக நாளைக்கு.

சனிக்கிழமை

வசந்தி கணக்கில் கொஞ்சம் வீக். கணக்கு வாத்தியாரோ உடல் ரீதியாக மிகவும் ஸ்ட்ராங். என்ன நடக்கும்? கணபதி வாத்தியார் அடிக்க ஆரம்பித்தால் நிறுத்துவதற்கு மறந்துவிடுவார் அவ்வளவுதான்.

வெள்ளிக்கிழமை மாலை அநேகமாகக் கடைசி பீரியட் சர்குலர் வரும். சனிக்கிழமை பற்றிய செய்தி வாசிக்கப்படும்.அப்படி வாசிக்கப்பட்டது.

"சனிக்கிழமை பள்ளி நாளென்றால் ஐந்து பீரியட் நடக்கும். பள்ளியின் ஏகோபித்த விருப்பம் எதுவாக இருக்குமென்றால் கணபதி வாத்தியார் வகுப்பு ஆறாவது பீரியட், ஏழாவது பீரியட் என வரும் வார நாளின் டயம் டேபிளை வேண்டுவதாக இருக்கும்."

வசந்தியின் வகுப்பு செவ்வாய்க் கிழமைக்கு ஏங்கியிருந்தபோது

"புதன்கிழமை அட்டவணைப்படி வகுப்புகள் நடக்கும்' என்று வாசித்து முடிக்கப்பட்டது.

புதன்கிழமை கணபதி வாத்தியார் மூன்றாவது பீரியட்.

புதன்கிழமை ஒரே ஒரு செளகர்யம் இருந்தது. இரண்டாவது மணியில் ஆங்கிலம். ஜோக்கர் வாத்தியார் வகுப்பு. ஜோக்கர் வாத்தியார் வகுப்பென்றால் கிராஃப் வரைவதற்கும் மேப் ட்ராயிங் புக்கைப் பிரித்து பசிபிக் கடலுக்கு நீல வண்ணம் தீட்டுவதற்கும் இன்னபிற ஆங்கிலம் சம்பந்தப்படாத வேலைகளுக்கும் பாத்ரூம் போய் வருதலுக்கும் வசதியாக இருக்கும். ஜோக்கர் வாத்தியார் வகுப்பென்றால்தான் எல்லோருக்கும் பாத்ரூம் போகிற ஆசை வரும்.

கணபசி அப்படியில்லை. ஒருமுறை மிகவும் உண்மையாக பாத்ரூம் முட்டவே எழுந்து பர்மிஷன் கேட்ட சுந்தரியை அடியோ அடியென்று அடித்ததில் அவள் பயந்து போய் நடு வகுப்பில் சிறுநீர் கழித்து வெட்கம் தாளாமல் பள்ளியைவிட்டு நின்று போனாள். டி.சி. வாங்கக் கூட வரவில்லை.

வாத்தியார் என்ற பெயரில் அவர் நடத்தி வந்த வன்முறைக்குப் பள்ளியில் பணிபுரியும் சக ஆசிரியர்களின் பாராட்டும் அதிகம்.

"கணபதி சாரோட கிளாஸ்தான் ரொம்ப கொய்ட்"என்பார் ஹெட்மாஸ்டர்.

சுதந்திர தினம் போன்ற நாள்களில் பள்ளி மைதானத்தில் நடக்கும் விழாவில் பள்ளிக்கூடமே அவர் பேச்சுக்குக் கட்டுப்பட்டுக் கிடக்கும். காக்கையின் கரைதலும் பேச்சாளரின் சுதந்திர தின அறிவுரையும் மட்டும் அங்கே ஒலி அலைகளை ஏற்படுத்துவனவாக இருக்கும்.

கணபதி புறநானூறு என்றால் ஜோக்கர் (நிஜப் பெயர் ஜெ.கே. ராமன்- ஜெ.கே.ஆர். என அழைக்கப்பட்டு ஜோக்கர் என மருவினார்.) புதுக்கவிதை.

"எல்லோரும் கவனிங்க" என்று அடிக்கடி குரல் கொடுத்துவிட்டு அவர் பாட்டுக்கு இங்கிலீஷ் புத்தகத்தைப் படித்துக் கொண்டு போவார். ரொம்பவும் கோபம் வந்து விட்டால் "பெஞ்சு மேல ஏறி நில்லு.." என்பார். கணபதி வாத்தியாரோடு ஒப்பிடுகையில் இவர் புறக்கணிக்கத் தக்கவர்.

முதல் பீரியடின்போது செவன்த் பி செக்ஷன் வாசலில் ஏழு பெண்கள் முட்டி போட்டுக் கொண்டிருந்ததை வசந்தி ஆறாம் வகுப்பு ஜன்னல் வழியாகப் பார்த்தாள். "கணபதி சார் வந்துட்டாரா?' என்று விசாரித்துத் தெரிந்து கொள்ள வேண்டியதில்லை.

பனிரெண்டாவது வாய்ப்பாட்டை இருபது முறை எழுதிக்

கொண்டு வரச் சொல்லியிருந்தார். பதினான்கு முறைதான் எழுதியிருந்தாள்.

இரவு ஒளியும் ஒலியும் பார்ப்பதற்கு முன்பு கொஞ்சம் எழுதினாள். பவர் கட் ஆனதால் தூங்க நேர்ந்து மூன்று மணிக்குக் காலை தண்ணீர் நாளாக அமைந்து -அம்மா தலைவாறும்போது கொஞ்சம் எழுத முடிந்தது.

ஜே.கே.ஆர். பீரியட்டைதான் நம்பிக் கொண்டிருந்தாள். பத்து பதினைந்து நிமிடங்கள் போதும். முதலில் வரிசையாக 1,2,3.. என இருபது வரை எழுதிக் கொள்ள வேண்டும். அடுத்து இண்ட்டு.... இண்ட்டு... இண்ட்டு. அடுத்து வரிசையாக ஈக்குவல் குறி. அதற்கடுத்துதான் வாய்ப்பாட்டைப் பார்த்து எழுத வேண்டும். வசந்தி சுலபமாக வாய்ப்பாடு எழுதும் வழி இதுதான்.

முதல் மணி முடித்து அடுத்த வகுப்பு துவங்க, ஆவேசமாக நிறையப் பெண்கள் அவரவர்க்கு இடப்பட்ட கணிதக் கட்டளைகளை முடிக்க ஆயத்தமாயினர்.

ஜே.கே.ஆர். வரவேயில்லை. எந்த வகுப்பிலும் ஆசிரியர்கள் நுழையவில்லை. பள்ளிக்கூடம் காட்டுக் கூச்சலாக இருந்தது.

எல்லா ஆசிரியர்களும் மந்தையாகப் பேசிக் கொண்டு போனார்கள். ஸ்டாப் ரூமில் நுழைந்தவர்கள் சிறிது நேரம் கழித்து வெளியே வந்தார்கள்.

ஆசிரியர்கள் வகுப்புகளில் நுழைய ஆரம்பித்த பின் படிப்படியாகச் சத்தம் குறைந்தது. ஜே.கே.ஆர். வந்தார் வழக்கத்தைவிட நிதானமாக.

“நம்ம கணபதி சாரோட அப்பா இறந்துட்டாராம். இப்பதான் நியூஸ் வந்தது..”

வகுப்பு ஒருமாதிரியாக முழித்தது.

“முதல்ல ஒரு பெல் அடிக்கும் எல்லோரும் எழுந்து நிக்கணும். அவருக்கு மௌன அஞ்சலி செலுத்தறதுக்காக. அப்புறம் ஒரு பெல் அடிக்கும் உக்காரணும்.”

பெல் அடித்தது. நின்றார்கள். அடுத்த பெல் அடிப்பதற்கு அரைமணி நேரம் ஆகிவிட்டதுபோன்ற உணர்வு. வசந்திக்குப் பின்னால் யாரோ - மல்லிகாவாக இருக்கலாம் - குபுக் என்று சிரித்த சப்தம் கேட்டது. வசந்திக்கும் சிரிப்பு வந்தது. அடக்கிக் கொண்டாள்.

அடுத்த பெல்.

சலசலப்போடு அமர்ந்தனர்.

வசந்தி மெல்லத் திரும்பி “நீ தான சிரிச்ச?” என்று மல்லிகாவை விசாரித்தாள்.

“அப்ப இன்னிக்கி வரமாட்டாரு” பூரித்தாள் குமுதா.

“இன்னும் ஒரு வாரத்துக்கு நம்மளை வாய்ப்பாடே கேட்கமாட்டாரு” என்று தெம்பூட்டினாள் அங்கயற்கண்ணி.

ஏறத்தாழ எல்லா வகுப்பிலும் லீவு போல பேசிக் கொண்டார்கள்.

“அவங்க வீட்ல வாரம் ஒர்த்தர் செத்துட்டா கணபதி சார் அடிக்கவே மாட்டார் இல்ல?” என்று யோசனை சொன்னவளைப் பார்த்து, “ச்சீ பாவம்டீ” என்றாள் வசந்தி.

கணையாழி - 1989

தி.ஜானகிராமன் நினைவுக் குறுநாவல் போட்டியில் தேர்வானது.